KINH
DIỆU PHÁP LIÊN HOA

**Tam Tạng Pháp Sư
Cưu Ma La Thập**
Hán Dịch

Tỳ Kheo Thích Trí Tịnh
Việt Dịch

TÂM NGUYỆN CỦA DỊCH GIẢ

Chư pháp hữu thân mến, cho phép tôi được dùng từ này để gọi tất cả các giới Phật tử xuất gia cũng như tại gia, tôi có ý nguyện nhỏ, dầu nhỏ nhưng là từ đáy lòng thiết tha, muốn cùng các pháp hữu, tất cả các pháp hữu, những ai có đọc có tụng có nghe thấy những quyển kinh sách do tôi dịch soạn, sẽ là người bạn quyến thuộc thân thiết với tôi đời này và mãi mãi những đời sau, cùng nhau kết pháp duyên, cùng nhau dự pháp hội, cùng dìu dắt nhau, dìu dắt tôi để được vững bước mãi trên con đường đạo dài xa, con đường đạo nhiều trở ngại chông gai lồng giữa cõi đời thế tục mà lớp vỏ cứng của nó là tứ lưu bát nạn, cạm bẫy của nó là lợi danh ngũ dục, sức mạnh của nó là con lốc bát phong. Tôi chơn thành nói lên câu cần dìu dắt nhau. Vì vào giây phút mà tôi đang nguệch ngoạc ghi lại ngửng mặt tự xưng là Tỳ-kheo chơn chánh, chỉ biết như thảo phú địa, nhứt tâm sám hối mười phương pháp giới. (Trích cuối tập 9 Kinh Đại-Bửu-Tích).

Nam Mô cầu Sám Hối Bồ-Tát.

Chùa Vạn Đức
Ngày Trùng Cửu, Năm Kỷ Tị.
(08-10-1989)

Thích Trí Tịnh
Cẩn Chí

THAY LỜI TỰA

Kinh Pháp-Hoa là bộ kinh đại thừa gồm bảy quyển tổng cộng là hai mươi tám phẩm, suốt hơn sáu vạn lời, nghĩa lý sâu xa, kinh văn rộng lớn, chứa đựng tâm nguyện và phương tiện huyền diệu ngời sáng của Phật và Bồ-Tát.

Tâm nguyện của Phật là tâm nguyện khắp độ chúng sanh đạt thành đạo quả giác ngộ. Bởi thế nên ngay quyển đầu của kinh về phẩm phương tiện đã nói: (Phật ra đời là vì một nhơn duyên lớn duy nhất là khai thị chúng sanh ngộ nhập tri kiến Phật). Thế nghĩa là Phật rộng mở phương tiện pháp môn, chỉ bày chơn tâm Phật tánh để chúng sanh tin tưởng khả năng thánh thiện của mình mà tiến tu đến Phật quả.

Phương tiện của Phật là phương tiện huyền diệu được sanh trưởng và dinh dưỡng bởi trí huệ từ bi hỷ xả lợi tha có khả năng đưa tất cả chúng sanh đồng chứng nhất thừa Phật quả. Đức Phật nói tất cả chúng sanh đều có Phật tánh. Tất cả chúng sanh đều có khả năng thành Phật. Ta là Phật đã thành. Chúng sanh là Phật sẽ thành, nếu chúng sanh tinh tấn nỗ lực tu hành thì cũng sẽ thành Phật như ta vậy.

Nhưng chúng sanh đắm chìm trong ngũ dục lạc, nên tạo nhiều tội lỗi để rồi hiện thành căn tánh cao thấp, nghiệp duyên nặng nhẹ khác nhau. Đức Phật lại phải từ đó mà lập ra có muôn ngàn phương tiện để hóa độ. Nghĩa là từ nhứt thượng thừa mà đức Phật đã phải phương tiện huyền khai làm thành ba thừa để rồi sau đó, khi căn tánh chúng sanh thuần thục ngài lại dần dần đưa lên nhứt thừa vô-thượng chánh-đẳng chánh-giác.

Hai mươi tám phẩm kinh Pháp-Hoa chan chứa tâm hạnh của Phật và đại Bồ-Tát, trải dài những con đường phương tiện giáo hóa thênh thang ngõ hầu mang chúng sanh từ phàm đến thánh, từ tam thừa Thanh-văn Duyên-giác và Bồ-Tát đến quả vị nhứt thừa vô thượng Phật quả.

Nội dung kinh Pháp-Hoa cho ta thấy không phương tiện độ sanh nào mà không có, không cửa pháp môn giải thoát rốt ráo nào mà không mở, không cảnh giới Phật nào mầu nhiệm thiện duyên thâm mật với chúng sanh cõi ta bà này mà không ảnh hiện, không hạnh nguyện giáo hóa độ sanh nào của Phật và Bồ-Tát mà không thể đạt ba la mật.

Thật là một bộ kinh khế hợp cho đủ mọi trình độ căn tánh nghiệp duyên của chúng sanh. Vì thế xưa nay kinh Pháp-Hoa đã được không biết bao nhà Phật học huyên bác chú thích sớ giải làm cho kinh Pháp-Hoa rạng rỡ từ ngàn năm này đến ngàn năm khác và phổ cập nhân gian. Đến nỗi nghĩa lý của kinh Pháp-Hoa quá ư vi diệu tuyệt vời, kinh bản được đời đời ấn hành phổ biến uy thế tạo thành một tôn phái với danh xưng là Pháp-Hoa-Tôn hay Thiên-Thai-Tôn, một tôn phái có ảnh hưởng lớn ở Nhật Bản và Trung Hoa do Trí Giả Đại Sư thành lập.

Trong thời thế sự cuồng quây, đạo tâm ngày một suy vi, phong hóa niềm tin lay chuyển đến tận gốc rễ như thời này đây, để cho mọi người còn chút phước duyên đang bền bồng trên bể đời có thuyền nương tựa, có đất phì nhiêu của bến bờ để gieo giống Bồ-đề, nên Phật Học Viện Quốc Tế nguyện in lại kinh Pháp-Hoa này ngõ hầu làm thuyền bát nhã, làm ruộng phước phì nhiêu, làm hải đăng và bến đỗ cho khắp cả mọi kiếp thuyền đời trở thành những thiện hữu Bồ-đề kết duyên cùng Phật đạo Chánh-đẳng Chánh-giác.

Khắp nguyện mười phương bạn lành gần xa mở rộng lòng ra phát tâm Bồ-đề thọ trì và ấn tống kinh Pháp-Hoa này để tạo cơ hội sớm ngộ nhập tri kiến Phật, ngõ hầu thăng hoa đời sống đạo quả vô-thượng chánh-đẳng chánh-giác.

Phật lịch 2530, Vía Phật A Di Đà 1986
Bính Dần

Thích Đức Niệm

NGHI-THỨC SÁM HỐI
TRƯỚC KHI TỤNG KINH

(Dùng ba nghiệp thân, khẩu, ý thanh tịnh mà tụng kinh, thời phước đức vô lượng, nên trước khi tụng kinh cần phải sám hối, sám hối tức là làm cho 3 nghiệp thanh tịnh)

Nam-mô thập-phương tận hư-không giới nhứt thiết Chư Phật. *(1 lạy)*

Nam- mô thập-phương tận hư-không giới nhứt thiết Tôn Pháp. *(1 lạy)*

Nam-mô thập-phương tận hư-không giới nhứt-thiết Hiền Thánh Tăng. *(1 lạy)*

(Quì, tay cầm hương cúng dường phát nguyện)

Nguyện mây hương mầu này
Khắp cùng mười phương cõi
Cúng dường tất cả Phật
Tôn Pháp, các Bồ-Tát,
Vô biên chúng Thanh-văn
Và cả thảy Thánh hiền
Duyên khởi đài sáng chói
Trùm đến vô biên cõi,
Khắp xông các chúng sanh
Đều phát lòng Bồ-đề,

Xa lìa những nghiệp vọng
Trọn nên đạo vô thượng.
(xá 3 xá, cắm hương lên lư)

(Đứng thẳng chắp tay xướng:)

Sắc thân Như-Lai đẹp
Trong đời không ai bằng
Không sánh, chẳng nghĩ bàn
Nên nay con đảnh lễ
Sắc thân Phật vô tận
Trí-huệ Phật cũng thế,
Tất cả Pháp thường trụ
Cho nên con về nương,
Sức trí lớn nguyện lớn
Khắp độ chúng quần sanh,
Khiến bỏ thân nóng khổ
Sanh kia nước mát vui.
Con nay sạch ba nghiệp
Quy y và lễ tán
Nguyện cùng các chúng sanh
Đồng sanh nước An-Lạc.
Án phạ nhựt ra vật. *(7 lần)*

CHÍ TÂM ĐẢNH LỄ
(Câu này dùng xướng chung đầu câu cho 9 câu dưới)

Thường-tịch-quang tịnh độ
A-Di-Đà Như-Lai
Pháp-thân mầu thanh tịnh
Khắp pháp giới chư Phật *(1 lạy)*

Thật báo trang nghiêm độ
A-Di-Đà Như-Lai
Thân tướng hải vi trần
Khắp pháp giới chư Phật. *(1 lạy)*

Phương tiện thánh cư độ
A-Di-Đà Như-Lai
Thân trang nghiêm giải thoát
Khắp pháp giới chư Phật. *(1 lạy)*

Cõi An Lạc phương Tây
A-Di-Đà Như-Lai
Thân căn giới Đại-thừa
Khắp pháp giới chư Phật. *(1 lạy)*

Cõi An Lạc phương Tây
A-Di-Đà Như-Lai
Thân hóa đến mười phương
Khắp pháp giới chư Phật. *(1 lạy)*

Cõi An Lạc phương tây
Giáo hạnh lý ba kinh
Tột nói bày y chánh
Khắp pháp giới Tôn Pháp. *(1 lạy)*

Cõi An Lạc phương tây
Quán-Thế-Âm Bồ-Tát
Thân tử kim muôn ức
Khắp pháp giới Bồ-Tát *(1 lạy)*

Cõi An Lạc phương tây
Đại Thế-Chí Bồ-Tát
Thân trí sáng vô biên
Khắp pháp giới Bồ-Tát. *(1 lạy)*

Cõi An Lạc phương tây
Thanh-tịnh đại-hải-chúng
Thân hai nghiêm: Phước, Trí
Khắp pháp giới Thánh-chúng. *(1 lạy)*

(Đứng chấp tay nguyện:)
Con nay khắp vì bốn ơn ba cõi cùng chúng sanh trong pháp giới, đều nguyện dứt trừ ba chướng *(1)* nên qui mạng *(2)* sám hối *(3)*

(1 lạy quỳ chấp tay sám hối)

CHÍ TÂM SÁM HỐI:

Đệ tử... và chúng sanh trong pháp giới, từ đời vô thỉ nhẫn đến ngày nay, bị vô minh che đậy nên điên đảo mê lầm, lại do sáu căn ba nghiệp *(4)* quen theo pháp chẳng lành, rộng phạm mười điều dữ cùng năm tội vô gián *(5)* và tất cả các tội khác, nhiều vô lượng vô biên nói không thể hết. Mười phương các đức Phật thường ở trong đời, tiếng pháp không dứt, hương mầu đầy lấp, pháp vị ngập tràn, phóng ánh sáng sạch trong chiếu soi tất cả. Lý mầu thường trụ đầy dẫy hư không.

Con từ vô thỉ đến nay, sáu căn che mù, ba nghiệp tối tăm, chẳng thấy, chẳng nghe, chẳng hay chẳng biết, vì nhân duyên đó trôi mãi trong vòng sanh tử, trải qua các đường dữ *(6)* trăm nghìn muôn kiếp trọn không lúc nào ra khỏi. - Kinh rằng: "Đức Tỳ-Lô-Giá-Na thân khắp cả chỗ, chỗ của Phật ở gọi là Thường-Tịch-Quang, cho nên phải biết cả thảy các pháp đều là Phật pháp, mà con không rõ lại theo giòng vô minh, vì thế trong trí bồ-đề mà thấy không thanh tịnh, trong cảnh giải thoát mà sanh ràng buộc. Nay mới tỏ ngộ, nay mới chừa bỏ ăn năn, phụng đối trước các đức Phật và A-Di-Đà Thế-Tôn mà pháp lồ *(7)* sám hối làm cho đệ tử cùng pháp giới chúng sanh, tất cả tội nặng do ba nghiệp sáu căn, gây tạo từ vô thỉ, hoặc hiện tại cùng vị lai, chính mình tự gây tạo hoặc biểu người, hay là thấy nghe người gây tạo mà vui theo, hoặc nhớ hoặc chẳng nhớ, hoặc biết hoặc chẳng biết, hoặc nghi hoặc chẳng nghi, hoặc che giấu hoặc chẳng che giấu, thảy đều được rốt ráo thanh tịnh.

Đệ tử sám hối rồi, sáu căn cùng ba nghiệp trong sạch, không lỗi lầm, căn lành tu tập cũng trọn thanh tịnh, thảy đều hồi hướng dùng trang nghiêm Tịnh- độ khắp với chúng sanh, đồng sanh về nước An-Dưỡng.

Nguyện đức A-Di-Đà Phật thường đến hộ trì, làm cho căn lành của đệ tử hiện tiền tinh tấn, chẳng mất nhân duyên Tịnh-độ, đến giờ lâm chung, thân an niệm chánh, xem nghe đều rõ ràng, tận mặt thấy đức A-Di-Đà cùng các Thánh-chúng, tay cầm đài hoa tiếp dẫn đệ tử, trong khoảng sát-na sanh ra trước Phật, đủ đạo hạnh Bồ-Tát rộng độ khắp chúng sanh đồng thành Phật đạo.

Đệ tử sám hối phát nguyện rồi qui mạng đảnh lễ: Nam-mô Tây-phương Cực-lạc thế-giới, đại-từ đại-bi, A-Di-Đà Như-Lai, biến-pháp-giới Tam-Bảo.

(1 lạy)

(Lạy xong, tiếp Nghi-Thức tụng kinh)...

THÍCH NGHĨA SÁM PHÁP

(1) Phiền não, nghiệp nhơn, quả báo, ba món đều hay làm chướng ngại đường giải thoát nên gọi: "Ba món chướng".

(2) Đem thân mạng về nương, giao phó cho Phật, Pháp, Tăng chính là nghĩa của hai chữ "Nam-mô".

(3) Nói đủ là Sám-ma hối quá. "Sám-ma" là tiếng Phạm, nghĩa là "hối quá", tức là ăn năn tội trước, ngừa giữ lỗi sau.

(4) Nhãn, nhĩ, tỹ, thiệt, thân, ý: Sáu căn, và ba nghiệp: thân, khẩu, ý.

(5) Giết cha, giết mẹ, giết Thánh-nhơn, ác tâm làm thân Phật ra máu, phá hòa hợp Tăng, gọi là năm tội nghịch, nếu phạm sẽ bị đọa vào ngục Vô-gián nên gọi là tội Vô-gián. Ngục Vô-gián là chỗ thọ khổ không có lúc nào ngừng ngớt.

(6) A-tu-la, Súc-sanh, ngạ-quỉ, địa-ngục, các đường đó vui ít khổ nhiều, do nghiệp dữ cảm ra.

(7) Bày lộ tội lỗi ra trước Đại-chúng không chút giấu che thời gọi là phát lồ, trái với phú tàng (che giấu). Có phát lồ thời tội mới tiêu, như bịnh cảm mà được phát hạn (ra mồ hôi).

NGHI THỨC TRÌ TỤNG

KỆ TÁN LƯ HƯƠNG

Lò hương vừa nhen nhúm
Pháp giới đã được xông
Các Phật trong hải hội đều xa hay
Theo chỗ kết mây lành
Lòng thành mới ân cần
Các Phật hiện toàn thân.

Nam-mô Hương-Vân-Cái Bồ-Tát Ma- Ha-Tát. *(3 lần)*

CHƠN NGÔN TỊNH PHÁP GIỚI

Án Lam *(7 lần)*

(Trì chú này thì thân tâm, cảnh vật đều thanh tịnh)

CHƠN NGÔN TỊNH KHẨU NGHIỆP

Tu rị tu rị, ma ha tu rị, tu tu rị ta-bà-ha. *(7 lần)*

(Trì chú này thì hơi miệng trong sạch)

CHƠN NGÔN TỊNH TAM NGHIỆP

Án ta phạ, bà phạ thuật đà ta phạ, đạt mạ ta phạ bà phạt thuật độ hám *(3 lần)*

(Trì chú này thì thân, miệng, lòng đều trong sạch)

CHƠN NGÔN PHỔ CÚNG DƯỜNG

Án nga nga nẵng, tam bà phạ, phiệt nhựt ra hồng. *(3 lần)*

(Trì chú này thì hoa hương cùng tiếng tụng niệm sẽ khắp cúng dường cả mười phương)

VĂN PHÁT NGUYỆN

Nam-mô Thập-phương Thường-trụ Tam-Bảo *(3 lần)*
Cúi lạy đấng Tam-giới Tôn,
Quy mạng cùng mười phương Phật
Tôi nay phát nguyện rộng
Thọ trì kinh Pháp-Hoa
Trên đền bốn ơn nặng
Dưới cứu khổ tam đồ *

* súc sanh, ngạ quỉ, địa ngục

Nếu có kẻ thấy nghe
Đều phát lòng Bồ-đề
Hết một báo thân này
Sanh qua cõi Cực-Lạc.

Nam-mô Bổn-Sư Thích-Ca Mâu-Ni Phật *(3 lần)*

KỆ KHAI KINH

Pháp vi diệu rất sâu vô lượng
Trăm nghìn muôn ức kiếp khó gặp
Tôi nay thấy nghe được thọ trì
Nguyện hiểu nghĩa chon thật của Như-Lai.

KỆ KHEN NGỢI KINH

Hơn sáu muôn lời, thành bảy cuốn
Rộng chứa đựng vô biên nghĩa mầu
Trong cổ nước cam lộ rịn nhuần
Trong miệng chất đề hồ nhỏ mát
Bên răng ngọc trắng tuôn xá-lợi
Trên lưỡi sen hồng phóng hào quang
Dầu cho tạo tội hơn núi cả
Chẳng nhọc Diệu-Pháp vài ba hàng.

Nam-mô Pháp-Hoa Hội-Thượng Phật Bồ-Tát. *(3 lần)*

KINH
DIỆU PHÁP LIÊN HOA

**Tam Tạng Pháp Sư
Cưu Ma La Thập**
Hán Dịch

Tỳ Kheo Thích Trí Tịnh
Việt Dịch

QUYỂN THỨ NHẤT

Đời Diêu-Tần, Ngài Tam-Tạng Pháp-Sư Cưu-Ma-La-Thập phụng chiếu dịch.

KINH DIỆU-PHÁP LIÊN HOA *(1)*
PHẨM "TỰA" THỨ NHẤT

1. Tôi nghe như thế này: Một thuở nọ đức Phật *(2)* ở trong núi Kỳ-Xà Quật, nơi thành vương xá cùng chúng đại Tỳ- kheo một vạn hai ngàn người câu hội. Các vị đó đều là bậc A-La-Hán, các lậu *(3)* đã hết, không còn phiền não, việc lợi mình đã xong *(4)* dứt sự ràng buộc trong các cõi *(5)* tâm được tự tại. Tên của các vị đó là: A-Nhã Kiều-Trần- Như, Ma-Ha Ca-Diếp, Ưu-Lâu-Tần-Loa Ca-Diếp, Dà-Gia Ca-Diếp, Na-Đề Ca-Diếp, Xá-Lợi-Phất, Đại Mục-Kiền-Liên, Ma-Ha Ca-Chiên-Diên, A-Nậu-Lâu-Đà, Kiếp-Tân-Na, Kiều-Phạm Ba-Đề, Ly-Bà-Đa Tất-Lăng-Già-Bà-Ta-Bạc-Câu-La, Ma-Ha-Câu-Hy-La, Nan-Đà, Tôn-Đà-La Nan-Đà, Phú-Lâu-Na, Di-Đa-La-Ni-Tử, Tu-Bồ-Đề, A-Nan, La-Hầu-La v.v. đó là những vị đại A- la-hán hàng tri thức của chúng.
Lại có bậc hữu-học và vô-học *(6)* hai ngàn người.
Bà Tỳ-kheo-ni Ma-ha Ba-Xà-Ba-Đề cùng với quyến thuộc sáu ngàn người câu-hội. Mẹ của La-Hầu-La là bà Tỳ-kheo-ni Gia-Du-Đà-La cùng với quyến thuộc câu-hội.

2. Bậc đại Bồ-Tát tám muôn người đều không thối chuyển ở nơi đạo vô-thượng chánh-đẳng chánh-giác *(7)*, đều chứng được pháp Đà-la-ni *(8)* nhạo-thuyết

biện tài *(9)* chuyển nói pháp luân bất thối chuyển, từng cúng dường vô lượng trăm nghìn chư Phật, ở các nơi đức Phật trồng các cội công-đức. Thường được các Phật ngợi khen, dùng đức từ để tu thân, khéo chứng trí tuệ của Phật thông đạt đại-trí đến nơi bờ kia *(10)*, danh đồn khắp vô lượng thế-giới có thể độ vô số trăm ngàn chúng sanh.

Tên của các vị đó là: Văn-Thù Su-Lợi Bồ-Tát. Quán-Thế-Âm Bồ-Tát, Đắc-Đại-Thế-Chí Bồ-Tát, Thường-Tinh-Tấn Bồ-Tát, Bất-Huu Tức Bồ-Tát, Bửu-Chưởng Bồ-Tát, Dược-Vương Bồ-Tát, Dõng-thí Bồ-Tát. Bửu-Nguyệt Bồ-Tát, Nguyệt-Quang Bồ-Tát, Mãn-Nguyệt Bồ-Tát, Đại-Lực Bồ-Tát, Vô-Lượng-Lực Bồ-Tát, Việt-Tam-Giới Bồ-Tát, Bạt-Đà Bà-La Bồ-Tát, Di-Lặc Bồ-Tát, Bửu-Tích Bồ-Tát, Đạo-Su Bồ-Tát v.v... các vị đại Bồ-Tát như thế tám vạn người câu hội.

3. Lúc bấy giờ, Thích-Đề Hoàn-Nhơn *(11)* cùng quyến thuộc hai muôn vạn vị thiên-tử câu hội. Lại có Minh-Nguyệt thiên tử, Phổ-Hương thiên tử, Bửu-Quang thiên-tử, bốn vị đại Thiên-Vương cùng với quyến-thuộc một vạn thiên-tử câu hội. Tự-Tại thiên-tử, Đại-Tự-Tại thiên-tử cùng với quyến thuộc ba vạn thiên-tử câu hội.

Chủ cõi Ta-Bà: Phạm-Thiên-Vương, Thi-Khí-Đại-Phạm, Quang-Minh Đại-Phạm v.v...cùng với quyến thuộc một vạn hai ngàn vị thiên-tử câu hội.

Có tám vị Long-vương: Nan-Đà Long-vương, Bạt-Nan-Đà Long-vương, Sa-Dà-La Long-vương, Hòa-Tu-Cát Long-vương, Đức-Xoa-Ca Long-vương, A Na-Bà-Đạt-Đa Long-vương, Ma-Na-Tu Long-vương, Ưu-Bát-La Long-vương v.v... đều cùng bao nhiêu trăm nghìn quyến thuộc câu hội.

Có bốn vị Khẩn-Na-La vương, Pháp-Khẩn-Na-La vương, Diệu-Pháp Khẩn-Na-La vương, Đại-Pháp Khẩn-Na-La vương, Trì-Pháp Khẩn-Na-La vương đều cùng bao nhiêu trăm ngàn quyến- thuộc câu hội.

Có bốn vị Càn-Thát-Bà vương: Nhạc- Càn-Thát-Bà vương, Nhạc-Âm-Càn- Thát-Bà vương, Mỹ Càn-Thát-Bà vương, Mỹ-Âm Càn-Thát-Bà vương, đều cùng bao nhiêu trăm ngàn quyến- thuộc câu hội.

Có bốn vị A-Tu-La vương: Bà-Trĩ A- Tu-La vương, Dà-La-Khiên-Đà A-Tu- La vương, Tỳ-Ma-Chất-Đa-La A-Tu-La vương, La-Hầu A-Tu-La vương, đều cùng bao nhiêu trăm ngàn quyến-thuộc câu hội.

Có bốn vị Ca-Lâu-La vương: Đại-Oai- Đức Ca-Lâu-La vương, Đại-Thân Ca- Lâu-La vương, Đại-Mãn Ca-Lâu-La vương, Như-Ý Ca-Lâu-La vương, đều cùng bao nhiêu quyến thuộc câu hội.

Vua A-Xà-Thế, con bà Vi-Đề-Hi, cùng bao nhiêu trăm ngàn quyến thuộc câu hội.

Cả chúng đều lễ chân Phật, lui ngồi một phía.

4. Lúc bấy giờ, đức Thế-Tôn, hàng tứ chúng vây

quanh cúng-dường cung kính ngợi khen tôn trọng, vì các vị Bồ- Tát mà nói kinh Đại-thừa tên là: " Vô-Lượng-Nghĩa", là pháp giáo hoá Bồ-Tát được chư Phật hộ-niệm. Nói kinh này xong, đức Phật ngồi xếp bằng nhập vào chánh định " Vô-Lượng Nghĩa-Xứ", thân và tâm của Phật đều không lay động. Khi đó trời mưa hoa Mạn-đà-la, hoa Ma-ha Mạn-đà-la, hoa Mạn-thù-sa, hoa Ma-ha Mạn-thù-sa, để rải trên đức Phật cùng hàng đại chúng; khắp cõi Phật sáu điệu vang động *(12)*.

Lúc bấy giờ, trong chúng hội, các hàng: Tỳ-kheo, Tỳ-kheo-ni, cận-sự-nam, cận-sự-nữ, Trời, Rồng, Dạ-Xoa, Càn-thát-bà *(13)*, A-tu-la *(14)*, Ca-lâu-la *(15)*, Khẩn-na-la *(16)*, Ma-hầu-la-dà *(17)*, nhơn, phi-nhơn và các vị tiểu-vương cùng Chuyển-luân-thánh-vương, các đại chúng ấy đều được thấy việc chưa từng có, vui mừng chắp tay một lòng nhìn Phật.

5. Bấy giờ, đức Phật từ nơi tướng lông trắng giữa chặn mày phóng ra luồng hào-quang chiếu khắp cả một muôn tám nghìn cõi ở phương Đông, dưới thời chiếu đến địa ngục A-Tỳ, trên suốt thấu trời sắc-cứu-cánh. Chúng ở cõi này đều thấy cả sáu loài chúng-sanh *(18)*, ở các cõi kia.

Lại thấy các đức Phật hiện tại nơi các cõi kia và nghe kinh pháp của các đức Phật ấy nói. Cùng thấy nơi các cõi kia, các hàng Tỳ-kheo, Tỳ-kheo-ni, cận-sự-nam, cận-sự-nữ, những người tu hành đắc đạo.

Lại thấy các vị đại Bồ-Tát dùng các món nhân duyên, các lòng tín giải, các loại tướng mạo mà tu hành đạo Bồ-Tát. Lại thấy các đức Phật nhập Niết-bàn, lại thấy sau khi các đức Phật nhập Niết-bàn, đem xá-lợi của Phật mà dựng tháp bằng bảy báu.

6. Khi ấy, ngài Di-Lặc Bồ-Tát nghĩ rằng: "Hôm nay đức Thế-Tôn hiện thần biến tướng, vì nhân duyên gì mà có điềm lành này.

Nay đức Phật đương nhập chánh định, việc biến hiện hi hữu không thể nghĩ bàn này nên hỏi ai, ai đáp được?"

Ngài lại nghĩ: " Ông Pháp-Vương-tử *(19)* Văn-Thù Sư-Lợi này đã từng gần gũi cúng dường vô lượng các đức Phật đời quá khứ chắc đã thấy tướng hi hữu này, ta nay nên hỏi ông".

Lúc đó, hàng Tỳ-kheo, Tỳ-kheo-ni, cận-sự-nam, cận-sự-nữ *(20)* và các trời, rồng, quỉ, thần v.v...đều nghĩ rằng: "Tướng thần thông sáng chói của đức Phật hiện đây, nay nên hỏi ai?"

7. Bấy giờ, ngài Di-Lặc Bồ-Tát muốn giải quyết chỗ nghi của mình, ngài lại xét tâm niệm của bốn-chúng: Tỳ-kheo, Tỳ-kheo-ni, cận-sự-nam, cận-sự-nữ và của cả chúng hội trời, rồng, quỉ, thần v.v... mà

hỏi Văn-Thù Sư-Lợi rằng: Vì nhân duyên gì mà có tướng lành thần thông này, Phật phóng ánh sáng lớn soi khắp một muôn tám nghìn cõi ở phương Đông, đều thấy cõi nước trang nghiêm của các đức Phật? Khi đó, ngài Di-Lặc muốn nói lại nghĩa trên, dùng kệ hỏi rằng:

8. Ngài Văn-Thù Sư-Lợi!
Đức Đạo-Sư cớ chi
Lông trắng giữa chặn mày
Phóng ánh sáng khắp soi?
Trời mưa hoa Mạn-đà
Cùng hoa Mạn-thù-Sa,
Gió thơm mùi chiên đàn
Vui đẹp lòng đại chúng
Vì nhân duyên như vậy
Cõi đất đều nghiêm tịnh
Mà trong thế giới này
Sáu điệu vang động lên
Bấy giờ bốn bộ chúng
Thảy đều rất vui mừng
Thân cùng ý thơ thới
Được việc chưa từng có.

9. Ánh sáng giữa chặn mày
Soi suốt thẳng phương Đông
Một muôn tám nghìn cõi

Đều ánh nhu sắc vàng.
Từ địa ngục A-tỳ
Trên đến trời Hữu-Đảnh
Trong các thế giới đó
Cả sáu đạo chúng sanh
Sống chết của kia đến
Nghiệp duyên lành cùng dữ
Thọ báo có tốt xấu
Tại đây đều thấy rõ.

10. Lại thấy các đức Phật
Đấng Thánh-Chúa sư-tử
Diễn nói các kinh điển
Nhiệm mầu bậc thứ nhất.
Tiếng của Ngài thanh-tịnh
Giọng nói ra êm dịu
Dạy bảo các Bồ-Tát
Vô-số ức muôn người
Tiếng Phạm-âm thâm diệu
Khiến người đều ưa nghe.
Các Phật ở cõi mình
Mà giảng nói chánh pháp
Dùng nhiều món nhân duyên
Cùng vô lượng tỉ dụ
Để soi rõ Phật Pháp
Mà khai ngộ chúng sanh.
Nếu có người bị khổ

Nhàm lìa già, bệnh, chết,
Phật vì nói Niết-bàn
Để dứt các ngằn khổ
Nếu là người có phước
Đã từng cúng dường
Phật Chí cầu pháp thù thắng
Vì nói hạnh Duyên-giác
Nếu lại có Phật tử
Tu-tập các công hạnh
Để cầu tuệ vô thượng
Phật vì nói tịnh đạo.

11. Ngài Văn-Thù Su-Lợi!
    Tôi ở tại nơi đây
    Thấy nghe dường ấy đó
    Và nghìn ức việc khác
    Thấy rất nhiều như thế
    Nay sẽ lược nói ra:

12. Tôi thấy ở cõi kia
    Có hằng sa Bồ-Tát
    Dùng các món nhân duyên
    Mà cầu chứng Phật đạo.
    Hoặc có vị bố-thí
    Vàng, bạc, ngọc, san-hô,
    Chơn châu, ngọc như-ý,
    Ngọc xa-cừ mã-não,

Kim-cương các trân-bửu
Cùng tôi tớ, xe cộ
Kiệu, cán chưng châu báu
Vui vẻ đem bố thí
Hồi hướng về Phật đạo
Nguyện được chứng thừa ấy
Bậc nhất của ba cõi
Các Phật hằng khen ngợi.
Hoặc có vị Bồ-Tát
Xe tứ mã xe báu
Bao lơn che tàn đẹp
Trau tria dùng bố thí.
Lại thấy có Bồ-Tát
Bố thí cả vợ con
Thân thịt cùng tay chân
Để cầu vô thượng đạo.
Lại thấy có Bồ-Tát
Đầu, mắt và thân thể
Đều ưa vui thí cho
Để cầu trí tuệ Phật

13. Ngài Văn-Thù Sư Lợi!
Ta thấy các Quốc-vương
Qua đến chỗ của Phật
Thưa hỏi đạo vô thượng
Bèn bỏ nước vui vẻ
Cung điện cả thần thiếp

Cạo sạch râu lẫn tóc
Mà mặc y pháp phục.
Hoặc lại thấy Bồ-Tát
Mà hiện làm Tỳ-kheo
Một mình ở vắng vẻ
Ưa vui tụng kinh điển
Cũng thấy có Bồ-Tát
Dõng mãnh và tinh tấn
Vào ở nơi thâm sơn
Suy xét mối Phật đạo
Và thấy bậc ly dục
Thường ở chỗ không nhàn
Sâu tu các thiền định
Được năm món thần thông
Và thấy vị Bồ-Tát
Chắp tay trụ thiền định
Dùng ngàn muôn bài kệ
Khen ngợi các Pháp-vương
Lại thấy có Bồ-Tát
Trí sâu chí bền chắc
Hay hỏi các đức Phật
Nghe rồi đều thọ trì.
Lại thấy hàng Phật tử
Định huệ trọn đầy đủ
Dùng vô lượng tỉ dụ
Vì chúng mà giảng pháp
Vui ưa nói các pháp

Dạy bảo các Bồ-Tát
Phá dẹp chúng binh ma
Mà đánh rền trống pháp
Cùng thấy vị Bồ-Tát
Vắng bặt yên lặng ngồi
Trời, rồng đều cung-kính
Chẳng lấy đó làm mừng,
Và thấy có Bồ-Tát
Ở rừng phóng hào quang
Cứu khổ chốn địa ngục
Khiến đều vào Phật đạo.
Lại thấy hàng Phật tử
Chưa từng có ngủ nghỉ
Kinh hành ở trong rừng
Siêng năng cầu Phật đạo
Cũng thấy đủ giới đức
Uy nghi không thiếu sót
Lòng sạch như bảo châu
Để cầu chứng Phật đạo.
Và thấy hàng Phật tử
Trụ vào sức nhẫn nhục
Bị kẻ tăng-thượng-mạn
Mắng rủa cùng đánh đập
Thảy đều hay nhẫn được
Để cầu chứng Phật đạo
Lại thấy có Bồ-Tát
Xa rời sự chơi cười

Và quyến thuộc ngu si
Ưa gần gũi người trí
Chuyên tâm trừ loạn động
Nhiếp niệm ở núi rừng
Trải ức nghìn muôn năm
Để cầu được Phật đạo.

14. Lại thấy vị Bồ-Tát
    Đồ ăn uống ngọt ngon
    Cùng trăm món thuốc thang
    Đem cúng Phật và Tăng,
    Áo tốt đồ thượng phục
    Giá đáng đến nghìn muôn
    Hoặc là vô giá y
    Dùng nghìn muôn ức thứ
    Nhà báu bằng Chiên đàn
    Các giường nằm tốt đẹp
    Để cúng Phật cùng Tăng
    Rừng vườn rất thanh tịnh
    Bông trái đều sum sê
    Suối chảy cùng ao tắm
    Cúng cho Phật và Tăng,
    Cúng thí như thế đó
    Các đồ cúng tốt đẹp
    Vui vẻ không hề nhàm
    Để cầu đạo vô thượng.

15. Lại có vị Bồ-Tát
    Giảng nói pháp tịch diệt
    Dùng các lời dạy dỗ
    Dạy vô số chúng sanh
    Hoặc thấy vị Bồ-Tát
    Quán sát các pháp tịnh
    Đều không có hai tướng
    Cũng như khoảng hư không
    Lại thấy hàng Phật tử
    Tâm không chỗ mê đắm
    Dùng món diệu huệ này
    Mà cầu đạo vô thượng.

16. Ngài Văn-Thù Sư-Lợi!
    Lại có vị Bồ-Tát
    Sau khi Phật diệt độ
    Cúng dường Xá-Lợi-Phật.
    Lại thấy hàng Phật tử
    Xây dựng các tháp miếu
    Nhiều vô số hằng sa
    Nghiêm sức khắp cõi nước.
    Bảo tháp rất cao đẹp
    Đều năm nghìn do tuần.
    Bề ngang rộng xứng nhau
    Đều hai nghìn do tuần.
    Trong mỗi mỗi tháp miếu
    Đều có ngàn tràng phan

Màn châu xen thả xuống
Tiếng linh báu hòa reo
Các vị trời, rồng, thần,
Người cùng với phi nhơn
Hương, hoa, cùng kỹ nhạc
Thường đem đến cúng dường
Ngài Văn-Thù Sư-Lợi!
Các hàng Phật tử kia
Vì cúng dường xá-lợi
Nên trang sức tháp miếu,
Cõi quốc giới tự nhiên
Thù đặc rất tốt đẹp
Như cây Thiên-thụ-vương
Hoa kia đang xòe nở

17. Phật phóng một luồng sáng
    Ta cùng cả chúng hội
    Thấy nơi cõi nước này
    Các thứ rất tốt đẹp
    Thần lực của chư Phật
    Trí huệ đều hi hữu
    Phóng một luồng tịnh-quang
    Soi khắp vô lượng cõi
    Chúng ta thấy việc này
    Được điều chưa từng có.

18. Xin Phật tử Văn-Thù
    Giải quyết lòng chúng nghi
    Bốn chúng đều mong ngóng
    Nhìn ngài và nhìn ta
    Đức Thế-Tôn cớ chi
    Phóng ánh quang minh này?
    Phật tử phải thời đáp
    Quyết nghi cho chúng mừng
    Có những lợi ích gì
    Đức Phật phóng quang này?
    Khi Phật ngồi đạo tràng
    Chứng được pháp thâm diệu
    Vì muốn nói Pháp đó
    Hay là sẽ thọ ký?
    Hiện bày các cõi Phật
    Các báu sạch trang nghiêm
    Cùng thấy các đức Phật
    Đây không phải cớ nhỏ
    Ngài Văn-Thù nên biết
    Bốn chúng và Long, Thần
    Nhìn xem xét ngài đó
    Mong sẽ nói những gì?

19. Lúc bấy giờ, ngài Văn-Thù Sư-Lợi nói với ngài Di-Lặc Đại Bồ-Tát cùng các vị Đại-sĩ: "Các Thiện-nam-tử! Như chỗ tôi xét nghĩ thì nay đức Phật Thế-Tôn muốn nói pháp lớn, mưa pháp vũ lớn, thổi pháp

loa lớn, đánh pháp cổ lớn và diễn pháp nghĩa lớn.

Các thiện-nam-tử! Ta từng ở nơi các đức Phật đời quá khứ thấy điềm lành này, Phật kia phóng hào quang đó rồi liền nói pháp lớn. Cho nên chắc biết rằng hôm nay đức Phật hiện hào quang cũng lại như vậy. Phật vì muốn cho chúng sanh đều được nghe biết pháp mầu mà tất cả trong đời khó tin theo, cho nên hiện điềm lành này.

20. Các thiện-nam-tử! Như vô lượng vô biên a-tăng-kỳ *(21)* kiếp về trước. Bấy giờ có đức Phật hiệu Nhật-Nguyệt Đăng-Minh Như-Lai, Ứng-cúng, Chính-biến-tri, Minh-hạnh-túc, Thiện-thệ, Thế-gian-giải, Vô-thượng-sĩ, Điều-ngự Trượng-phu, Thiên-Nhân-Sư, Phật Thế-Tôn, diễn nói chánh pháp. Ban đầu, giữa, rốt sau ba chặng đều lành, nghĩa lý rất sâu xa, lời lẽ khéo mầu, thuần một không tạp, đầy đủ cả tướng phạm hạnh thanh bạch.

Phật, vì người cầu đạo Thanh-văn, nói pháp Tứ-đế *(22)* thoát khỏi sanh, già, bệnh, chết, cứu cánh Niết-bàn. Vì hạng cầu quả Duyên-giác, nói pháp Mười-hai-nhân-duyên *(23)*, vì hàng Bồ-Tát nói sáu pháp Ba-la-mật *(24)* làm cho chứng được quả vô-thượng chánh-đẳng chánh-giác thành bậc nhứt-thiết chủng-trí. *(25)*

Kế lại có đức Phật cũng hiệu Nhật-Nguyệt Đăng-Minh, lại có đức Phật cũng hiệu Nhật-Nguyệt

Đăng-Minh. Như thế đến hai muôn đức Phật đều đồng một tên, hiệu Nhật-Nguyệt Đăng-Minh, lại cùng đồng cùng một họ, họ Phả-La-Đọa.

Di-Lặc nên biết! Đức Phật trước, đức Phật sau đều đồng một tên, hiệu Nhật-Nguyệt Đăng-Minh, đầy đủ mười hiệu, những pháp được nói ra, đầu, giữa, sau đều lành.

Đức Phật rốt sau cả, lúc chưa xuất-gia có tám vị vương-tử: Người thứ nhất tên Hữu-Ý, thứ hai tên Thiện-Ý, thứ ba tên Vô-Lượng-Ý, thứ tư tên Bửu-Ý, thứ năm tên Tăng-Ý, thứ sáu tên Trừ-Nghi-Ý, thứ bảy Hưởng-Ý, thứ tám tên Pháp-Ý.

Tám vị vương-tử đó có uy đức tự tại đều lãnh trị bốn châu thiên hạ *(26)*. Nghe vua cha xuất gia chứng đạo vô-thượng chánh-đẳng chánh-giác đều bỏ ngôi vua cũng xuất-gia theo, phát tâm Đại thừa, thường tu hạnh thanh tịnh, đều làm bậc pháp sư, thuở trước đã từng ở chỗ nghìn muôn đức Phật vun trồng các cội lành.

21. Đức Phật Nhật-Nguyệt Đăng-Minh lúc đó nói kinh Đại thừa tên "Vô-Lượng Nghĩa-Xứ" là pháp giáo hoá Bồ-Tát được chư Phật hộ niệm. Nói kinh đó rồi, Phật liền ở trong đại chúng ngồi xếp bằng nhập vào cảnh chánh định "Vô-Lượng Nghĩa-Xứ", thân và tâm chẳng động.

22. Khi ấy trời mưa hoa Mạn-đà-la, hoa Ma-ha Mạn-đà-la, hoa Mạn-thù-sa cùng hoa Ma-ha Mạn-thù-sa để rải trên đức Phật và hàng đại-chúng. Khắp cõi nước Phật sáu điệu vang động. Lúc đó trong hội, hàng Tỳ-kheo, Tỳ-kheo-ni, cận-sự nam, cận-sự nữ, trời, rồng, dạ-xoa, càn- thát-bà, a-tu-la, ca-lâu-la, khẩn-na-la, ma-hầu-la-dà, nhơn, phi-nhơn cùng các vị tiểu vương, các vị Chuyển-luân thánh-vương v.v... các đại-chúng đó được điều chưa từng có, mừng rỡ chắp tay một lòng nhìn Phật.

23. Bấy giờ, đức Như-Lai từ tướng lông trắng chặn giữa chân mày phóng ra luồng ánh sáng soi khắp cùng cả một muôn tám nghìn cõi nước ở phương đông, như nay đương thấy ở cõi Phật đây.
Di-Lặc nên biết! Khi đó trong hội, có hai mươi ức Bồ-Tát ưa muốn nghe pháp, các vị Bồ-Tát ấy thấy ánh sáng chiếu khắp các cõi Phật được điều chưa từng có, đều muốn biết vì duyên cớ gì mà phóng ánh-sáng này.
Khi ấy, có vị Bồ-Tát hiệu Diệu-Quang có tám trăm người đệ-tử.

24. Bấy giờ, đức Phật Nhật-Nguyệt Đăng- Minh từ trong chánh-định mà dậy, vì Diệu-Quang Bồ-Tát nói kinh Đại-thừa tên "Diệu-Pháp Liên-Hoa" là pháp giáo hoá Bồ-Tát được chư Phật hộ niệm, trải

qua sáu mươi tiểu kiếp chẳng rời chỗ ngồi.

25. Lúc ấy trong hội, người nghe pháp cũng ngồi một chỗ đến sáu mươi tiểu kiếp thân tâm đều không lay động, nghe đức Phật nói pháp cho là như trong khoảng bữa ăn. Bấy giờ trong chúng không có một người nào hoặc là thân hoặc là tâm mà sanh lười mỏi.

26. Đức Phật Nhật-Nguyệt Đăng-Minh trong sáu mươi tiểu kiếp nói kinh đó rồi, liền ở trong chúng Ma, Phạm, Sa-môn, Bà-la-môn, và Trời, Người, A-tu-la mà tuyên rằng: "Hôm nay vào nửa đêm, Như-Lai sẽ nhập Vô-dư Niết-bàn". Khi đó có vị Bồ-Tát, tên Đức-Tạng đức Phật Nhật-Nguyệt Đăng-Minh liền thọ-ký *(27)* cho, bảo các Tỳ-kheo rằng: "Ông Đức-Tạng Bồ-Tát này kế đây sẽ thành Phật hiệu là Tịnh-Thân Như-Lai ứng-cúng, chánh-đẳng chánh-giác". Đức Phật thọ ký xong, vào nửa đêm bèn nhập Vô-dư Niết-bàn.

27. Sau khi đức Phật diệt-độ, Diệu-Quang Bồ-Tát trì kinh "Diệu-Pháp Liên-Hoa" trải tám mươi tiểu kiếp vì người mà diễn nói.

28. Tám người con của Phật Nhật-Nguyệt Đăng-Minh đều học với ngài Diệu-Quang, ngài Diệu-

Quang dạy bảo cho đều vững bền ở nơi đạo vô-thượng chánh-đẳng chánh-giác. Các vị Vương-tử đó cúng dường vô lượng trăm nghìn muôn ức đức Phật đều thành Phật-đạo. Vị thành Phật rốt sau hết, hiệu là Nhiên-Đăng.

29. Trong hàng tám trăm người đệ-tử có một người tên: Cầu-Danh, người này tham ưa danh lợi, dầu cũng đọc tụng các kinh mà chẳng thuộc rành, phần nhiều quên mất, nên gọi là Cầu-Danh. Người này cũng do có trồng các nhân duyên căn lành nên được gặp vô lượng trăm nghìn muôn ức đức Phật mà cúng dường cung kính tôn trọng khen ngợi.

30. Di-Lặc nên biết! Lúc đó Diệu-Quang Bồ-Tát đâu phải người nào lạ, chính là ta đấy. Còn Cầu-Danh Bồ-Tát là ngài đấy.
Nay thấy điềm lành này, cùng với xưa không khác, cho nên ta xét nghĩ hôm nay đức Phật Như-Lai sẽ nói kinh Đại- thừa tên: "Diệu-Pháp Liên-Hoa" là pháp giáo hoá Bồ-Tát được chư Phật hộ niệm.
Bấy giờ, ngài Văn-Thù Sư-Lợi Bồ-Tát ở trong đại-chúng, muốn tuyên lại nghĩa trên mà nói kệ rằng:

31. Ta nhớ thuở quá khứ
Vô lượng vô số kiếp
Có Phật Nhân Trung-Tôn

Hiệu Nhật-Nguyệt Đăng-Minh
Đức Thế-Tôn nói pháp
Độ vô lượng chúng sanh
Vô số ức Bồ-Tát
Khiến vào trí huệ Phật.

32. Khi Phật chưa xuất gia
Có sanh tám vương-tử
Thấy Đại-Thánh xuất gia
Cũng theo tu phạm-hạnh.

33. Phật nói kinh Đại-thừa
Tên là" Vô-Lượng-Nghĩa"
Ở trong hàng đại chúng
Mà vì rộng tỏ bày.
Phật nói kinh ấy rồi
Liền ở trong pháp tòa
Xếp bằng nhập chánh định
Tên "Vô-Lượng-Nghĩa-Xứ"
Trời rưới hoa Mạn-đà
Trống trời tự nhiên vang
Các trời, rồng, quỉ, thần
Cúng dường đấng Nhân-Tôn,
Tất cả các cõi Phật
Tức thời vang động lớn,

34. Phật phóng sáng giữa mày
    Hiện các việc hi hữu
    Ánh sáng chiếu phương Đông
    Muôn tám nghìn cõi Phật
    Bày sanh tử nghiệp báo
    Của tất cả chúng sanh
    Lại thấy các cõi Phật
    Dùng các báu trang nghiêm
    Màu lưu ly pha lê
    Đây bởi Phật quang soi.

35. Lại thấy những trời, người
    Rồng, thần, chúng Dạ-xoa
    Càn-thát, Khẩn-na-la
    Đều cúng dường Phật mình

36. Lại thấy các Như-Lai
    Tự nhiên thành Phật đạo,
    Màu thân nhu núi vàng
    Đoan nghiêm rất đẹp mầu
    Như trong lưu ly sạch
    Hiện ra tượng chơn kim
    Thế-Tôn trong đại chúng
    Dạy nói nghĩa thâm diệu.

37. Mỗi mỗi các cõi Phật
    Chúng Thanh-văn vô số,

Nhân Phật-quang soi sáng
Đều thấy đại-chúng kia.
Hoặc có các Tỳ-kheo
Ở tại trong núi rừng
Tinh tấn giữ tịnh giới
Dường như gìn châu sáng

38. Lại thấy các Bồ-Tát
Bố thí nhẫn nhục thảy
Số đông như hằng sa *(28)*
Đây bởi sáng Phật soi.
Lại thấy hàng Bồ-Tát
Sâu vào các thiền định
Thân tâm lặng chẳng động
Để cầu đạo vô thượng.
Lại thấy các Bồ-Tát
Rõ tướng pháp tịch diệt
Đều ở tại nước mình
Nói pháp cầu Phật đạo.

39. Bấy giờ bốn bộ chúng
Thấy Phật Nhật-Nguyệt-Đăng
Hiện sức thần thông lớn
Tâm kia đều vui mừng
Mỗi người tự hỏi nhau
Việc này nhân-duyên gì?

40. Đấng của trời người thờ
Vừa từ chánh-định dậy
Khen Diệu-Quang Bồ-Tát
Ông là mắt của đời
Mọi người đều tin về
Hay vâng giữ tạng pháp
Như pháp của ta nói
Chỉ ông chứng biết được
Đức Phật đã ngợi khen
Cho Diệu-Quang vui mừng
Liền nói kinh Pháp-Hoa
Trải sáu mươi tiểu kiếp
Chẳng rời chỗ ngồi ấy
Ngài Diệu-Quang Pháp-sư
Trọn đều hay thọ trì
Pháp thượng diệu của Phật.

41. Phật nói kinh Pháp-Hoa
Cho chúng vui mừng rồi
Liền chính trong ngày đó
Bảo hàng chúng trời, người
Các pháp "nghĩa thật tướng"
Đã vì các ông nói
Nay ta giữa đêm này
Sẽ vào cõi Niết-bàn
Phải một lòng tinh tấn
Rời các sự buông lung

Các Phật rất khó gặp
Ức kiếp được một lần

42. Các con của Phật thảy
Nghe Phật sắp nhập diệt
Thảy đều lòng buồn khổ
Sao Phật gấp Niết-bàn?
Đấng Thánh-chúa-Pháp-vương
An ủi vô lượng chúng:
Nếu lúc ta diệt độ
Các ông chớ lo sợ
Đức-Tạng Bồ-Tát đây
Tâm đã được thông thấu
Nơi vô lậu thiệt tướng
Kế đây sẽ thành Phật
Tên hiệu là Tịnh-Thân
Cũng độ vô lượng chúng.

43. Đêm đó Phật diệt độ
Như củi hết, lửa tắt
Chia phân các xá-lợi
Mà xây vô lượng tháp
Tỳ- kheo, Tỳ-kheo-ni
Số đông như hằng sa
Lại càng thêm tinh tấn
Để cầu đạo vô thượng

44. Diệu-Quang pháp-sư ấy
    Vâng giữ Phật pháp tạng
    Trong tám mươi tiểu kiếp.
    Rộng nói kinh Pháp-Hoa.
    Tám vị vương-tử đó
    Được Diệu-Quang dạy bảo
    Vững bền đạo vô-thượng
    Sẽ thấy vô số Phật
    Cúng dường các Phật xong
    Thuận theo tu đại đạo
    Nối nhau đặng thành Phật
    Chuyển thứ thọ ký nhau,
    Đấng Phật rốt sau cả
    Hiệu là: Phật Nhiên-Đăng
    Đạo-Sư *(29)* của thiên tiên
    Độ thoát vô lượng chúng.

45. Diệu-Quang Pháp-sư đó
    Có một người đệ tử
    Tâm thường cưu biếng trễ
    Tham ưa nơi danh lợi
    Cầu danh lợi không nhàm
    Thường đến nhà sang giàu
    Rời bỏ việc tụng học
    Bỏ quên không thông thuộc
    Vì bởi nhân duyên ấy
    Nên gọi là Cầu-Danh

Cũng tu các nghiệp lành
Được thấy vô số Phật
Thuận tu theo đại đạo
Đủ sáu ba-la-mật
Nay gặp đấng Thích-Ca
Sau đây sẽ thành Phật
Hiệu rằng: "Phật Di-Lặc
Rộng độ hàng chúng sanh
Số đông đến vô lượng.

46. Sau Phật kia diệt độ
Lười biếng đó là ngài
Còn Diệu-Quang Pháp-sư
Nay thời chính là ta.
Ta thấy Phật Đăng-Minh
Điềm sáng trước như thế
Cho nên biết rằng nay
Phật muốn nói "Pháp-Hoa"
Tướng nay như điềm xưa.
Là phương tiện của Phật
Nay Phật phóng ánh sáng
Giúp bày nghĩa thiệt tướng
Các người nay nên biết
Chắp tay một lòng chờ
Phật sẽ rưới nước pháp
Đầy đủ người cầu đạo
Các người cầu ba thừa *(30)*

Nếu có chỗ nghi hối
Phật sẽ dứt trừ cho
Khiến hết không còn thừa.

KINH
DIỆU PHÁP LIÊN HOA

Tam Tạng Pháp Sư
Cưu Ma La Thập
Hán Dịch

Tỳ Kheo Thích Trí Tịnh
Việt Dịch

QUYỂN THỨ NHẤT

PHẨM "PHƯƠNG TIỆN" *(31)*
THỨ HAI

1. Lúc bấy giờ, đức Thế-Tôn từ chánh định an lành mà dậy, bảo ngài Xá-Lợi-Phất: "Trí-huệ của các đức Phật rất sâu vô lượng, môn trí huệ đó khó hiểu khó vào, tất cả hàng Thanh-văn cùng Bích-chi-Phật đều không biết được. Vì sao?

   Phật đã từng gần gũi trăm nghìn muôn ức, vô số các đức Phật, trọn tu vô lượng đạo pháp của các đức Phật, dõng mãnh tinh tấn, danh tốt đồn khắp, trọn nên pháp rất sâu chưa từng có, theo thời nghi mà nói pháp ý thú khó hiểu.

   Xá-Lợi-Phất! Từ ta thành Phật đến nay, các món nhân duyên, các món thí dụ, rộng nói ngôn giáo, dùng vô số phương tiện dìu dắt chúng sanh, làm cho xa lìa lòng chấp. Vì sao? Đức Như-Lai đã đầy đủ phương tiện, tri kiến và ba-la-mật.

   Xá-Lợi-Phất! Tri kiến của Như-Lai rộng lớn sâu xa, đức vô lượng vô-ngại-lực, vô-sở-úy, thiền-định, giải-thoát tam-muội, đều sâu vào không ngằn mé, trọn nên tất cả pháp chưa từng có.

   Xá-Lợi-Phất! Như-Lai hay các món phân biệt, khéo nói các pháp lời lẽ im dịu vui đẹp lòng chúng.

   Xá-Lợi-Phất! Tóm yếu mà nói đó, vô lượng vô biên pháp vị tằng hữu, đức Phật thảy đều trọn nên.

2. Thôi Xá-Lợi-Phất! Chẳng cần nói nữa. Vì sao? Vì pháp khó hiểu ít có thứ nhất mà Phật trọn nên đó, chỉ có Phật cùng Phật mới có thể thấu tột tướng chân thật của các pháp, nghĩa là các pháp: tướng như vậy, tánh như vậy, thể như vậy, lực như vậy, tác như vậy, nhân như vậy, duyên như vậy, quả như vậy, báo như vậy, trước sau rốt ráo như vậy. Bấy giờ, đức Thế-Tôn muốn tuyên lại nghĩa trên mà nói bài kệ rằng:

3. Đấng Thế-Hùng khó lường
   Các trời cùng người đời
   Tất cả loài chúng sanh
   Không ai hiểu được Phật
   Trí-lực, vô-sở-úy
   Giải thoát các tam-muội
   Các pháp khác của Phật
   Không ai so lường được
   Vốn từ vô số Phật
   Đầy đủ tu các đạo
   Pháp nhiệm mầu rất sâu
   Khó thấy khó rõ được
   Trong vô lượng ức kiếp
   Tu các đạo đó rồi
   Đạo tràng được chứng quả
   Ta đều đã thấy biết
   Quả báo lớn như vậy

Các món tính tướng nghĩa
Ta cùng mười phương Phật
Mới biết được việc đó

4. Pháp đó không chỉ được
Vắng bặt tướng nói năng
Các loài chúng sinh khác
Không có ai hiểu được
Trừ các chúng Bồ-Tát
Người sức tin bền chặt
Các hàng đệ tử Phật
Từng cúng dường các Phật
Tất cả lậu đã hết
Trụ thân rốt sau này
Các hạng người vậy thảy
Sức họ không kham được,
Giả sử đầy thế gian
Đều như Xá-Lợi-Phất
Cùng suy chung so lường
Chẳng lường được Phật trí
Chính sử khắp mười phương
Đều như Xá-Lợi-Phất
Và các đệ-tử khác
Cũng đầy mười phương cõi
Cùng suy chung so lường
Cũng lại chẳng biết được.
Bậc Duyên-giác trí lành

Vô lậu thân rốt sau
Cũng đầy mười phương cõi
Số đông như rừng tre,
Hạng này chung một lòng
Trong vô lượng ức kiếp
Muốn xét Phật thật trí
Chẳng biết được chút phần.
Bồ-Tát mới phát tâm
Cúng dường vô số Phật
Rõ thấu các nghĩa thú
Lại hay khéo nói pháp
Như lúa, mè, tre, lau
Đông đầy mười phương cõi
Một lòng dùng trí mầu
Trải số kiếp hằng sa
Thảy đều chung suy lường
Chẳng biết được trí Phật
Hàng bất-thối Bồ-Tát
Số đông nhu hằng sa
Một lòng chung suy cầu
Cũng lại chẳng hiểu được.

5. Lại bảo Xá-Lợi-Phất
Pháp nhiệm mầu rất sâu
Vô lậu khó nghĩ bàn
Nay ta đã được đủ
Chỉ ta biết tướng đó

Mười phương Phật cũng vậy,
Xá-Lợi-Phất phải biết
Lời Phật nói không khác
Với Pháp của Phật nói
Nên sinh sức tin chắc
Pháp của Phật lâu sau
Cần phải nói chân thật
Bảo các chúng Thanh-văn
Cùng người cầu Duyên-giác
Ta khiến cho thoát khổ
Đến chứng được Niết-bàn
Phật dùng sức phương tiện
Dạy cho ba thừa giáo
Chúng sanh nơi nơi chấp
Dắt đó khiến ra khỏi.

6. Khi đó trong đại chúng có hàng Thanh-văn lậu tận A-la-hán, ngài A-Nhã Kiều-Trần-Như v.v... một nghìn hai trăm người và các Tỳ-kheo, Tỳ-kheo-ni, cận-sự-nam cùng cận-sự-nữ, hạng người phát tâm Thanh-văn, Duyên-giác đều nghĩ rằng: "Hôm nay đức Phật cớ chi lại ân cần ngợi khen phương tiện mà nói thế này: "Pháp của Phật chứng rất sâu khó hiểu, tất cả hàng Thanh-văn cùng Duyên-giác không thể đến được" Đức Phật nói một nghĩa giải thoát, chúng ta cũng chứng được pháp đó đến nơi Niết-bàn, mà nay chẳng rõ nghĩa đó về đâu?

7. Lúc ấy, ngài Xá-Lợi-Phất biết lòng nghi của bốn chúng, chính mình cũng chưa rõ, liền bạch Phật rằng: Thưa Thế-Tôn! Nhân gì duyên gì mà Phật ân cần khen ngợi pháp phương-tiện thứ nhất nhiệm mầu rất sâu khó hiểu của các đức Phật? Con từ trước đến nay chưa từng nghe Phật nói điều đó, hôm nay bốn chúng thảy đều có lòng nghi. Cúi xin đức Thế-Tôn bày nói việc đó. Cớ gì mà đức Thế-Tôn ân cần khen ngợi pháp nhiệm mầu rất sâu khó hiểu? Khi đó ngài Xá-Lợi-Phất muốn tuyên lại nghĩa trên mà nói kệ rằng:

8. Đấng Huệ-Nhật Đại-thánh
Lâu mới nói pháp này,
Tự nói pháp mình chứng
Lực, vô-úy, tam-muội,
Thiền-định, giải-thoát thảy
Đều chẳng nghĩ bàn được.
Pháp chứng nơi đạo tràng
Không ai hỏi đến được,
Ý con khó lường được
Cũng không ai hay hỏi.
Không hỏi mà tự nói
Khen ngợi đạo mình làm
Các đức Phật chứng được
Trí huệ rất nhiệm mầu.
Hàng vô-lậu La-hán

Cùng người cầu Niết-bàn
Nay đều sa lưới nghi
Phật cớ chi nói thế?
Hạng người cầu Duyên-giác.
Tỳ-kheo, Tỳ-kheo-ni,
Các trời, rồng, quỉ, thần
Và Càn-thát-bà thảy
Ngó nhau mang lòng nghi
Nhìn trông đấng Túc-Tôn,
Việc đó là thế nào
Xin Phật vị dạy cho?
Trong các chúng Thanh-văn
Phật nói con hạng nhất
Nay con nơi trí mình
Nghi lầm không rõ được
Vì là pháp rốt ráo
Vì là đạo Phật làm
Con từ miệng Phật sanh
Chắp tay nhìn trông chờ
Xin ban tiếng nhiệm mầu
Liền vì nói như thực
Các trời, rồng, thần thảy
Số đông như hằng sa
Bồ-Tát cầu thành Phật
Số nhiều có tám muôn
Lại những muôn ức nước
Vua Chuyển-Luân-vương đến

Đều lòng kính chắp tay

Muốn nghe đạo đầy đủ.

9. Khi đó đức Phật bảo ngài Xá-Lợi-Phất: "Thôi thôi! Chẳng nên nói nữa, nếu nói việc đó tất cả trong đời các trời và người đều sẽ kinh sợ nghi-ngờ."

10. Ngài Xá-Lợi-Phất lại bạch Phật rằng: "Thưa Thế-Tôn! Cúi xin nói đó, cúi xin nói đó. Vì sao? Trong hội đây có vô số trăm nghìn muôn ức a-tăng-kỳ chúng-sinh đã từng gặp các đức Phật, các căn mạnh lẹ, trí huệ sáng suốt, được nghe Phật dạy chắc có thể kính tin".

Lúc ấy, ngài Xá-Lợi-Phất muốn tuyên lại nghĩa này mà nói kệ rằng:

Đấng Pháp-Vương vô thượng

Xin nói chuyện đừng lo

Vô lượng chúng hội đây

Có người hay kính tin.

11. Đức Phật lại ngăn Xá-Lợi-Phất: "Nếu nói việc đó thì tất cả trong đời, trời, người, A-tu-la đều sẽ nghi sợ, Tỳ-kheo tăng-thượng-mạn sẽ phải sa vào hầm lớn." Khi đó đức Thế-Tôn lại nói kệ rằng:

Thôi thôi! Chẳng nên nói

Pháp ta diệu khó nghĩ

Những kẻ tăng-thượng-mạn

Nghe ắt không kính tin.
12. Lúc ấy ngài Xá-Lợi-Phất bạch Phật rằng: "Thưa Thế-Tôn! Cúi xin Phật nói, cúi xin Phật nói. Nay trong hội này hạng người sánh bằng con có trăm nghìn muôn ức. Đời đời đã từng theo Phật học hỏi, những người như thế chắc hay kính tin lâu dài an ổn nhiều điều lợi ích.

Khi đó ngài Xá-Lợi-Phất, muốn tuyên lại nghĩa trên mà nói kệ rằng:

Đấng vô thượng Lưỡng-túc
Xin nói pháp đệ nhất
Con là trưởng tử Phật
Xin thương phân biệt nói.

Vô lượng chúng hội đây
Hay kính tin pháp này
Đời đời Phật đã từng
Giáo hóa chúng như thế
Đều một lòng chắp tay
Muốn muốn nghe lãnh lời Phật.

Chúng con nghìn hai trăm
Cùng hạng cầu Phật nọ
Nguyện Phật vì chúng này
Cúi xin phân biệt nói
Chúng đây nghe pháp ấy
Thời sanh lòng vui mừng.

13. Bấy giờ, đức Thế-Tôn bảo ngài Xá-Lợi-Phất: "Ông đã ân cần ba phen thưa thỉnh đâu được chẳng nói. Ông nay lóng nghe khéo suy nghĩ nhớ đó, ta sẽ vì ông phân biệt giải-nói."

14. Khi đức Phật nói lời đó, trong hội có các Tỳ-kheo, Tỳ-kheo-ni, cận-sự-nam, cận-sự-nữ, cả thảy năm nghìn người, liền từ chỗ ngồi đứng dậy lễ Phật mà lui về. Vì sao? Vì bọn người này gốc tội sâu nặng cùng tăng-thượng-mạng, chưa được mà nói đã được, chưa chứng mà đã cho chứng, có lỗi dường ấy, cho nên không ở lại. Đức Thế-Tôn yên lặng không ngăn cản.

15. Bấy giờ, Đức Phật bảo ngài Xá-Lợi-Phất: "Trong chúng ta đây không còn cành lá, rặt có hạt chắc. Xá-Lợi-Phất! Những gã tăng-thượng-mạn như vậy lui về cũng là tốt. Ông nay nên khéo nghe, ta sẽ vì ông mà nói."
Ngài Xá-Lợi-Phất bạch rằng: "Vâng thưa Thế-Tôn con nguyện ưa muốn nghe".

16. Đức Phật bảo ngài Xá-Lợi-Phất: "Pháp mầu như thế, các đức Phật Như-Lai đến khi đúng thời mới nói, đó như hoa linh-thoại đến thời tiết mới hiện một lần. Xá-Lợi-Phất! Các ông nên tin lời của Phật nói không hề hư vọng.

17. Xá-Lợi-Phất! Các đức Phật theo thời nghi nói pháp y-thú khó hiểu. Vì sao? Ta dùng vô số phương tiện các món nhân duyên, lời lẽ thí dụ diễn nói các pháp. Pháp đó không phải là suy lường phân biệt mà có thể hiểu, chỉ có các đức Phật mới biết được đó. Vì sao? Các đức Phật Thế-Tôn, chỉ do một sự nhân duyên lớn mà hiện ra nơi đời.

Xá-Lợi-Phất! Sao nói rằng các đức Phật Thế-Tôn chỉ do một sự nhân duyên lớn mà hiện ra đời? Các đức Phật Thế-Tôn vì muốn cho chúng sanh khai tri kiến Phật để được thanh tịnh mà hiện ra nơi đời; vì muốn chỉ tri kiến Phật cho chúng-sanh mà hiện ra nơi đời; vì muốn cho chúng sanh tỏ ngộ tri kiến Phật mà hiện ra nơi đời; vì muốn cho chúng sanh chứng vào đạo tri kiến Phật mà hiện ra nơi đời.

Xá-Lợi-Phất! Đó là các đức Phật do vì một sự nhân duyên lớn mà hiện ra nơi đời.

18. Đức Phật bảo Xá-Lợi-Phất: "Các đức Phật Như-Lai chỉ giáo hóa Bồ-Tát, những điều làm ra thường vì một việc: chỉ đem tri kiến Phật chỉ cho chúng sanh tỏ ngộ thôi"

Xá-Lợi-Phất! Đức Như-Lai chỉ dùng một Phật thừa mà vì chúng sanh nói pháp không có các thừa hoặc hai hoặc ba khác.

Xá-Lợi-Phất! Pháp của tất cả các đức Phật ở mười phương cũng như thế.

Xá-Lợi-Phất! Thuở quá khứ các đức Phật dùng vô lượng vô số phương tiện các món nhân duyên lời lẽ thí dụ mà vì chúng sanh diễn nói các pháp. Vì pháp đó đều là một Phật thừa, nên các chúng sanh đó theo chư Phật nghe pháp rốt ráo đều được chứng "nhứt-thiết chủng-trí."

Xá-Lợi-Phất! Thuở vị lai, các đức Phật sẽ ra đời cũng dùng vô lượng vô số phương tiện các món nhân duyên lời lẽ thí dụ mà vì chúng sanh diễn nói các pháp, vì pháp ấy đều là một Phật thừa nên các chúng sanh đó theo Phật nghe pháp rốt ráo đều được chứng "nhứt- thiết chủng-trí".

Xá-Lợi-Phất! Hiện tại nay, trong vô lượng trăm nghìn muôn ức cõi Phật ở mười phương, các đức Phật Thế-Tôn nhiều điều lợi ích an vui cho chúng sanh. Các đức Phật đó cũng dùng vô lượng vô số phương tiện các món nhân- duyên lời lẽ thí dụ mà vì chúng sanh diễn nói các pháp, vì pháp đó đều là một Phật thừa, các chúng sanh ấy theo Phật nghe pháp rốt ráo đều được chứng "nhứt-thiết chủng-trí".

Xá-Lợi-Phất! Các đức Phật đó chỉ giáo hóa Bồ-Tát, vì muốn đem tri kiến Phật mà chỉ cho chúng sanh, vì muốn đem tri kiến Phật cho chúng sanh tỏ ngộ, vì muốn làm cho chúng sanh chứng vào tri kiến Phật vậy.

Xá Lợi Phất ! Nay ta cũng lại như thế, rõ biết các

chúng sanh có những điều ưa muốn, thân tâm mê chấp, ta tùy theo bản tánh kia dùng các món nhân duyên lời lẽ thí dụ cùng sức phương tiện mà vì đó nói pháp.

Xá-Lợi-Phất ! Như thế đều vì để chứng được một Phật thừa "nhứt-thiết chủng- trí."

19. (không thấy đoạn số 19 trong kinh)

20. Xá-Lợi-Phất! Trong cõi nước ở mười phương còn không có hai thừa hà huống có ba!

Xá-Lợi-Phất! Các đức Phật hiện ra trong đời ác năm trược, nghĩa là: Kiếp trược, phiền-não-trược, chúng-sinh-trược, kiến-trược, mệnh-trược. Như thế, Xá-Lợi-Phất, lúc kiếp loạn trược chúng sinh nhơ nặng, bỏn sẻn, tham lam, ghét ganh, trọn nên các căn chẳng lành, cho nên các đức Phật dùng sức phương tiện, nơi một Phật thừa, phân biệt nói thành ba.

21. Xá-Lợi-Phất! Nếu đệ tử ta tự cho mình là A-la-hán cùng Duyên-giác mà không nghe không biết việc của các đức Phật Như-Lai chỉ giáo hóa Bồ-Tát, người này chẳng phải là đệ tử Phật, chẳng phải A-la-hán, chẳng phải Duyên-giác.

Lại-nữa, Xá-Lợi-Phất! Các Tỳ-kheo, Tỳ-kheo-ni đó tự cho mình đã được A- la-hán, là thân rốt sau rốt ráo Niết-bàn, bèn chẳng lại chí quyết cầu đạo vô-thượng chánh-đẳng chánh-giác. Nên biết bọn đó là kẻ tăng-thượng-mạn. Vì sao? nếu có Tỳ-kheo thực chứng quả A-la-hán mà không tin pháp này, quyết không có lẽ ấy, trừ sau khi Phật diệt độ hiện tiền không Phật. Vì sao? Sau khi Phật diệt độ, những kinh như thế, người hay thọ trì đọc tụng hiểu nghĩa rất khó có được, nếu gặp đức Phật khác, ở trong pháp này bèn được hiểu rõ.

Xá-Lợi-Phất! Các ông nên một lòng tin hiểu thọ trì lời Phật dạy. Lời các đức Phật Như-Lai nói không hư vọng, không có thừa nào khác, chỉ có một Phật thừa thôi. Khi ấy đức Thế-Tôn muốn tuyên lại nghĩa này mà nói kệ rằng:

22. Tỳ-kheo, Tỳ-kheo-ni
    Mang lòng tăng-thượng-mạng
    Cận-sự-nam ngã mạn
    Cận-sự-nữ chẳng tin,
    Hàng bốn chúng như thế
    Số kia có năm nghìn
    Chẳng tự thấy lỗi mình
    Nơi giới có thiếu sót
    Tiếc giữ tội quấy mình
    Trí nhỏ đó đã qua,
    Bọn cám tấm trong chúng
    Oai đức Phật phải đi,

Gã đó kém phước đức
Chẳng kham lãnh pháp này,
Chúng nay không cành lá
Chỉ có những hột chắc

23. Xá-Lợi-Phất khéo nghe!
Pháp của các Phật được
Vô lượng sức phương tiện
Mà vì chúng sanh nói.
Tâm của chúng sanh nghĩ
Các món đạo ra làm
Bao nhiêu những tánh dục
Nghiệp lành dữ đời trước
Phật biết hết thế rồi
Dùng các duyên thí dụ
Lời lẽ sức phương tiện
Khiến tất cả vui mừng.
Hoặc là nói Thế kinh
Cô khởi cùng Bổn-sự.
Bổn-sanh, Vị-tằng-hữu
Cũng nói những nhân duyên
Thí dụ và Trùng tụng
Luận nghị cộng chín kinh.
Căn độn ưa pháp nhỏ.
Tham chấp nơi sanh tử
Nơi vô lượng đức Phật
Chẳng tu đạo sâu mầu

Bị các khổ não loạn
Vì đó nói Niết-bàn.
Ta bày phương tiện đó
Khiến đều vào huệ Phật,
Chưa từng nói các ông
Sẽ được thành Phật đạo
Sở dĩ chưa từng nói
Vì giờ nói chưa đến,
Nay chính là đến giờ
Quyết định nói Đại-thừa.

24. Chín bộ pháp của ta
Thuận theo chúng sanh nói
Vào Đại-thừa làm gốc
Nên mới nói kinh này.
Có Phật tử tâm tịnh
Êm dịu cũng căn lợi,
Nơi vô lượng các Phật
Mà tu đạo sâu mầu,
Vì hàng Phật tử này
Nói kinh Đại-thừa đây.
Ta ghi cho người đó
Đời sau thành Phật đạo
Bởi thâm tâm niệm Phật
Tu trì tịnh giới vậy
Hạng này nghe thành Phật
Rất mừng đầy khắp mình,

Phật biết tâm của kia.
Nên vì nói Đại-thừa.
Thanh-văn hoặc Bồ-Tát,
Nghe ta nói pháp ra
Nhẫn đến một bài kệ
Đều thành Phật không nghi.

25. Trong cõi Phật mười phương
Chỉ có một thừa pháp
Không hai cũng không ba
Trừ Phật phương tiện nói
Chỉ dùng danh tự giả
Dẫn dắt các chúng sanh
Vì nói trí huệ Phật.
Các Phật ra nơi đời
Chỉ một việc này thực
Hai thứ chẳng phải chơn.
Trọn chẳng đem tiểu thừa
Mà tế độ chúng sanh,
Phật tự trụ Đại-thừa
Như pháp của mình được
Định, huệ, lực trang nghiêm
Dùng đây độ chúng sanh.
Tự chứng đạo vô thượng
Pháp bình-đẳng Đại-thừa
Nếu dùng tiểu thừa độ
Nhẫn đến nơi một người

Thời ta đọa sân tham
Việc ấy tất không được,
Nếu người tin về Phật
Như-Lai chẳng dối gạt
Cũng không lòng tham ghen
Dứt ác trong các pháp
Nên Phật ở mười phương
Mà riêng không chỗ sợ.
Ta dùng tướng trang nghiêm
Ánh sáng soi trong đời
Đấng vô lượng chúng trọng
Vì nói thực tướng ấn

26. Xá-Lợi-Phất! nên biết
Ta vốn lập thệ nguyện
Muốn cho tất cả chúng
Bằng như ta không khác,
Như ta xưa đã nguyện
Nay đã đầy đủ rồi
Độ tất cả chúng sanh
Đều khiến vào Phật đạo
Nếu ta gặp chúng sanh
Dùng Phật đạo dạy cả
Kẻ vô trí rối sai
Mê lầm không nhận lời.
Ta rõ chúng sanh đó
Chưa từng tu cội lành

Chấp chặt nơi ngũ dục
Vì si ái sinh khổ,
Bởi nhân duyên các dục.
Sanh vào ba đường dữ
Xoay lăn trong sáu nẻo
Chịu đủ những khổ độc
Thân mọn thọ bào thai
Đời đời tăng trưởng luôn
Người đức mỏng ít phước
Các sự khổ bức ngặt
Vào rừng rậm tà kiến
Hoặc chấp có, chấp không
Nương gá các chấp này
Đầy đủ sáu mươi hai
Chấp chặt pháp hư vọng
Bền nhận không bỏ được
Ngã mạn tự khoe cao
Dua nịnh lòng không thực
Trong nghìn muôn ức kiếp
Chẳng nghe danh tự Phật
Cũng chẳng nghe chánh pháp
Người như thế khó độ.

27. Cho nên Xá-Lợi-Phất!
Ta vì bày phương tiện
Nói các đạo dứt khổ
Chỉ cho đó Niết-bàn

Ta dầu nói Niết-bàn
Cũng chẳng phải thật diệt,
Các pháp từ bổn lai
Tướng thường tự vắng lặng
Phật tử hành đạo rồi
Đời sau được thành Phật
Ta có sức phương tiện
Mở bày khắp ba thừa.
Tất cả các Thế-Tôn
Đều nói đạo nhất thừa
Nay trong đại chúng này
Đều nên trừ nghi lầm
Lời Phật nói không khác
Chỉ một, không hai thừa.

28. Vô số kiếp đã qua
Vô lượng Phật diệt độ
Trăm nghìn muôn ức Phật
Số nhiều không lường được.
Các Thế-Tôn như thế
Các món duyên thí dụ
Vô số ức phương tiện
Diễn nói các pháp tướng,
Các đức Thế-Tôn đó
Đều nói pháp nhất thừa
Độ vô lượng chúng sanh
Khiến vào nơi Phật đạo

Lại các đại-Thánh-chúa
Biết tất cả thế gian
Trời người loài quần sanh
Thâm tâm chỗ ưa muốn
Bèn dùng phương tiện khác
Giúp bày nghĩa đệ nhất.

29. Nếu có loài chúng sanh
Gặp các Phật quá khứ
Hoặc nghe pháp bố thí
Hoặc trì giới nhẫn nhục
Tinh tấn, thiền, trí thảy
Các món tu phước huệ,
Những người như thế đó
Đều đã thành Phật đạo
Sau các Phật diệt độ
Nếu người lòng lành dịu
Các chúng sanh như thế
Đều đã thành Phật đạo

30. Các Phật diệt độ rồi
Người cúng dường xá-lợi
Dựng muôn ức thứ tháp
Vàng, bạc và pha-lê
Xa-cừ cùng mã-não
Ngọc mai khôi, lưu ly
Thanh tịnh rộng nghiêm sức,

Trau giồi nơi các tháp,
Hoặc có dựng miếu đá
Chiên-đàn và trầm-thủy
Gỗ mật cùng gỗ khác
Gạch ngói bùn đất thảy,
Hoặc ở trong đồng trống
Chứa đất thành miếu Phật
Nhẫn đến đồng tử giỡn
Nhóm cát thành tháp Phật,
Những hạng người như thế
Đều đã thành Phật đạo.

31. Nếu như người vì Phật
 Xây dựng các hình-tượng
 Chạm trổ thành các tướng
 Đều đã thành Phật đạo.
 Hoặc dùng bảy báu làm
 Thau, đồng bạch, đồng đỏ
 Chất nhôm cùng chì kẽm
 Sắt, gỗ cùng với bùn
 Hoặc dùng keo, sơn, vải
 Nghiêm sức làm tượng Phật
 Những người như thế đó
 Đều đã thành Phật đạo
 Vẽ vời làm tượng Phật
 Trăm tướng phước trang nghiêm
 Tự làm hoặc bảo người

Đều đã thành Phật đạo.
Nhẫn đến đồng tử giỡn
Hoặc cỏ cây và bút
Hoặc lấy móng tay mình
Mà vẽ làm tượng Phật
Những hạng người như thế
Lần lần chứa công-đức
Đầy đủ tâm đại bi
Đều đã thành Phật đạo
Chỉ dạy các Bồ-Tát
Độ thoát vô lượng chúng.

32. Nếu người nơi tháp miếu
Tượng báu và tượng vẽ
Dùng hoa, hương, phan, lọng
Lồng kính mà cúng dường
Hoặc khiến người trỗi nhạc
Đánh trống, thổi sừng ốc
Tiêu địch, cầm, không-hầu
Tỳ-bà, chụp-chả đồng
Các tiếng hay như thế
Đem dùng cúng dường hết
Hoặc người lòng vui mừng
Ca ngâm khen đức Phật
Nhẫn đến một tiếng nhỏ
Đều đã thành Phật đạo

33. Nếu người lòng tán loạn
    Nhẫn đến dùng một hoa
    Cúng dường nơi tượng vẽ
    Lần thấy các đức Phật
    Hoặc có người lễ lạy
    Hoặc lại chỉ chắp tay
    Nhẫn đến giơ một tay
    Hoặc lại hơi cúi đầu
    Dùng đây cúng dường tượng
    Lần thấy vô lượng Phật
    Tự thành đạo vô thượng
    Rộng độ chúng vô số
    Vào Vô dư Niết-bàn N
    hư củi hết lửa tắt.
    Nếu người tâm tán loạn
    Bước vào trong tháp chùa
    Chỉ niệm Nam-mô Phật
    Đều đã thành Phật đạo
    Nơi các Phật quá khứ
    Tại thế, hoặc diệt độ,
    Có người nghe pháp này
    Đều đã thành Phật đạo

34. Các Thế-Tôn vị lai
    Số nhiều không thể lường
    Các đức Như-Lai đó
    Cùng phương tiện nói pháp.

Tất cả các Như-Lai
Dùng vô lượng phương tiện
Độ thoát các chúng sanh
Vào trí vô lậu Phật,
Nếu có người nghe pháp
Không ai chẳng thành Phật.
Các Phật vốn thệ nguyện
Ta tu hành Phật đạo
Khắp muốn cho chúng sanh
Cũng đồng được đạo này.
Các Phật đời vị lai
Dầu nói trăm nghìn ức
Vô số các pháp môn
Kỳ thực vì nhất thừa.
Các Phật Lưỡng-Túc-tôn
Biết pháp thường không tánh
Giống Phật theo duyên sanh
Cho nên nói nhứt thừa.
Pháp đó trụ ngôi pháp
Tướng thế gian thường còn
Nơi đạo tràng biết rồi
Đức Phật phương tiện nói.
Hiện tại mười phương Phật
Của trời người cúng dường
Số nhiều như hằng sa
Hiện ra nơi thế gian
Vì an ổn chúng sanh

Cũng nói pháp như thế.
Biết vắng bặt thứ nhứt
Bởi dùng sức phương tiện
Dầu bày các món đạo
Kỳ thực vì Phật thừa
Biết các hạnh chúng sanh
Thâm tâm nó nghĩ nhớ
Nghiệp quen từ quá khứ
Tánh dục, sức tinh tấn
Và các căn lợi độn
Dùng các món nhân duyên
Thí dụ cùng lời lẽ
Tùy cơ phương tiện nói.

35. Ta nay cũng như vậy
    Vì an ổn chúng sanh
    Dùng các món pháp môn
    Rao bày nơi Phật đạo
    Ta dùng sức trí huệ
    Rõ tính dục chúng sanh
    Phương tiện nói các pháp
    Đều khiến được vui mừng.
    Xá-Lợi-Phất nên biết!
    Ta dùng mắt Phật xem
    Thấy sáu đường chúng sanh
    Nghèo cùng không phước huệ
    Vào đường hiểm sanh tử

Khổ nổi luôn không dứt
Sâu tham nơi ngũ dục
Như trâu "mao" mến đuôi
Do tham ái tự che
Đui mù không thấy biết
Chẳng cầu Phật thế lớn
Cùng pháp dứt sự khổ
Sâu vào các tà kiến
Lấy khổ muốn bỏ khổ
Phật vì chúng sanh này
Mà sanh lòng đại bi

36. Xưa, tu ngồi đạo tràng
Xem cây cùng kinh hành
Suy nghĩ việc như vầy:
Trí huệ của ta được
Vi diệu rất thứ nhứt
Chúng sanh các căn chậm
Tham vui si làm mù
Các hạng người như thế
Làm sao mà độ được?
Bấy giờ các Phạm-vương
Cùng các trời Đế-Thích
Bốn Thiên-vương hộ đời
Và trời Đại-Tự-Tại
Cùng các thiên chúng khác
Trăm nghìn ức quyến thuộc

Chắp tay cung kính lễ
Thỉnh ta chuyển pháp-luân.
Ta liền tự suy nghĩ
Nếu chỉ khen Phật thừa
Chúng sanh chìm nơi khổ
Không thể tin pháp đó
Do phá pháp không tin
Rớt trong ba đường dữ
Ta thà không nói pháp
Mau vào cõi Niết-bàn
Liền nhớ Phật quá khứ
Thực hành sức phương tiện
Ta nay chứng được đạo
Cũng nên nói ba thừa.

37. Lúc ta nghĩ thế đó
Mười phương Phật đều hiện
Tiếng Phạn an-ủi ta
Hay thay! đức Thích-Ca
Bậc Đạo-Sư thứ nhứt
Được pháp vô thượng ấy
Tùy theo tất cả Phật
Mà dùng sức phương tiện
Chúng ta cũng đều được
Pháp tối diệu thứ nhứt
Vì các loại chúng sanh
Phân biệt nói ba thừa.

Trí kém ưa pháp nhỏ
Chẳng tự tin thành Phật
Cho nên dùng phương tiện
Phân biệt nói các quả
Dầu lại nói ba thừa
Chỉ vì dạy Bồ-Tát.

38. Xá-Lợi-Phất nên biết!
Ta nghe các đức Phật
Tiếng nhiệm mầu rất sạch
Xưng: "Nam-mô chư Phật!"
Ta lại nghĩ thế này
Ta ra đời trược ác
Như các Phật đã nói
Ta cũng thuận làm theo
Suy nghĩ việc đó rồi
Liền đến thành Ba-Nại.
Các pháp tướng tịch diệt
Không thể dùng lời bày
Bèn dùng sức phương tiện
Vì năm Tỳ-kheo nói.
Đó gọi chuyển pháp luân
Bèn có tiếng Niết-bàn
Cùng với A-la-hán
Tên pháp, tăng sai khác.
Từ kiếp xa nhẫn lại
Khen bày Pháp Niết-bàn

Dứt hẳn khổ sống chết
Ta thường nói như thế
39. Xá-Lợi-Phất phải biết
Ta thấy các Phật tử
Chí quyết cầu Phật đạo
Vô lượng nghìn muôn ức
Đều dùng lòng cung kính
Đồng đi đến chỗ Phật
Từng đã theo các Phật
Nghe nói pháp phương tiện
Ta liền nghĩ thế này
Sở dĩ Phật ra đời
Để vì nói Phật huệ
Nay chính đã đúng giờ.

40. Xá-Lợi-Phất phải biết!
Người căn chậm trí nhỏ
Kẻ chấp tướng kiêu mạn
Chẳng thể tin pháp này
Nay ta vui vô-úy
Ở trong hàng Bồ-Tát
Chính bỏ ngay phương tiện
Chỉ nói đạo vô thượng.
Bồ-Tát nghe pháp đó
Đều đã trừ lưới nghi
Nghìn hai trăm La-hán
Cũng đều sẽ thành Phật

Như nghi thức nói pháp
Của các Phật ba đời
Ta nay cũng như vậy
Nói pháp không phân biệt
Các đức Phật ra đời
Lâu xa khó gặp gỡ
Chính sử hiện ra đời
Nói pháp này khó hơn
Vô lượng vô số kiếp
Nghe pháp này cũng khó,
Hay nghe được pháp này
Người đó cũng lại khó
Thí như hoa linh-thoại
Tất cả đều ưa mến
Ít có trong trời, người
Lâu lâu một lần trổ.

41. Người nghe pháp mừng khen
Nhẫn đến nói một lời
Thời là đã cúng dường
Tất cả Phật ba đời
Người đó rất ít có
Hơn cả hoa Ưu-đàm.
Các ông chớ có nghi
Ta là vua các pháp
Khắp bảo các đại chúng
Chỉ dùng đạo nhứt thừa

Dạy bảo các Bồ-Tát
Không Thanh-văn đệ tử

42. Xá-Lợi-Phất các ông!
Thanh-văn và Bồ-Tát
Phải biết pháp mầu này
Bí yếu của các Phật
Bởi đời ác năm trược
Chỉ tham ưa các dục
Những chúng sanh như thế
Trọn không cầu Phật đạo
Người ác đời sẽ tới
Nghe Phật nói nhứt thừa
Mê lầm không tin nhận
Phá pháp đọa đường dữ
Người tàm quí trong sạch
Quyết chí cầu Phật đạo
Nên vì bọn người ấy
Rộng khen đạo nhất thừa.
Xá-Lợi-Phất nên biết
Pháp các Phật như thế
Dùng muôn ức phương tiện
Tùy thời nghi nói pháp
Người chẳng học tập tu
Không hiểu được pháp này
Các ông đã biết rõ
Phật là thầy trong đời

Việc phương-tiện tùy nghi
Không còn lại nghi lầm
Lòng sinh rất vui mừng
Tự biết sẽ thành Phật.

KINH DIỆU- PHÁP LIÊN-HOA

Quyển Thứ Nhất

Một sáng chiếu phương đông, thể diệu toàn bày, chẳng phải chỗ suy lường mà suy lường được, thầm hiểu ở trong lòng, phương tiện truyền bày một đạo nhả hương trời.

NAM-MÔ PHÁP-HOA HỘI- THƯỢNG PHẬT BỔ-TÁT *(3 lần)*

Thế-Tôn hiện điềm tốt, Di-Lặc nghi tướng lành, Văn-Thù vì chúng rộng phô bày: Phật xưa phóng hào-quang. Ba phen mời đấng Pháp Vương vì nói hương Diệu-Liên.

NAM-MÔ QUÁ-KHỨ NHẬT - NGUYỆT ĐĂNG-MINH PHẬT *(3 lần)*

THÍCH NGHĨA

(1) KINH: Pháp thường, mười phương ba đời các đức Phật đều nói như vậy. Nói đủ là "Khế Kinh" nghĩa là "pháp thường khế hiệp chân lý cùng khế hiệp căn cơ chúng sanh". DIỆU-PHÁP LIÊN-HOA: Pháp mầu khó nghĩ lường, thắng hơn tất cả pháp.

Kinh pháp nay là bậc nhất trong kinh pháp khác của Phật nói, dụ như hoa sen, vì hoa sen sánh với hoa khác có 5 điều đặc biệt: Có hoa là có gương: nhân quả đồng thời.

1. *Mọc trong bùn lầy mà vẫn trong sạch thơm tho.*
2. *Cọng hoa từ gốc tách riêng nhưng không chung cành với lá.*
3. *Ong và bướm không bu đậu.*
4. *Không bị người dùng làm trang điểm (xưa đàn bà Ấn-Độ quen dùng hoa kết thành tràng để đeo đội v.v...)*

(2) Đức Phật Thích-Ca Mâu-Ni.
(3) Các điều vọng lầm hay làm lọt mất công đức lành.
(4) Tự mình đã được thoát khỏi khổ sinh tử luân hồi.
(5) BA CÕI: Cõi dục, cõi sắc, cõi vô-sắc.
(6) Từ quả A-na-hàm trở xuống chưa được giải thoát còn phải học tập nên gọi "HỮU-HỌC". Quả A-la-hán đã được giải thoát, về trong Tiểu-thừa-pháp, thì không còn phải học nữa nên gọi "VÔ-HỌC".
(7) Quả chứng của Phật.
(8) TỔNG TRÌ: Gồm nhiếp các Pháp.
(9) Tài biện luận ưa giảng nói pháp.
(10) Chỗ rốt ráo, trọn vẹn, nên xong hoàn toàn.
(11) Tên của vị vua 33 nước trời Đao-Lợi ở trên đỉnh núi Tu-Di.
(12) Ba thứ tiếng vang dội và 3 thứ rung động của hình

sắc.

(13) (16) Các loài thần hầu hạ cõi Đao-Lợi.

(14) Thần phi-thiên: có phước như trời mà đức kém hơn trời.

(15) Chim cánh vàng (kim-sí-điểu)

(17) Thần rắn.

(18) 1. Trời

   2. Người

   3. A-tu-la

   4. Thú

   5. Quỉ

   6. Địa ngục

(19) Phật là vua pháp (Pháp-vương). Bồ-Tát cũng như con của Phật nên là: Pháp-vương-tử.

(20) Người thọ tam quy ngũ-giới tu tại-gia gần gũi hộ thờ Tam-Bảo nên gọi cận-sự, đàn ông là Nam, đàn bà là nữ, ta quen gọi là "cư-sĩ".

(21) Vô số (một số lớn). Kiếp có: Tiểu-kiếp, trung-kiếp, đại-kiếp. Một tiểu-kiếp có 16.798.000 năm. Một trung-kiếp có 20 tiểu-kiếp. Một đại-kiếp có 4 trung-kiếp: Thành, Trụ, Hoại, Không.

(22) 1. Khổ-đế

   2. Tập-đế

   3. Diệt-đế

   4. Đạo-đế

(23) 1. Vô-minh

   2. Hành

3. Thức

4. Danh sắc

5. Lục nhập

6. Xúc

7. Thọ

8. Aùi

9. Thủ

10. Hữu

11. Sanh

12. Lão-tử.

Mười hai món này làm nhân duyên lẫn nhau.

(24) Cũng gọi là 6 độ:

1. Bố-thí-độ

2. Trì-giới-độ

3. Nhẫn-nhục-độ

4. Tinh- tấn-độ

5. Thiền-định-độ

6. Trí-huệ-độ.

(25) Trí của Phật.

(26) 1. Đông-thắng-thần-châu.

2. Nam- thiệm-bộ-châu (quả địa-cầu)

3. Tây-ngưu-hóa-châu

4. Bắc-câu-lô-châu.

(27) Thọ-ký: Trao cho lời ghi chắc về sau, bao nhiêu năm cõi nào sẽ thành Phật hiệu là v.v...

(28) Sông Hằng một con sông lớn xứ Ấn-Độ, trong sông và hai bờ có cát rất mịn, trong kinh thường dùng

số cát ấy để chỉ một số đông nhiều.
(29) Ông thầy dắt dẫn.
(30) Thanh-văn thừa, Duyên-giác thừa, Phật-thừa.
(31) Phương chước hay phương pháp tiện lợi dễ dàng.

Sự tích tả
KINH PHÁP HOA
ÔNG NGHIÊM CUNG

Nước Tàu, triều nhà Trần niên hiệu Đại-Kiến năm đầu, ở xứ Dương-Châu có ông Nghiêm-Cung tả kinh Pháp-Hoa để phân phát cho người trì tụng.

Lúc đó có thần ở miếu Cung-Đình-Hồ mách mộng cho khách buôn đem hết của trong miếu đưa sang trao cho ông Cung để chi phí về việc tả kinh.

Lại một hôm ông Cung mang tiền ra phố mua giấy viết lỡ thiếu 3.000 đồng điếu, bỗng thấy từ trong chợ đi ra một người cầm 3.000 đồng điếu trao cho ông Cung mà nói: "Giúp ông mua giấy". Nói xong biến mất.

Rốt đời Tùy, giặc cướp đến Giang-Đô đều dặn nhau không nên phạm đến xóm của ông Nghiêm Pháp-Hoa (Nghiêm-Cung). Nhờ đó mà cả xóm an-lành. Đến cuối đời Đường, nhà họ Nghiêm vẫn nối nhau tả kinh không thôi.

Vậy thì tả kinh, hay in kinh công đức lớn biết dường nào, không nói đến phước báu tốt đẹp ở nhiều đời sau, mà ngay trong hiện tại cũng không thể lường được, chẳng những là mình khỏi khổ ngay mà ngay mọi người ở gần cũng được nhờ, cả Thần Thánh cũng thường theo hộ trợ như truyện ông Nghiêm-Cung đây vậy.

KINH
DIỆU PHÁP LIÊN HOA

Tam Tạng Pháp Sư
Cưu Ma La Thập
Hán Dịch

Tỳ Kheo Thích Trí Tịnh
Việt Dịch

QUYỂN THỨ HAI

PHẨM "THÍ DỤ"
THỨ BA

1. Lúc bấy giờ ngài Xá-Lợi-Phất hớn hở vui mừng, liền đứng dậy chấp tay chiêm ngưỡng dung nhan của đức Phật mà bạch Phật rằng: Nay con theo đức Thế-Tôn nghe được tiếng pháp này, trong lòng hớn hở được điều chưa từng có. Vì sao? Con xưa theo Phật nghe pháp như thế này, thấy các vị Bồ-Tát được thọ ký thành Phật mà chúng con chẳng được dự việc đó tự rất cảm thương mất vô lượng tri kiến của Như-Lai.

Thế-Tôn! Con thường khi một mình ở dưới cây trong núi rừng, hoặc ngồi hoặc đi kinh hành, hằng nghĩ như vậy:

Chúng ta đồng vào pháp tánh, tại sao đức Như-Lai lại dùng pháp tiểu thừa mà tế độ cho?

Đó là lỗi của chúng con chớ chẳng phải là Thế-Tôn vậy. Vì sao? Nếu chúng con chờ Phật nói pháp sở nhân thành đạo vô-thượng chánh-đẳng chánh-giác thời chắc do pháp Đại-thừa mà được độ thoát. Song chúng con chẳng hiểu Phật phương tiện theo cơ nghi mà nói pháp, vừa mới nghe Phật nói pháp vội tin nhận suy gẫm để chứng lấy.

Thế-Tôn! Con từ xưa đến nay trọn ngày luôn đêm hằng tự trách mình, mà nay được từ Phật nghe pháp chưa từng có, trước chưa hề nghe, dứt các lòng nghi hối, thân ý thơ thới rất được an ổn.

Ngày nay mới biết mình thật là Phật tử, từ miệng Phật sanh ra, từ pháp hóa sanh, được pháp phần của Phật. Khi ấy, Ngài Xá-Lợi-Phất muốn tuyên lại nghĩa trên mà nói kệ rằng:

2. Con nghe tiếng pháp này
Được điều chưa từng có
Lòng rất đỗi vui mừng
Lưới nghi đều đa trừ,
Xưa nay nhờ Phật dạy
Chẳng mất nơi Đại-thừa.
Tiếng Phật rất ít có
Hay trừ khổ chúng sanh
Con đã được lậu tận *(1)*
Nghe cũng trừ lo khổ.
Con ở nơi hang núi
Hoặc dưới cụm cây rừng
Hoặc ngồi hoặc kinh hành
Thường suy nghĩ việc này,
Thôi ôi! Rất tự trách
Sao lại tự khi mình
Chúng ta cũng Phật tử
Đồng vào pháp vô lậu
Chẳng được ở vị lai
Nói pháp vô thượng đạo,
Sắc vàng, băm hai tướng *(2)*

Mười lực *(3)* các giải thoát.
Đồng chung trong một pháp
Mà chẳng được việc đây
Tám mươi tướng tốt đẹp
Mười tám pháp bất cộng *(4)*
Các công đức như thế
Mà ta đều đã mất

3. Lúc con kinh hành riêng
   Thấy Phật ở trong chúng
   Danh đồn khắp mười phương
   Rộng lợi ích chúng sanh
   Tự nghĩ mất lợi này
   Chính con tự khi dối
   Con thường trong ngày đêm
   Hằng suy nghĩ việc đó
   Muốn đem hỏi Thế-Tôn?
   Là mất hay không mất?
   Con thường thấy Thế-Tôn
   Khen ngợi các Bồ-Tát *(5)*
   Vì thế nên ngày đêm
   Suy lường việc như vậy

4. Nay nghe tiếng Phật nói
   Theo cơ nghi dạy Pháp
   Vô lậu khó nghĩ bàn
   Khiến chúng đến đạo tràng.

Con xưa chấp tà kiến
Làm thầy các Phạm-chí *(6)*
Thế-Tôn rõ tâm con
Trừ tà nói Niết-bàn.
Con trừ hết tà kiến
Được chứng nơi pháp không
Bấy giờ lòng tự bảo
Được đến nơi diệt độ
Mà nay mới tự biết
Chẳng phải thực diệt độ.
Nếu lúc được thành Phật
Đủ ba mươi hai tướng
Trời, người, chúng, Dạ-xoa
Rồng, thần đều cung kính
Bấy giờ mới được nói
Dứt hẳn hết không thừa
Phật ở trong đại chúng
Nói con sẽ thành Phật
Nghe tiếng pháp như vậy
Lòng nghi hối đa trừ.

5. Khi mới nghe Phật nói
   Trong lòng rất sợ nghi
   Phải chăng ma giả Phật
   Não loạn lòng ta ư?
   Phật dùng các món duyên
   Thí dụ khéo nói phô,

Lòng kia an như biển
Con nghe, lưới nghi dứt.
Phật nói thuở quá khứ
Vô lượng Phật diệt độ
An trụ trong phương tiện
Cũng đều nói pháp đó.
Phật hiện tại, vị lai.
Số nhiều cũng vô lượng
Cũng dùng các phương tiện
Diễn nói pháp như thế.
Như Thế-Tôn ngày nay
Từ sanh đến xuất gia
Được đạo Chuyển-pháp-luân
Cũng dùng phương tiện nói
Thế-Tôn nói đạo thật
Ba tuần *(7)* không nói được
Vì thế con định biết
Không phải ma giả Phật
Con sa vào lưới nghi
Cho là ma làm ra.
Nghe tiếng Phật êm dịu
Sâu xa rất nhiệm mầu
Nói suốt pháp thanh tịnh
Tâm con rất vui mừng.
Nghi hối đã hết hẳn
An trụ trong thật trí
Con quyết sẽ thành Phật

Được trời, người cung kính
Chuyển pháp-luân vô thượng
Giáo hóa các Bồ-Tát.

6. Lúc bấy giờ, đức Phật bảo ngài Xá-Lợi-Phất: "Ta nay ở trong hàng trời, người, Sa-môn, Bà-la-môn mà nói. Ta xưa từng ở nơi hai muôn ức Phật vì đạo vô thượng nên thường giáo hóa ông, ông cũng lâu dài theo ta thọ học, ta dùng phương tiện dẫn dắt ông sanh vào trong pháp ta". Xá-Lợi-Phất! Ta thuở xưa dạy ông chí nguyện Phật đạo, ông nay đều quên mà bèn tự nói đã được diệt độ. Ta nay lại muốn khiến ông nghĩ nhớ bản nguyện cùng đạo đã làm, mà vì các Thanh-văn nói kinh Đại-thừa tên là: "Diệu-Pháp Liên- Hoa" là pháp giáo hoá Bồ-Tát được chư Phật hộ niệm.

7. Xá-Lợi-Phất! Ông đến đời vị lai, quá vô lượng vô biên bất-khả tư-nghì kiếp, cúng dường bao nhiêu nghìn muôn ức Phật, phụng trì chánh pháp đầy đủ đạo tu hành của Bồ-Tát, sẽ thành Phật hiệu là Hoa-Quang Như-Lai, Ứng-cúng, Chánh-biến-tri, Minh-hạnh-túc, Thiện-thệ, Thế-gian-giải, Vô-thượng-sĩ, Điều-ngự trượng-phu, Thiên-nhân-sư, Phật Thế-Tôn.

Nước tên: Ly-Cấu, cõi đó bằng thẳng thanh tịnh đẹp đẽ an ổn giàu vui, trời người đông đảo. Lưu ly làm đất, có tám đường giao thông, dây bằng vàng ròng để giăng bên đường, mé đường đều có hàng cây bằng bảy báu, thường có hoa trái. Đức Hoa-Quang Như-Lai cũng dùng ba thừa giáo hóa chúng sanh.

Xá-Lợi-Phất! Lúc đức Phật ra đời dầu không phải là đời ác mà bởi bản nguyện nên nói pháp ba thừa. Kiếp đó tên là "Đại-Bảo-Trang-Nghiêm". Vì sao gọi là "Đại-Bảo-Trang-Nghiêm"? Vì trong cõi đó dùng Bồ-Tát làm "Đại-Bảo" vậy.

Các Bồ-Tát trong số đông vô lượng vô biên bất-khả tư-nghì, tính kể hay thí dụ đều không đến được, chẳng phải sức trí huệ của Phật không ai có thể biết được. Khi muốn đi thì có hoa đỡ chân.

Các vị Bồ-Tát đó không phải hàng mới phát tâm, đều đã trồng cội từ lâu. Ở nơi vô lượng trăm nghìn muôn ức đức Phật, tịnh tu phạm hạnh hằng được các Phật khen. Thường tu trí huệ của Phật đủ sức thần thông lớn, khéo biết tất cả các pháp môn, ngay thật không dối, chí niệm bền vững bậc Bồ-Tát như thế, khắp đầy nước đó.

Xá-Lợi-Phất! Đức Phật Hoa-Quang thọ mười hai tiểu kiếp, trừ còn làm vương tử chưa thành Phật. Nhân dân nước đó thọ tám tiểu kiếp. Đức Hoa-Quang Như-Lai quá mười hai tiểu kiếp thọ ký vô-thượng chánh-đẳng chánh-giác cho Kiên-Mãn Bồ-Tát mà bảo các Tỳ-kheo: Ông Kiên-mãn Bồ-Tát này kế đây sẽ thành Phật hiệu là Hoa-Túc An-Hành

Như-Lai, Ứng-cúng, Chánh-biến-tri, cõi nước của đức Phật đó cũng lại như đây.

Xá-Lợi-Phất! Sau khi Phật Hoa-Quang đó diệt độ, chánh pháp trụ lại trong đời ba mươi hai tiểu kiếp, tượng pháp trụ đời cũng ba mươi hai tiểu kiếp.

Lúc ấy, đức Thế-Tôn muốn tuyên lại nghĩa trên mà nói kệ rằng:

8. Xá-Lợi-Phất đời sau
Thành đấng Phật trí khắp
Hiệu rằng: Phật Hoa-Quang
Sẽ độ vô lượng chúng.
Cúng dường vô số Phật
Đầy đủ hạnh Bồ-Tát
Các công đức thập lực
Chứng được đạo vô thượng
Quá vô lượng kiếp rồi
Kiếp tên Đại-Bảo-Nghiêm
Cõi nước tên Ly-Cấu
Trong sạch không vết nhơ
Dùng lưu ly làm đất
Dây vàng giăng đường sá
Cây bảy báu sắc đẹp
Thường có hoa cùng trái
Bồ-Tát trong cõi đó
Chí niệm thường bền vững
Thần thông ba-la-mật

Đều đã trọn đầy đủ
Nơi vô số đức Phật
Khéo học đạo Bồ-Tát
Những Đại-sĩ như thế
Phật Hoa-Quang hóa độ.
Lúc Phật làm vương tử
Rời nước bỏ vinh hoa
Nơi thân cuối rốt sau
Xuất gia thành Phật đạo
Phật Hoa-Quang trụ thế
Thọ mười hai tiểu kiếp
Chúng nhân dân nước đó
Sống lâu tám tiểu kiếp
Sau khi Phật diệt độ
Chánh pháp trụ ở đời
Ba mươi hai tiểu kiếp
Rộng độ các chúng sanh
Chánh pháp diệt hết rồi
Tượng pháp cũng băm hai
Xá-lợi rộng truyền khắp
Trời, người, khắp cúng dường
Phật Hoa-Quang chỗ làm
Việc đó đều như thế.
Đấng Lưỡng-Túc-Tôn kia
Rất hơn không ai bằng
Phật tức là thân ông
Nên phải tự vui mừng.

9. Bấy giờ bốn bộ chúng: Tỳ-kheo, Tỳ- kheo-ni, Cận-sự-nam, Cận-sự-nữ và cả đại-chúng: trời, rồng, Dạ-xoa, Càn-thát-bà, A-tu-la, Ca-lâu-la, Khẩn-na-la, Ma- hầu-la-dà, v.v... thấy Xá-Lợi-Phất ở trước Phật lãnh lấy lời dự ghi sẽ thành vô-thượng chánh-đẳng chánh-giác, lòng rất vui mừng hớn hở vô lượng. Mỗi người đều cởi y trên của mình đang đắp để cúng dường Phật.

Thích-Đề Hoàn-Nhơn cùng Phạm-Thiên-Vương v.v... và vô số thiên tử cũng đem y đẹp của trời, hoa trời Mạn-đà-la, Ma-ha Mạn-đà-la v.v... cúng dường nơi Phật. Y trời tung lên liền trụ giữa hư không mà tự xoay chuyển. Các kỹ nhạc trời trăm nghìn muôn thứ ở giữa hư không đồng thời đều trổi. Rưới các thứ hoa trời mà nói lời rằng: "Đức Phật xưa ở thành Ba-La-Nại, ban đầu chuyển-pháp-luân rất lớn vô thượng". Lúc đó các Thiên tử muốn tuyên lại nghĩa trên mà nói kệ rằng:

10. Xưa ở thành Ba-Nại
    Chuyển pháp-luân Tứ-Đế
    Phân biệt nói các pháp
    Sanh diệt của năm nhóm *(8)*
    Nay lại chuyển-pháp-luân
    Rất lớn diệu vô thượng,
    Pháp đó rất sâu mầu
    Ít có người tin được.

Chúng ta từ xưa lại
Thường nghe Thế-Tôn nói
Chưa từng nghe thượng pháp
Thâm diệu như thế này,
Thế-Tôn nói pháp đó
Chúng ta đều tùy hỷ,
Đại trí Xá-Lợi-Phất
Nay được lãnh Phật ký
Chúng ta cũng như vậy
Quyết sẽ được thành Phật,
Trong tất cả thế gian
Rất tôn không còn trên
Phật đạo chẳng thể bàn
Phương tiện tùy nghi nói
Ta bao nhiêu nghiệp phước
Đời nay hoặc quá khứ
Và công đức thấy Phật.
Trọn hồi hướng Phật đạo.

11. Bấy giờ, Xá-Lợi-Phất bạch rằng: "Thế- Tôn! con nay không còn nghi hối, tự mình ở trước Phật được thọ ký thành vô-thượng chánh-đẳng chánh-giác. Các vị tâm tự tại một nghìn hai trăm đây, lúc xưa ở bậc hữu-học, Phật thường dạy rằng: "Pháp của ta hay lìa sanh, già, bệnh, chết rốt ráo Niết-bàn". Các vị hữu-học vô-học đây cũng đều đã tự rời chấp ngã cùng chấp có, chấp không v.v... nói là được Niết-

bàn, mà nay ở trước đức Thế-Tôn nghe chỗ chưa từng nghe, đều sa vào nghi lầm. Hay thay Thế-Tôn! Xin Phật vì bốn chúng nói nhân duyên đó, khiến ha lòng nghi hối"

12. Khi ấy, Phật bảo ngài Xá-Lợi-Phất: Ta trước đâu không nói rằng: " Các Phật Thế-Tôn dùng các món nhân duyên lời lẽ thí dụ phương tiện mà nói pháp đều là vô-thượng chánh-đẳng chánh-giác ư? Các điều nói đó đều vì dạy Bồ-Tát vậy. Nhưng Xá-Lợi-Phất! Nay ta sẽ dùng một thí dụ để chỉ rõ lại nghĩa đó, những người có trí do thí dụ mà được hiểu."

13. Xá-Lợi-Phất! Như trong quốc ấp, tụ lạc có vị đại Trưởng-giả tuổi đã già suy, của giàu vô lượng, có nhiều nhà ruộng và các tôi tớ. Nhà ông rộng lớn mà chỉ có một cửa để ra vào, người ở trong đó rất đông; hoặc một trăm, hai trăm cho đến năm trăm người, lầu gác đã mục, vách phên sụp đổ, chân cột hư nát, trính xiêng xiêu ngã, bốn phía đồng một lúc, lửa bỗng nổi lên đốt cháy nhà cửa.
Các người con của Trưởng-giả hoặc mười người, hoặc hai mươi người, hoặc đến ba mươi người ở trong nhà đó.

14. Trưởng-giả thấy lửa từ bốn phía nhà cháy lên, liền

rất sợ sệt mà nghĩ rằng: Ta dầu có thể ở nơi cửa của nhà cháy này, ra ngoài rất an ổn, song các con ở trong nhà lửa ưa vui chơi giỡn không hay biết, không sợ sệt, lửa đến đốt thân rất đau khổ lắm, mà lòng chẳng nhàm lo, không có ý cầu ra khỏi.

Xá-Lợi-Phất! Ông Trưởng-giả đó lại nghĩ: thân và tay của ta có sức mạnh, nên dùng vạt áo hoặc dùng ghe đẳng từ trong nhà mà ra ngoài. Ông lại nghĩ: Nhà này chỉ có một cái cửa mà lại hẹp nhỏ, các con thơ bé chưa hiểu, mê đắm chơi giỡn hoặc vấp ngã bị lửa đốt cháy, ta nên vì chúng nó mà nói những việc đáng sợ.

Nhà này đa bị cháy phải mau ra liền, chớ để bị lửa đốt hại. Nghĩ như thế theo chỗ đã nghĩ đó mà bảo các con: " Các con mau ra!" Cha dầu thương xót khéo nói để dụ dỗ, mà các người con ưa vui chơi chẳng khứng tin chịu, chẳng sợ sệt, trọn không có lòng muốn ra, lại cũng chẳng hiểu gì là lửa? gì là nhà? thế nào là hại? Chỉ cứ đông tây chạy giỡn nhìn cha mà thôi.

15. Bấy giờ, Trưởng-giả liền nghĩ nhà này đã bị lửa lớn đốt cháy, ta cùng các con nếu không ra liền chắc sẽ bị cháy, ta nay nên bày chước phương tiện khiến cho các con được khỏi nạn này.

Cha biết các con đều vẫn có lòng thích các đồ chơi trân báu lạ lùng, nếu có, chắc chúng nó ưa đắm, mà bảo các con rằng: "Đây này là những món ít có khó được mà các con có thể vui chơi, nếu các con không ra lấy sau chắc buồn ăn năn. Các thứ xe dê, xe hươu, xe trâu như thế, nay ở ngoài cửa có thể dùng dạo chơi, các con ở nơi nhà lửa nên mau ra đây tùy ý các con muốn, cha đều sẽ cho các con".

Lúc bấy giờ, các người con nghe cha nói đồ chơi báu đẹp vừa ý mình nên lòng mỗi người đều mạnh mẽ xô đẩy lẫn nhau cùng đua nhau ruổi chạy tranh ra khỏi nhà lửa. Khi đó Trưởng-giả thấy các con được an ổn ra khỏi nhà lửa đều ở trong đường ngã tư nơi đất trống không còn bị chướng ngại, tâm ông thơ thới vui mừng hớn hở.

Bấy giờ, các người con đều thưa với cha rằng: "Cha lúc nãy hứa cho những đồ chơi tốt đẹp, nào xe dê, xe hươu, xe trâu xin liền ban cho."

16. Xá-Lợi-Phất! Khi đó Trưởng-giả đều cho các con đồng một thứ xe lớn, xe đó cao rộng chưng dọn bằng các món báu, lan can bao quanh, bốn phía treo linh, lại dùng màn lọng giăng che ở trên, cũng dùng đồ báu đẹp tốt lạ mà trau giồi đó, dây bằng báu kết thắt các dải hoa rủ xuống, nệm chiếu mềm mại trải chồng, gối đỏ để trên, dùng trâu trắng kéo, sắc da mập sạch thân hình mập đẹp, có sức rất mạnh bước đi ngay bằng mau lẹ như gió, lại có đông tôi tớ để hầu hạ đó.

Vì cớ sao? Vì ông Trưởng-giả đó của giàu vô lượng, các thứ kho tàng thảy đều đầy ngập, ông nghĩ rằng: "Của cải của ta nhiều vô cực, không nên dùng xe nhỏ xấu kém mà cho các con, nay những trẻ thơ này đều là con của ta, đồng yêu không thiên lệch, ta có xe bằng bảy báu như thế số nhiều vô lượng nên lấy lòng bình đẳng mà đều cho chúng nó, chẳng nên sai khác."

Vì sao? Dầu đem xe của ta đó khắp cho cả người một nước hãy còn không thiếu huống gì các con. Lúc ấy các người con đều ngồi xe lớn được điều chưa từng có, không phải chỗ trước kia mình trông.

17. Xá-Lợi-Phất! Ý của ông nghĩ sao? Ông Trưởng-giả đó đồng đem xe trân báu lớn cho các người con, có lỗi hư vọng chăng? Xá-Lợi-Phất thưa: "Thưa Thế-Tôn! Không, ông Trưởng giả chỉ làm cho các con được khỏi nạn lửa, toàn thân mạng chúng nó chẳng phải là hư vọng. Vì sao? Nếu được toàn thân mạng bèn đã được đồ chơi tốt đẹp, huống nữa là dùng phương tiện cứu vớt ra khỏi nhà lửa.

Thế-Tôn! Dầu ông Trưởng-giả đó nhẫn đến chẳng cho một thứ xe rất nhỏ còn chẳng phải hư vọng. Vì sao? Vì ông Trưởng-giả đó trước có nghĩ như vầy: Ta dùng trước phương tiện cho các con được ra khỏi, vì nhân duyên đó nên không hư vọng vậy. Huống gì ông Trưởng-giả tự biết mình của giàu vô lượng muốn lợi ích các con mà đồng cho xe lớn!"

18. Phật bảo ngài Xá-Lợi-Phất: "Hay thay! Hay thay! Như lời ông nói, Xá-Lợi- Phất! Như-Lai cũng lại như thế, Phật là cha của tất cả thế gian, ở nơi các sự sợ hãi suy não lo buồn vô minh che tối hết hẳn không còn thừa, mà trọn thành tựu vô lượng tri-kiến, trí-lực, vô-sở-úy; có sức đại thần thông cùng sức trí huệ đầy đủ các món phương tiện. Trí huệ Ba-la-mật, đại từ đại bi thường không hề lười mỏi. Hằng vì cầu việc lành lợi cho tất cả muôn loại mà sanh vào nhà lửa tam giới cũ mục này, để độ chúng sanh ra khỏi nạn lửa; sanh, già, bệnh, chết, lo buồn khổ não, ngu si tối tăm, ba độc; dạy bảo cho chúng sanh được vô-thượng chánh-đẳng chánh-giác.

19. Ta thấy, các chúng sanh bị những sự sanh, già, bệnh, chết, lo buồn khổ não nó đốt cháy, cũng vì năm món dục *(9)* tài lợi mà bị các điều thống khổ. Lại vì tham mê đeo đuổi tìm cầu nên hiện đời thọ các điều khổ, đời sau thọ khổ địa-ngục, súc-sanh, ngạ-quỷ. Nếu sanh lên trời và ở trong loài người thời nghèo cùng khốn khổ, bị khổ về người yêu thường xa lìa, kẻ oán ghét lại gặp gỡ. Các món khổ như thế chúng-sanh chìm trong đó vui vẻ dạo chơi, chẳng hay biết, chẳng kinh chẳng sợ, cũng chẳng sanh lòng nhàm không cầu giải thoát; ở trong nhà lửa tam giới này

đông tây rảo chạy dầu bị khổ nhiều vẫn chẳng lấy làm lo.

20. Xá-Lợi-Phất! Đức Phật thấy việc này rồi bèn nghĩ rằng: Ta là cha của chúng sanh nên cứu chúng nó ra khỏi nạn khổ đó, ban vô lượng vô biên món trí huệ vui của Phật để chúng nó dạo chơi.

Xá-Lợi-Phất! Đức Như-Lai lại nghĩ: Nếu ta chỉ dùng sức thần thông cùng sức trí huệ bỏ chước phương tiện, mà vì chúng sanh khen ngợi các món tri-kiến, trí-lực, vô-sở-úy của Như-Lai, ắt chúng sanh chẳng có thể do đó mà được độ thoát. Vì sao? Vì các chúng sanh đó chưa khỏi sự sanh, già, bệnh, chết, lo buồn, đau khổ, đương bị thiêu đốt trong nhà lửa tam giới, làm sao có thể hiểu được trí huệ của Phật.

21. Xá-Lợi-Phất! Như ông Trưởng-giả kia dầu thân và tay có sức mạnh mà chẳng dùng đó, chỉ ân cần phương tiện gắng cứu các con thoát nạn nhà lửa, rồi sau đều cho xe trân báu lớn.

Đức Như-Lai cũng lại như thế, dầu có trí lực cùng sức vô úy *(10)* mà chẳng dùng đến, chỉ dùng trí huệ phương tiện nơi nhà lửa tam giới cứu vớt chúng sanh, vì chúng sanh nói ba thừa Thanh-văn, Duyên-giác cùng Phật-thừa mà bảo rằng: "Các ngươi không nên ưa ở trong nhà lửa tam giới, chớ có ham mê các món sắc, thanh, hương, vị, xúc thô hèn, nếu tham, mê ắt sinh ái nhiễm thời sẽ bị nó đốt; các ngươi mau ra khỏi ba cõi sẽ được chứng ba thừa: Thanh-văn, Duyên-giác và Phật-thừa.

Nay ta vì các người mà bảo nhiệm việc đó quyết không dối vậy. Các người chỉ nên siêng năng tinh-tấn tu hành". Đức Như-Lai dùng phương tiện ấy để dụ dẫn chúng sanh thẳng đến, lại bảo: "Các ngươi nên biết rằng pháp ba thừa đó đều là pháp của các đấng Thánh khen ngợi, là pháp tự tại không bị ràng buộc không còn phải nương gá tìm cầu, ngồi trong ba thừa này dùng các món căn, lực, giác-chi, thánh-đạo *(11)*, thiền định vô lậu cùng giải thoát tam muội v.v... để tự vui sướng, được vô lượng sự an ổn khoái lạc".

22. Xá-Lợi-Phất! nếu có chúng sanh nào bề trong có trí tánh, theo đức Phật Thế-Tôn nghe pháp tin nhận ân cần tinh tấn, muốn chóng ra khỏi ba cõi tự cầu chứng Niết-bàn, gọi đó là Thanh-văn thừa, như các người con kia vì cầu xe dê mà ra khỏi nhà lửa.

Nếu có chúng sanh nào theo đức Thế-Tôn nghe pháp, tin nhận, rồi ân cần tinh tấn, cầu trí huệ tự nhiên ưa thích riêng lẻ vắng lặng, sâu rõ nhân duyên của các pháp, gọi đó là Duyên-giác-thừa, như các người con kia vì cầu xe hươu mà ra khỏi nhà lửa.

Nếu có chúng sanh nào theo đức Phật Thế-Tôn nghe

pháp tin nhận, siêng tu tinh tấn cầu nhứt-thiết-trí, Phật-trí, tự- nhiên-trí, vô-sư-trí, các món tri-kiến-lực, vô-úy của Như-Lai, có lòng thương xót làm an vui cho vô lượng chúng sanh, lợi ích trời, người, độ thoát tất cả, hạng đó gọi là Đại-thừa, Bồ-Tát vì cầu được thừa này thời gọi là Ma-ha-tát, như các người con kia cầu xe trâu mà ra khỏi nhà lửa.

23. Xá-Lợi-Phất! Như ông Trưởng-giả kia thấy các con được an ổn ra khỏi nhà lửa đến chỗ vô úy, ông tự nghĩ, ta của giàu vô lượng, nên bình đẳng đem xe lớn đồng cho các con. Đức Như-Lai cũng lại như thế, là cha của tất cả chúng sanh, nếu thấy có vô lượng nghìn ức chúng sanh do cửa Phật giáo mà thoát khỏi khổ, đường hiểm đáng sợ của ba cõi được sự vui Niết-bàn.

Bấy giờ, đức Như-Lai bèn nghĩ: "Ta có vô lượng vô biên trí huệ, lực-vô-úy v.v... tạng pháp của các đức Phật, các chúng sanh này đều là con của ta đồng ban cho pháp Đại-thừa, chẳng để có người được diệt độ riêng, đều đem pháp diệt độ của Như-Lai mà cho chúng sanh nó diệt độ.

Những chúng sanh đã thoát khỏi ba cõi đó, Phật đều cho món vui thiền định, giải thoát v.v... của các đức Phật, các món đó đều là một tướng, một thứ mà các đấng Thánh khen ngợi, hay sanh ra sự vui sạch mầu bậc nhất.

24. Xá-Lợi-Phất! Như ông Trưởng-giả ban đầu dùng ba thứ xe dụ dẫn các con, sau rồi chỉ ban cho xe lớn vật báu trang nghiêm an ổn thứ nhất, song ông Trưởng-giả kia không có lỗi hư dối. Đức Như-Lai cũng như thế, không có hư dối, ban đầu nói ba thừa dẫn dắt chúng sanh sau rồi chỉ dùng Đại-thừa mà độ giải thoát đó.

Vì sao? Như-Lai có vô lượng tạng pháp trí huệ, lực, vô-sở-úy, có thể ban pháp Đại-thừa cho tất cả chúng sanh, chỉ vì chúng sanh không thọ được hết. Xá-Lợi-Phất! Vì nhân duyên đó nên phải biết các đức Như-Lai dùng sức phương tiện ở nơi một Phật-thừa phân biệt nói thành ba.

Đức Phật muốn tuyên lại nghĩa trên mà nói kệ rằng:

25. Thí như ông Trưởng-giả
Có một căn nhà rất lớn
Nhà đó đã lâu cũ
Mà lại rất xấu xa,
Phòng nhà vừa cao nguy
Gốc cột lại gẫy mục
Trinh xiêng đều xiêu vẹo
Nền móng đã nát rã,
Vách phên đều sụp đổ
Đất bùn rơi rớt xuống,

Tranh lọp sa tán loạn
Kèo đòn tay rời khớp,
Bốn bề đều cong vạy
Khắp đầy những tạp nhơ,
Có đến năm trăm người
Ở đỗ nơi trong đó.
Chim xi, hiêu, điêu, thứu,
Qua, chim thước, cưu, cáp
Loài ngoan-xà, phúc-yết,
Giống ngô-công, do-diên,
Loài thủ-cung, bá-túc
Dứu-ly cùng hề-thử
Các giống độc trùng dữ
Ngang dọc xen mỗi chạy,
Chỗ phẩn giải hôi thối.
Đồ bất tịnh chảy tràn
Các loài trùng khương lương
Bu nhóm ở trên đó,
Cáo, sói cùng dã-can
Liếm nhai và dày đạp
Cắn xé những thây chết
Xương thịt bừa bãi ra,
Do đây mà bầy chó
Đua nhau đến ngoạm lấy,
Ốm đói và sợ sệt
Nơi nơi tìm món ăn
Giành giựt cấu xé nhau

Gầm gừ gào sủa rên,
Nhà đó sự đáng sợ
Những biến trạng dường ấy.
Khắp chỗ đều có những
Quỷ, li, mị, vọng, lượng
Quỷ Dạ-xoa quỉ dữ Nuốt ăn cả thịt người,
Các loài trùng độc dữ
Những cầm thú hung ác
Ấp, cho bú sản sanh
Đều tự giấu gìn giữ
Quỷ Dạ-xoa đua đến
Giành bắt mà ăn đó,
Ăn đó no nê rồi
Lòng hung dữ thêm hăng
Tiếng chúng đánh cãi nhau
Thật rất đáng lo sợ.
Những quỉ Cưu-bàn-trà
Ngồi xổm trên đống đất
Hoặc có lúc hỏng đất
Một thước hay hai thước
Qua rồi lại, dạo đi
Buông lung chơi cùng giỡn
Nắm hai chân của chó
Đánh cho la thất thanh
Lấy chân đạp trên cổ
Khủng bố chó để vui.
Lại có các giống quỷ

Thân nó rất cao lớn
Trần truồng thân đen xấu
Thường ở luôn trong đó
Rền tiếng hung ác lớn
Kêu la tìm món ăn
Lại có các giống quỷ
Cổ nó nhỏ bằng kim,
Lại có các giống quỷ
Đầu nó như đầu trâu
Hoặc là ăn thịt người
Hoặc là ăn thịt chó,
Đầu tóc rối tung lên
Rất ác lại hung hiểm,
Bị đói khát bức ngặt
Kêu la vừa rong chạy
Dạ-xoa cùng quỷ đói
Các chim muông ác độc
Đói gấp rảo bốn bề
Rình xem các cửa sổ
Các nạn dường thế đấy
Vô lượng việc ghê sợ *(12)*

26. Nhà cũ mục trên đó
Thuộc ở nơi một người
Người ấy vừa mới ra
Thời gian chưa bao lâu
Rồi sau nhà cửa đó

Bỗng nhiên lửa cháy đỏ
Đồng một lúc bốn bề
Ngọn lửa đều hừng hực,
Rường cột và trinh xiêng
Tiếng tách nổ vang động
Nát gẫy rơi rớt xuống
Vách phên đều lở ngã,
Các loại quỷ thần thảy
Đồng cất tiếng kêu to,
Các giống chim điêu, thứu
Quỷ Cưu-bàn-trà thảy
Kinh sợ chạy sảng sốt
Vẫn không tự ra được,
Thú dữ loài trùng độc
Chui núp trong lỗ hang
Các quỷ Tỳ-xá-xà
Cũng ở trong hang đó
Vì phước đức kém vậy
Bị lửa đến đốt bức
Lại tàn hại lẫn nhau
Uống máu ăn thịt nhau.
Những loại thú dã-can
Thời đều đã chết trước
Các giống thú dữ lớn
Giành đua đến ăn nuốt.
Khói tanh bay phùn phụt
Phủ khắp bít bốn bề,

Loài ngô-công, do-diên
Cùng với rắn hung độc
Bị lửa lòn đốt cháy
Tranh nhau chạy khỏi hang
Quỷ Bàn-trà rình chờ
Liền bắt lấy mà ăn.
Lại có các ngã-quỷ
Trên đầu lửa rực cháy
Đói khát rất nóng khổ
Sảng sốt chạy quàng lên,
Nhà lửa đó dường ấy
Rất đáng nên ghê sợ
Độc hại cùng tai lửa
Các nạn chẳng phải một.

27. Lúc bấy giờ chủ nhà
Đứng ở nơi ngoài cửa
Nghe có người mách rằng:
Các người con của ông
Trước đây vì dạo chơi
Mà đến vào nhà này
Thơ bé không hiểu biết
Chỉ vui ham ưa đắm.
Trưởng-giả vừa nghe xong
Kinh sợ vào nhà lửa
Tìm phương nghi cứu tế
Cho con khỏi thiêu hại

Mà dụ bảo các con
Nói rõ các hoạn nạn:
Nào ác quỷ độc trùng
Hỏa tai lan tràn cháy
Các sự khổ thứ lớp
Nối luôn không hề dứt
Loài độc xà, nguơn phúc
Và các quỷ Dạ-xoa
Cùng quỷ Cưu-bàn-trà
Những dã-can, chồn, chó
Chim điêu, thứu xi, hiêu
Lại giống bá túc thảy
Đều đói khát khổ gấp
Rất đáng phải ghê sợ
Chỗ khổ nạn nhu thế
Huống lại là lửa lớn.
Các con nhỏ không hiểu
Dầu có nghe cha dạy
Cứ vẫn còn ham ưa
Vui chơi mãi không thôi

28. Bấy giờ trưởng-giả kia
Mới bèn nghĩ thế này
Các con như thế đó
Làm ta thêm sầu não
Nay trong nhà lửa này
Không một việc đáng vui

Mà các con ngây dại
Vẫn ham mê vui chơi
Chẳng chịu nghe lời ta
Toan sẽ bị lửa hại.
Ông bèn lại suy nghĩ
Nên bày các phương tiện
Bảo với các con rằng:
Cha có rất nhiều thứ
Các đồ chơi trân kỳ
Những xe báu tốt đẹp
Nào xe dê, xe hươu
Cùng với xe trâu lớn
Hiện để ở ngoài cửa
Các con mau ra đây
Cha chính vì các con
Mà sắm những xe này
Tùy ý các con thích
Có thể để dạo chơi.
Các con nghe cha nói
Các thứ xe như vậy
Tức thời cùng giành đua
Rảo chạy ra khỏi nhà
Đến nơi khoảng đất trống
Rời những sự khổ nạn
Trưởng-giả thấy các con
Được ra khỏi nhà lửa
Ở nơi ngã tư đường

Đều ngồi tòa sư-tử
Ông bèn tự mừng rằng
Ta nay rất mừng vui
Những đứa con ta đây
Đẻ nuôi rất khó lắm
Chúng nhỏ dại không hiểu
Mới lầm vào nhà hiểm
Có nhiều loài trùng độc
Quỷ, li mị đáng sợ
Lửa lớn cháy hừng hực
Bốn phía đều phụt lên
Mà các trẻ con này
Lại ham ưa vui chơi
Nay ta đã cứu chúng
Khiến đều được thoát nạn
Vì thế các người ơi!
Ta nay rất vui mừng.
Khi ấy các người con
Biết cha đã ngồi an
Đều đến bên chỗ cha
Mà thưa cùng cha rằng:
Xin cha cho chúng con
Ba thứ xe báu lạ
Như vừa rồi cha hứa
Các con mau ra đây
Sẽ cho ba thứ xe
Tùy ý các con muốn

Bây giờ chính phải lúc
Xin cha thương cấp cho.

29. Trưởng-giả giàu có lớn
Kho đụn rất nhiều đầy
Vàng bạc cùng lưu ly
Xa-cừ ngọc mã-não,
Dùng những món vật báu
Tạo thành các xe lớn
Chưng dọn trang nghiêm đẹp
Khắp vòng có bao lơn
Bốn mặt đều treo linh
Dây vàng xen thắt tụi
Lưới mành kết trân châu
Giăng bày phủ phía trên
Hoa vàng các chuỗi ngọc
Lòng thòng rủ khắp chỗ
Các màu trang sức đẹp
Khắp vòng xây quanh xe
Dùng nhiễu hàng mềm mại
Để làm nệm lót ngồi
Vải quí mịn rất tốt
Giá trị đến nghìn muôn
Bóng láng trắng sạch sẽ
Dùng trải trùm trên nệm
Có trâu trắng to lớn
Mập khỏe nhiều sức mạnh

Thân hình rất tươi tốt
Để kéo xe báu đó
Đông những tôi và tớ
Mà chực hầu giữ gìn
Đem xe đẹp như thế
Đồng ban cho các con
Các con lúc bấy giờ
Rất vui mừng hớn hở
Ngồi trên xe báu đó
Dạo đi khắp bốn phương
Vui chơi nhiều khoái lạc
Tự tại không ngăn ngại.

30. Bảo Xá-Lợi-Phất này
 Đức Phật cũng như vậy
 Tôn cả trong hàng Thánh
 Cha lành của trong đời
 Tất cả các chúng sanh
 Đều là con của ta
 Say mê theo thế lạc
 Không có chút huệ tâm
 Ba cõi hiểm không an
 Dường như nhà lửa cháy
 Các nạn khổ dẫy đầy
 Rất đáng nên ghê sợ
 Thường có những sanh, già
 Bệnh, chết và rầu lo

Các thứ lửa như thế
Cháy hừng chẳng tắt dứt
Đức Như-Lai đã lìa
Nhà lửa ba cõi đó
Vắng lặng ở thong thả
An ổn trong rừng nội
Hiện nay ba cõi này
Đều là của ta cả
Những chúng sanh trong đó
Cũng là con của ta
Mà nay trong ba cõi
Có nhiều thứ hoạn nạn
Chỉ riêng một mình ta
Có thể cứu hộ chúng
Dầu lại đã dạy bảo
Mà vẫn không tin nhận
Vì nơi các dục nhiễm
Rất sanh lòng tham mê
Bởi thế nên phương tiện
Vì chúng nói ba thừa
Khiến cho các chúng sanh
Rõ ba cõi là khổ
Mở bày cùng diễn nói
Những đạo pháp xuất thế,
Các người con đó thảy
Nếu nơi tâm quyết định
Đầy đủ ba món minh *(13)*

Và sáu món thần thông *(14)*
Có người được Duyên-Giác
Hoặc bất thối Bồ-Tát.
Xá-Lợi-Phất phải biết
Ta vì các chúng sanh
Dùng món thí dụ này
Để nói một Phật-thừa
Các ông nếu có thể
Tin nhận lời nói đây.
Tất cả người đều sẽ
Chứng thành quả Phật đạo

31. Phật thừa đây vi diệu
 Rất thanh tịnh thứ nhất
 Ở trong các thế giới
 Không còn pháp nào trên
 Của các Phật vui ưa,
 Tất cả hàng chúng sanh
 Đều phải nên khen ngợi
 Và cúng dường lễ bái
 Đủ vô lượng nghìn ức
 Các trí lực, giải thoát
 Thiền định và trí huệ
 Cùng pháp khác của Phật
 Chứng được thừa như thế
 Khắp cho các con thảy
 Ngày đêm cùng kiếp số

Thường được ngồi dạo chơi
Cho các hàng Bồ-Tát
Cùng với chúng Thanh-văn
Nương nơi thừa báu này
Mà thẳng đến đạo tràng.
Vì bởi nhân duyên đó
Tìm kỹ khắp mười phương
Lại không thừa nào khác
Trừ Phật dùng phương tiện
Bảo với Xá-Lợi-Phất!
Bọn ông các người thảy
Đều là con của ta
Ta thời là cha lành.
Các ông trải nhiều kiếp
Bị các sự khổ đốt
Ta đều đã cứu vớt
Cho ra khỏi ba cõi
Ta dầu ngày trước nói
Các ông được diệt độ
Nhưng chỉ hết sanh tử
Mà thật thời chẳng diệt
Nay việc nên phải làm
Chỉ có trí huệ Phật.
Nếu có Bồ-Tát nào
Ở trong hàng chúng này
Có thể một lòng nghe
Pháp thật của các Phật,

Các đức Phật Thế-Tôn
Dầu dùng chước phương tiện
Mà chúng sanh được độ
Đều là Bồ-Tát cả

32. Nếu có người trí nhỏ
Quá mê nơi ái dục
Phật bèn vì bọn này
Mà nói lý khổ-đế,
Chúng sanh nghe lòng mừng
Được điều chưa từng có
Đức Phật nói khổ-đế,
Chơn thật không sai khác
Nếu lại có chúng sanh
Không rõ biết gốc khổ
Quá say nơi khổ nhân
Chẳng tạm rời bỏ được
Phật vì hạng người này
Dùng phương tiện nói dạy
Nguyên nhân có các khổ
Tham dục là cội gốc
Nếu dứt được tham dục
Khổ không chỗ nương đỗ
Dứt hết hẳn các khổ
Gọi là đế thứ ba
Vì chứng diệt-đế vậy
Mà tu hành đạo-đế

Lìa hết các khổ phược
Gọi đó là giải thoát
Người đó nơi pháp gì
Mà nói được giải thoát?
Chỉ xa rời hy vọng
Gọi đó là giải thoát
Kỳ thực chưa phải được
Giải thoát hẳn tất cả
Đức Phật nói người đó
Chưa phải thật diệt độ
Vì người đó chưa được
Đạo quả vô thượng vậy.
Ý của ta không muốn
Cho đó đến diệt độ,
Ta là đấng Pháp-vương
Tự tại nơi các Pháp
Vì an ổn chúng sanh
Nên hiện ra nơi đời.
Xá-Lợi-Phất phải biết
Pháp ấn của ta đây
Vì muốn làm lợi ích
Cho thế gian nên nói
Tại chỗ ông đi qua
Chớ có vọng tuyên truyền.
Nếu có người nghe đến
Tùy hỷ kính nhận lấy
Phải biết rằng người ấy

Là bậc bất-thối-chuyển
Nếu có người tin nhận
Kinh pháp vô thượng này.
Thời người đó đã từng
Thấy các Phật quá khứ
Cung kính và cúng dường
Cũng được nghe pháp này.
Nếu người nào có thể
Tin chịu lời ông nói
Thời chính là thấy Ta
Cũng là thấy nơi ông
Cùng các chúng Tỳ-kheo
Và các hàng Bồ-Tát.

33. Phật vì người trí sâu
Nói kinh Pháp-Hoa này
Kẻ thức cạn nghe đến
Mê lầm không hiểu được.
Tất cả hàng Thanh-văn
Cùng với Bích-chi-Phật
Ở trong kinh pháp này
Sức kia không hiểu được.
Chính ông Xá-Lợi-Phất
Hãy còn nơi kinh này
Dùng lòng tin được vào
Huống là Thanh-văn khác.
Bao nhiêu Thanh-văn khác

Do tin theo lời Phật
Mà tùy thuận kinh này
Chẳng phải trí của mình.

34. Lại này Xá-Lợi-Phất!
Kẻ kiêu mạn biếng lười
Vọng so chấp lấy ngã
Chớ vì nói kinh này,
Hạng phàm phu biết cạn
Quá mê năm món dục
Nghe pháp không hiểu được
Cũng chẳng nên vì nói.
Nếu có người không tin
Khinh hủy chê kinh này
Thời là dứt tất cả
Giống Phật ở thế gian.
Nếu có người sịu mặt
Mà ôm lòng nghi hoặc
Ông nên lóng nghe nói
Tội báo của người đó
Hoặc Phật còn tại thế
Hoặc sau khi diệt độ
Nếu có người chê bai
Kinh điển như thế này
Thấy có người đọc tụng
Biên chép thọ trì kinh
Rồi khinh tiện ghét ghen

Mà ôm lòng kết hờn
Tội báo của người đó
Ông nay lại lóng nghe.
Người đó khi mạng chung
Sa vào ngục A-tỳ
Đầy đủ một kiếp chan
Kiếp mãn hết lại sanh
Cứ xoay vần như thế
Nhẫn đến vô số kiếp.
Từ trong địa ngục ra
Sẽ đọa vào súc sanh,
Hoặc làm chó, dã-can
Thân thể nó ốm gầy
Đen đìu thêm ghẻ lác
Bị người thường chọc ghẹo
Lại còn phải bị người
Gớm nhờm và ghét rẻ
Thường ngày đói khát khổ
Xương thịt đều khô khan,
Lúc sống chịu khổ sở
Chết bị ném ngói đá
Vì đoạn mất giống Phật
Nên thọ tội báo đó
Hoặc sanh làm lạc đà
Hoặc sanh vào loài lừa
Thân thường mang kéo nặng
Lại thêm bị đánh đập

Chỉ nhớ tưởng: nước, cỏ
Ngoài ra không biết gì
Vì khinh chê kinh này
Mà mắc tội như vậy
Có khi làm dã-can
Đi vào trong xóm làng
Thân thể đầy ghẻ lác
Lại chột hết một mắt
Bị bọn trẻ nhỏ vây
Theo đánh đập liệng ném
Chịu nhiều các đau khổ
Hoặc có lúc phải chết
Ở đây vừa chết rồi
Liền lại thọ thân rắn
Thân thể nó dài lớn
Đến năm trăm do tuần
Điếc ngây và không chân
Lăn lóc đi bằng bụng
Bị các loài trùng nhỏ
Cắn rúc ăn thịt máu
Bị khổ cả ngày đêm
Không tạm có ngừng nghỉ
Vì khinh chê kinh này
Mà mắc tội như vậy.
Nếu được sanh làm người
Các căn đều ám độn
Lùn xấu lại lệch què

Đui điếc thêm lưng gù
Có nói ra lời gì
Mọi người không tin nhận
Hơi miệng thường hôi thối
Bị quỷ mị dựa nhập
Nghèo cùng rất hèn hạ
Bị người sai khiến luôn,
Nhiều bệnh thân ốm gầy
Không có chỗ cậy nhờ
Dù nương gần với người
Mà người chẳng để ý
Nếu có được điều chi
Thời liền lại quên mất,
Nếu học qua nghề thuốc
Theo đúng phép trị bịnh
Mà bệnh người nặng thêm
Hoặc có khi đến chết,
Nếu tự mình có bệnh
Không người chữa lành được
Dù có uống thuốc hay
Mà bệnh càng thêm nặng,
Hoặc người khác phản nghịch
Cướp giật trộm lấy của
Các tội dường thế đó
Lại tự mang vạ lây.
Những người tội như đây
Trọn không thấy được Phật

Là vua trong hàng Thánh
Thường nói pháp giáo hóa
Những người tội như đây
Thường sanh chỗ hoạn nạn
Tâm cuồng loạn, tai điếc
Trọn không nghe pháp được,
Trải qua vô số kiếp
Như số cát sông Hằng
Sanh ra liền điếc câm
Các căn chẳng đầy đủ
Thường ở trong địa ngục
Như dạo chơi vườn nhà,
Ở tại ác đạo khác
Như ở nhà cửa mình
Lạc đà, lừa, lợn, chó
Là chỗ kia thường đi
Vì khinh chê kinh này
Mắc tội dường thế đó.
Nếu được sanh làm người
Điếc, đui lại câm, ngọng
Nghèo cùng các tướng suy
Dùng đó tự trang nghiêm.
Sưng bủng bệnh khô khát
Ghẻ, lác, cùng ung thư
Các bệnh như trên đó
Dùng làm y phục mặc,
Thân thể thường hôi hám

Nhơ nhớp không hề sạch
Lòng chấp ngã sâu chặt
Thêm nhiều tánh giận hờn
Tình dâm dục hẫy hừng
Đến chẳng chừa cầm thú,
Vì khinh chê kinh này
Mắc tội dường thế đó.

35. Bảo cho Xá-Lợi-Phất!
Người khinh chê kinh này
Nếu kể nói tội kia
Cùng kiếp cũng chẳng hết
Vì bởi nhân duyên đó
Ta vẫn bảo các ông
Trong nhóm người vô trí
Chớ nên nói kinh này
Nếu có người lợi căn
Sức trí huệ sáng láng
Học rộng và nhớ dai
Lòng mong cầu Phật đạo
Những hạng người như thế
Mới nên vì đó nói
Nếu có người đã từng
Thấy trăm nghìn ức Phật
Trồng các cội đức lành
Thâm tâm rất bền vững
Hạng người được như thế

Mới nên vì đó nói.
Nếu có người tinh tấn
Thường tu tập lòng từ
Chẳng hề tiếc thân mạng
Mới nên vì đó nói
Nếu có người cung kính
Không có sanh lòng khác
Lìa xa các phàm phu
Ở riêng trong núi thẳm
Những hạng người như thế
Mới nên vì đó nói
Lại Xá-Lợi-Phất này!
Nếu thấy có người nào
Rời bỏ ác tri-thức
Gần gũi bạn hiền lành
Người được như thế ấy
Mới nên vì đó nói.
Nếu thấy hàng Phật tử
Giữ giới hạnh trong sạch
Như minh châu sáng sạch
Ham cầu kinh Đại thừa
Những người được như thế
Mới nên vì đó nói.
Nếu người không lòng giận
Chắc thật ý dịu hòa
Thường thương xót mọi loài
Cung kính các đức Phật

Hạng người tốt như thế
Mới nên vì đó nói.
Lại có hàng Phật tử
Ở tại trong đại chúng
Thuần dùng lòng thanh tịnh
Các món nhân cùng duyên
Thí dụ và lời lẽ
Nói pháp không chướng ngại
Những người như thế ấy
Mới nên vì đó nói
Nếu có vị Tỳ-kheo
Vì cầu nhứt-thiết-trí
Khắp bốn phương cầu pháp
Chắp tay cung kính thọ
Chỉ ưa muốn thọ trì
Kinh điển về Đại-thừa
Nhẫn đến không hề thọ
Một bài kệ kinh khác
Hạng người được như thế
Mới nên vì đó nói.
Như có người chí tâm
Cầu xá-lợi của Phật
Cầu kinh cũng như thế
Được rồi đỉnh lễ thọ
Người đó chẳng còn lại
Có lòng cầu kinh khác
Cũng chưa từng nghĩ tưởng

Đến sách vở ngoại đạo
Người được như thế ấy
Mới nên vì đó nói.
Bảo cùng Xá-Lợi-Phất!
Ta nói các sự tướng
Của người cầu Phật đạo
Cùng kiếp cũng chẳng hết
Những người như thế đó
Thời có thể tin hiểu
Ông nên vì họ nói
Kinh Diệu-Pháp Liên-Hoa.

KINH
DIỆU PHÁP LIÊN HOA

Tam Tạng Pháp Sư
Cưu Ma La Thập
Hán Dịch

Tỳ Kheo Thích Trí Tịnh
Việt Dịch

QUYỂN THỨ HAI

PHẨM "TÍN GIẢI"
THỨ TƯ

1. Lúc bấy giờ, các Ngài Huệ-Mệnh Tu-Bồ-Đề, Đại Ca-Chiên-Diên, Đại Ca-Diếp, Đại Mục-Kiền-Liên, từ nơi Phật được nghe pháp chưa từng có. Đức Thế-Tôn dự ghi cho Ngài Xá-Lợi-Phất sẽ thành vô-thượng chánh-đẳng chánh-giác, sanh lòng hy hữu hớn hở vui mừng, liền từ chỗ ngồi đứng dậy sửa y phục trịch bày vai hữu, gối hữu chấm đất, một lòng chấp tay cúi mình cung kính chiêm ngưỡng dung nhan Phật mà bạch cùng Phật rằng: "Chúng con ở đầu trong hàng Tăng, tuổi đều già lụn, tự cho đã được Niết-bàn không kham nhiệm gì nữa, chẳng còn thẳng cầu thêm đạo vô-thượng chánh-đẳng chánh-giác."

Đức Thế-Tôn thuở trước nói pháp đã lâu, lúc đó chúng con ngồi nơi toà thân thể mỏi mệt, chỉ nhớ nghĩ ba pháp: Không, vô tướng, vô tác, đối với các pháp du hý thần thông, tịnh cõi nước Phật, độ thoát chúng sanh của Bồ-Tát, lòng chúng con không ưa thích.

Vì sao? Đức Thế-Tôn khiến chúng con ra khỏi ba cõi được chứng Niết-bàn, lại nay đây chúng con tuổi đã già nua ở nơi đạo vô-thượng chánh-đẳng chánh-giác của Phật dạy Bồ-Tát không hề sanh một niệm ưa thích. Chúng con hôm nay ở trước Phật nghe thọ ký cho Thanh-văn sẽ được vô-thượng chánh-đẳng chánh- giác, lòng rất vui mừng được pháp chưa từng có, chẳng ngờ hôm nay bỗng nhiên được pháp hy hữu, tự rất mừng may được lợi lành lớn, vô lượng trân báu chẳng tìm cầu mà tự được.

2. Thế-Tôn! chúng con hôm nay xin nói thí dụ để chỉ rõ nghĩa đó.

Thí như có người tuổi thơ bé, bỏ cha trốn đi qua ở lâu nơi nước khác, hoặc mười, hai mươi đến năm mươi năm; người đó tuổi đã lớn lại thêm nghèo cùng khốn khổ, dong ruổi bốn phương để cầu đồ mặc vật ăn, dạo đi lần lần tình cờ về bổn quốc.

Người cha từ trước đến nay, tìm con không được bèn ở lại tại một thành trong nước đó. Nhà ông giàu lớn của báu vô lượng, các kho đụn, vàng, bạc, lưu ly, san-hô, hổ-phách, pha lê, châu ngọc v.v... thảy đều đầy tràn; tôi tớ, thần tá, lại dân rất đông, voi, ngựa, xe cộ bò dê nhiều vô số. Cho vay thâu vào lời lãi khắp đến nước khác, khách thương buôn bán cũng rất đông nhiều.

Bấy giờ, gã nghèo kia dạo đến các tụ lạc, trải qua xóm làng, lần hồi đến nơi thành của người cha ở.

Người cha hằng nhớ con, cùng con biệt ly hơn năm mươi năm mà ông vẫn chưa từng đối với người nói việc như thế, chỉ tự suy nghĩ già nua và có nhiều của cải, vàng bạc, trân báu, kho đụn tràn đầy, không có con cái, một mai mà chết mất thì của cải tản thất không người giao phó. Cho nên ân cần nhớ luôn đến con. Ông lại nghĩ: Nếu ta gặp được con ủy phó của cải, thản nhiên khoái lạc không còn sầu lo.

3. Thưa Thế-Tôn! Bấy giờ gã cùng tử làm thuê làm mướn lần hồi tình cờ đến nhà người cha bèn đứng lại bên cửa, xa thấy cha ngồi giường sư tử, ghế báu đỡ chân, các hàng Bà-la-môn, Sát-đế-lợi, Cư-sĩ đều cung kính bao quanh. Trên thân ông đó dùng chui ngọc chân châu giá trị nghìn vạn để trang nghiêm, kẻ lại dân tôi tớ tay cầm phất trần trắng đứng hầu hai bên. Màn báu che trên, những phan đẹp thòng xuống, nước thơm rưới đất, rải các thứ danh hoa, các vật báu chưng bày, phát ra, thâu vào, lấy, cho v.v... có các sự nghiêm sức dường ấy, uy đức rất tôn trọng.

Gã cùng tử thấy cha có thế lực lớn liền sanh lòng lo sợ, hối hận về việc đến nhà này, nó thầm nghĩ rằng: "Ông này chắc là vua, hoặc là bậc đồng vua, chẳng phải là chỗ của ta làm thuê mướn được tiền vật. Chẳng bằng ta qua đến xóm nghèo có chỗ cho ta ra sức dễ được đồ mặc vật ăn, nếu như ta đứng lâu ở đây hoặc rồi họ sẽ bức ngặt ép sai ta làm". Gã nghĩ như thế rồi, liền chạy mau đi thẳng.

4. Khi đó, ông Trưởng-giả ngồi nơi tòa sư tử thấy con

bèn nhớ biết, lòng rất vui mừng mà tự nghĩ rằng: "Của cải kho tàng của ta nay đã có người giao phó rồi, ta thường nghĩ nhớ đứa con này làm sao gặp được, nay bỗng nó tự đến rất vừa chỗ muốn của ta, ta dầu tuổi già có vẫn tham tiếc". Ông liền sai người hầu cận đuổi gấp theo bắt lại.

Lúc ấy, kẻ sứ giả chạy mau qua bắt, gã cùng tử kinh ngạc lớn tiếng kêu oan: "Tôi không hề xúc phạm, cớ sao lại bị bắt?" Kẻ sứ giả bắt đó càng gấp cưỡng dắt đem về. Khi đó gã cùng tử tự nghĩ không tội chi mà bị bắt bớ đây chắc định phải chết, lại càng sợ sệt mê ngất ngã xuống đất.

Người cha xa thấy vậy bèn nói với kẻ sứ giả rằng: "Không cần người đó, chớ cưỡng đem đến, lấy nước lạnh rưới trên mặt cho nó tỉnh lại đừng nói chi với nó". Vì sao? Cha biết con mình chí ý hạ liệt, tự biết mình giàu sang làm khiếp sợ cho con. Biết chắc là con rồi mà dùng phương tiện chẳng nói với người khác biết là con mình. Kẻ sứ giả nói với cùng tử: "Nay ta thả ngươi đi đâu tùy ý".

Gã cùng tử vui mừng được điều chưa từng có, từ dưới đất đứng dậy, qua đến xóm nghèo để tìm cầu sự ăn mặc.

5. Bấy giờ ông Trưởng-giả toan muốn dụ dẫn người con mà bày chước phương tiện, mật sai hai người, hình sắc tiều tụy không có oai đức: "Hai người nên

qua xóm kia từ từ nói với gã cùng tử, nơi đây có chỗ làm trả giá gấp bội. Gã cùng tử nếu chịu thời dắt về đây khiến làm. Nếu nó có hỏi muốn sai làm gì? Thì nên nói với nó rằng: "Thuê người hốt phân, chúng ta hai người cũng cùng ngươi chung nhau làm." Khi đó hai người sứ liền tìm gã cùng tử, rồi thuật đủ việc như trên.

6. Bấy giờ gã cùng tử trước hỏi lấy giá cả liền đến hốt phân. Người cha thấy con, thương xót và quái lạ. Lại một ngày khác ông ở trong cửa sổ xa thấy con ốm o tiều tụy, phân đất bụi bặm dơ dáy không sạch. Ông liền cởi chuỗi ngọc, áo tốt mịn màng cùng đồ trang sức, lại mặc áo thô rách trỉn dơ, bụi đất lấm thân, tay mặt cầm đồ hốt phân, bộ dạng đáng nể sợ, bảo những người làm rằng: "Các ngươi phải siêng làm việc chớ nên lười nghỉ!" Dùng phương tiện đó được đến gần người con.

Lúc sau lại bảo con rằng: "Gã nam tử này! Ngươi thường làm ở đây đừng lại đi nơi khác, ta sẽ trả thêm giá cho ngươi; những đồ cần dùng như loại bồn, chậu, gạo, bột, muối, dấm, ngươi chớ tự nghi ngại. Cũng có kẻ tớ già hèn hạ, nếu cần ta cấp cho, nên phải an lòng, ta như cha của ngươi chớ có sầu lo".

Vì sao? Vì ta tuổi tác già lớn mà ngươi thì trẻ mạnh, ngươi thường trong lúc làm việc không lòng dối khi trễ nải giận hờn nói lời thán oán, đều không thấy ngươi có các điều xấu đó như các người làm công khác. Từ ngày nay nhẫn sau như con đẻ của ta. Tức thời Trưởng-giả lại đặt tên cho cùng tử gọi đó là "con". Khi đó gã cùng tử, dầu mừng việc tình cờ đó song vẫn còn tự cho mình là khách, là người làm công hèn, vì cớ đó mà trong hai mươi năm thường sai hốt phân, sau đó lòng gã mới lần thể tin ra vào không ngại sợ, nhưng chỗ gã ở cũng vẫn nguyên chỗ cũ.

7. Thế-Tôn! Bấy giờ Trưởng-giả có bệnh, tự biết mình không bao lâu sẽ chết mới bảo cùng tử rằng: "Ta nay rất nhiều vàng bạc, trân, báu, kho đụn tràn đầy, trong đó nhiều ít chỗ đáng xài dùng ngươi phải biết hết đó. Lòng ta như thế, ngươi nên thể theo ý ta.
Vì sao? Nay ta cùng ngươi bèn là không khác, nên gắng dụng tâm chớ để sót mất".Khi ấy cùng tử liền nhận lời bảo lãnh biết các của vật, vàng, bạc, trân, báu và các kho tàng, mà trọn không có ý mong lấy của đáng chừng bữa ăn, chỗ của gã ở vẫn tại chỗ cũ, tâm chí hạ liệt cũng chưa bỏ được.

8. Lại trải qua ít lâu sau, cha biết ý chí con lần đã thông thái trọn nên chí lớn, tự chê tâm ngày trước. Đến giờ sắp chết, ông gọi người con đến và hội cả thân tộc, quốc-vương, quan đại-thần, dòng sát-lợi,

hàng cư-sĩ, khi đã nhóm xong, ông liền tự tuyên rằng: "Các ngài nên rõ, người này là con ta, của ta sanh ra, ngày trước trong thành nọ, bỏ ta trốn đi, nổi trôi khổ sở, hơn năm mươi năm, nó vốn tên ấy, còn ta tên ấy. Xưa ta ở tại thành này lòng lo lắng tìm kiếm, bỗng ở nơi đây gặp được nó. Nó thật là con ta, ta thật là cha nó. Nay ta có tất cả bao nhiêu của cải, đều là của con ta có, trước đây của cải cho ra thâu vào, con ta đây coi biết."

Thế-Tôn! Khi đó gã cùng tử nghe cha nói như thế, liền rất vui mừng được điều chưa từng có, mà nghĩ rằng: "Ta vốn không có lòng mong cầu, nay kho tàng báu này tự nhiên mà đến".

9. Thế-Tôn! Ông phú Trưởng-giả đó là đức Như-Lai, còn chúng con đều giống như con của Phật. Đức Như-Lai thường nói chúng con là con.

Thưa Thế-Tôn! Chúng con vì ba món khổ *(16)* nên ở trong sanh tử chịu các sự đau đớn mê lầm không hiểu biết, ưa thích các pháp tiểu thừa. Ngày nay đức Thế-Tôn khiến chúng con suy nghĩ dọn trừ những phân dơ các pháp hý luận *(17)*. Chúng con ở trong đó siêng gắng tinh tấn được đến Niết-bàn, cái giá một ngày. Đã được đây rồi lòng rất vui mừng tự cho là đủ, mà tự nói rằng: Ở trong pháp của Phật; do siêng năng tinh tấn nên chỗ được rộng nhiều.

Nhưng đức Thế-Tôn trước biết chúng con lòng ưa

muốn sự hèn tệ, ham nơi pháp tiểu thừa, chúng con bèn bị Phật buông bỏ chẳng vì phân biệt rằng: Các ông sẽ có phần bảo tàng tri kiến của Như-Lai.

Đức Thế-Tôn dùng sức phương tiện nói bày trí huệ của Như-Lai. Chúng con theo Phật được giá Niết-bàn một ngày, cho là nhiều rồi, đối với pháp Đại-thừa này không có chí cầu. Chúng con lại nhân trí huệ của Phật, vì các vị Bồ-Tát mà chỉ bày diễn nói, nhưng chính tự mình lại không có chí muốn nơi pháp đó.

Vì sao? Đức Phật biết chúng con ưa nơi pháp tiểu thừa, nên dùng sức phương tiện thuận theo chúng con mà nói pháp, chúng con không tự biết thật là Phật tử.

Ngày nay chúng con mới biết đức Thế-Tôn ở nơi trí huệ của Phật không có lẫn tiếc.

Vì sao? Chúng con từ xưa đến nay thật là Phật tử mà chỉ ưa nơi pháp tiểu thừa, nếu chúng con có tâm ham Đại-thừa, thời Phật vì chúng con mà nói pháp Đại-thừa. Ở trong kinh này chỉ nói pháp nhứt thừa. Lúc xưa đức Phật ở trước Bồ-Tát chê trách Thanh-văn ham pháp tiểu thừa.

Nhưng đức Phật thực dùng Đại-thừa để giáo hóa, vì thế nên chúng con nói vốn không có lòng mong cầu mà nay báu lớn của đấng Pháp-vương tự nhiên đến, như chỗ nên được của Phật tử đều đã được có.

Bấy giờ ngài Ma-ha Ca-Diếp muốn tuyên lại nghĩa

trên mà nói kệ rằng:

10. Chúng con ngày hôm nay
Nghe âm giáo của Phật
Lòng hớn hở mừng rỡ
Được pháp chưa từng có.
Phật nói hàng Thanh-văn
Sẽ được thành quả Phật
Đống châu báu vô thượng
Chẳng cầu tự nhiên được.
Ví như gã đồng tử
Thơ bé không hiểu biết
Bỏ cha trốn chạy đi
Đến cõi nước xa khác
Nổi trôi khắp nước ngoài
Hơn năm mươi năm dài
Cha gã lòng buồn nhớ
Kiếm tìm khắp bốn phương
Kiếm tìm đó đã mỏi
Liền ở lại một thành
Xây dựng nên nhà cửa
Năm món dục tự vui.
Nhà ông giàu có lớn
Nhiều những kho vàng, bạc
Xa-cừ, ngọc mã-não
Trân châu, ngọc lưu ly
Voi ngựa cùng trâu dê

Kiệu, cán đủ xe cộ
Ruộng đất và tôi tớ
Nhân dân rất đông nhiều
Xuất nhập thâu lời lãi
Bèn khắp đến nước khác
Khách thương người buôn bán
Không xứ nào không có,
Nghìn muôn ức chúng hội
Vây quanh cung kính ông,
Thường được bậc vua chúa
Mến yêu nhớ tưởng đến,
Các quan, hạng hào tộc
Đều cũng đồng tôn trọng
Vì có các sự duyên
Người tới lui rất đông,
Giàu mạnh như thế đó
Có thế lực rất lớn
Mà tuổi đã già nua
Lại càng buồn nhớ con
Ngày đêm luống suy nghĩ
Giờ chết toan sắp đến
Con thơ dại bỏ ta
Hơn năm mươi năm tròn,
Các của vật kho tàng
Sẽ phải làm thế nào?

11. Bấy giờ gã cùng tử
    Đi tìm cầu ăn mặc
    Ấp này đến ấp khác
    Nước này sang nước nọ,
    Hoặc có khi được của
    Hoặc có khi không được,
    Đói thiếu hình gầy gò
    Thân thể sanh ghẻ lác.
    Lần lựa đi trải qua
    Đến thành cha gã ở
    Xoay vần làm thuê mướn
    Bèn đến trước nhà cha.
    Lúc ấy ông Trưởng-giả
    Đang ở trong nhà ông
    Giăng màn châu báu lớn
    Ngồi tòa sư-tử cao
    Hàng quyến thuộc vây quanh
    Đông người đứng hầu hạ,
    Hoặc có người tính toán
    Vàng, bạc, cùng vật báu
    Của cải ra hoặc vào
    Biên chép ghi giấy tờ.
    Gã cùng tử thấy cha
    Quá mạnh giàu tôn nghiêm
    Cho là vị quốc-vương
    Hoặc là đồng bậc vua,
    Kinh sợ tự trách thầm

Tại sao lại đến đây?
Lại thầm tự nghĩ rằng:
Nếu ta đứng đây lâu
Hoặc sẽ bị bức ngặt
Ép buộc sai khiến làm.
Suy nghĩ thế đó rồi
Rảo chạy mà đi thẳng
Hỏi thăm xóm nghèo nàn
Muốn qua làm thuê mướn.

12. Lúc bấy giờ Trưởng-giả
Ngồi trên tòa sư-tử
Xa trông thấy con mình
Thầm lặng mà ghi nhớ,
Ông liền bảo kẻ sứ
Đuổi theo bắt đem về.
Gã cùng tử sợ kêu
Mê ngất ngã trên đất
Người này theo bắt tôi
Chắc sẽ bị giết chết
Cần gì đồ ăn mặc
Khiến tôi đến thế này!
Trưởng-giả biết con mình
Ngu dại lòng hẹp hèn
Chẳng chịu tin lời ta
Chẳng tin ta là cha
Ông liền dùng phương tiện

Lại sai hai người khác
Mắt chột, thân lùn xấu
Hạng không có oai đức!
Các người nên bảo nó
Rằng ta sẽ thuê nó
Hốt dọn các phân nhơ
Trả giá bội cho nó.
Gã cùng tử nghe rồi
Vui mừng theo sứ về
Vì dọn các phân nhơ
Sạch sẽ các phòng nhà
Trưởng-giả trong cửa sổ
Thường ngó thấy con mình
Nghĩ con mình ngu dại
Ưa thích làm việc hèn.
Lúc đó ông Trưởng-giả
Mặc y phục cũ rách
Tay cầm đồ hốt phân
Qua đến chỗ con làm
Phương tiện lần gần gũi
Bảo rằng: rán siêng làm!
Đã thêm giá cho ngươi
Và cho dầu thoa chân
Đồ ăn uống đầy đủ
Thêm đệm chiếu đầy ấm
Cặn kẽ nói thế này:
Ngươi nên siêng làm việc!

Rồi lại dịu dàng bảo
Như con thật của ta.

13. Ông Trưởng-giả có trí
    Lần lần cho ra vào
    Trải qua hai mươi năm
    Coi sóc việc trong nhà,
    Chỉ cho biết vàng, bạc,
    Ngọc trân châu, pha-lê
    Các vật ra hoặc vào
    Đều khiến gã biết rõ.
    Gã vẫn ở ngoài cửa
    Nương náu nơi am tranh
    Tự nghĩ phận nghèo nàn
    Ta không có vật đó.
    Cha biết lòng con mình
    Lần lần đã rộng lớn
    Muốn giao tài vật cho
    Liền nhóm cả thân tộc
    Quốc vương các đại thần
    Hàng sát-lợi, cư-sĩ
    Rồi ở trong chúng này
    Tuyên nói chính con ta
    Bỏ ta đi nước khác
    Trải hơn năm mươi năm,
    Từ gặp con đến nay
    Đã hai mươi năm rồi

Ngày trước ở thành kia
Mà mất đứa con này
Ta đi tìm khắp nơi
Bèn đến ngụ nơi đây
Phàm của cải ta có
Nhà cửa cùng nhân dân
Thảy đều phó cho nó
Mặc tình nó tiêu dùng.
Người con nhớ xưa nghèo
Chí ý rất kém hèn
Nay ở nơi cha mình
Được quá nhiều châu báu
Và cùng với nhà cửa
Gồm tất cả tài vật,
Lòng rất đỗi vui mừng
Được điều chưa từng có.

14. Đức Phật cũng như thế
Biết con ưa tiểu thừa
Nên chưa từng nói rằng
Các ngươi sẽ thành Phật
Mà chỉ nói chúng con
Được có đức vô lậu
Trọn nên quả tiểu thừa
Hàng Thanh-văn đệ tử
Đức Phật bảo chúng con
Nói đạo pháp tối thượng

Người tu tập pháp này
Sẽ được thành Phật quả
Chúng con vâng lời Phật
Vì các Bồ-Tát lớn
Dùng các món nhân duyên
Cùng các món thí dụ
Bao nhiêu lời lẽ hay
Để nói đạo vô thượng.
Các hàng Phật tử thảy
Từ nơi con nghe pháp
Ngày đêm thường suy gẫm
Tinh tấn siêng tu tập.
Bấy giờ các đức Phật
Liền thọ ký cho kia:
Các ông ở đời sau
Sẽ được thành Phật đạo.
Pháp mầu rất bí tàng
Của tất cả các Phật
Chỉ để vì Bồ-Tát
Mà dạy việc thật đó,
Nhưng chẳng vì chúng con
Nói pháp chân yếu này
Như gã cùng tử kia
Được gần bên người cha
Dầu lãnh biết các vật
Nhưng lòng chẳng mong cầu,
Chúng con dầu diễn nói

Tạng pháp báu của Phật
Tự mình không chí nguyện
Cũng lại như thế đó.
15. Chúng con diệt bề trong *(18)*
Tự cho là đã đủ
Chỉ xong được việc này
Lại không biết việc khác.
Chúng con dầu có nghe
Pháp tịnh cõi nước Phật
Cùng giáo hóa chúng sanh
Đều không lòng ưa vui.
Như thế là vì sao?
Vì tất cả các pháp
Thảy đều là không lặng
Không sanh cũng không diệt
Không lớn cũng không nhỏ
Vô lậu và vô vi,
Suy nghĩ thế đó rồi
Chẳng sanh lòng ưa muốn.
Chúng con đã từ lâu
Đối với trí huệ Phật
Không tham không ưa thích
Không lại có chí nguyện,
Mà đối với pháp mình
Cho đó là rốt ráo.
Chúng con từ lâu nay
Chuyên tu tập pháp không

Được thoát khỏi hoạn nạn
Khổ não của ba cõi
Trụ trong thân rốt sau
Hữu dư y Niết-bàn *(19)*
Đức Phật dạy bảo ra
Chứng được đạo chẳng luống
Thời là đã có thể
Báo được ơn của Phật.
Chúng con dầu lại vì
Các hàng Phật tử thảy
Tuyên nói pháp Bồ-Tát
Để cầu chứng Phật đạo
Mà mình đối pháp đó
Trọn không lòng ham muốn
Đấng Đạo-Sư buông bỏ
Vì xem biết lòng con
Ban đầu không khuyên gắng
Nói những lợi có thực
Như ông Trưởng-giả giàu
Biết con chí kém hèn
Bèn dùng sức phương tiện
Để hoà phục tâm con
Vậy sau mới giao phó
Tất cả tài vật báu
Đức Phật cũng thế đó
Hiện ra việc ít có
Biết con ưa tiểu thừa

Bèn dùng sức phương tiện
Điều phục tâm của con
Rồi mới dạy trí lớn.
Chúng con ngày hôm nay
Được pháp chưa từng có
Chẳng phải chỗ trước mong
Mà nay tự nhiên được
Như gã cùng tử kia
Được vô lượng của báu

16. Thế-Tôn! Chúng con nay
Được đạo và chứng quả
Ở nơi pháp vô lậu
Được tuệ nhãn thanh tịnh
Chúng con từ lâu nay
Gìn tịnh giới Phật chế
Mới ở ngày hôm nay
Được hưởng quả báo đó,
Trong pháp của Pháp-vương
Lâu tu-hành phạm hạnh
Ngày nay được vô lậu
Quả báo lớn vô thượng
Chúng con ngày hôm nay
Mới thật là Thanh-văn
Đem tiếng đạo của Phật
Cho tất cả đều nghe
Chúng con ngày hôm nay

Thật là A-la-hán
Ở nơi các thế gian
Trời, người và ma, phạm,
Khắp ở trong chúng đó
Đáng lãnh của cúng dường
Ơn lớn của Thế-Tôn
Đem việc ít có này
Thương xót dạy bảo cho
Làm lợi ích chúng con
Trải vô lượng ức kiếp
Ai có thể đền được.
Tay lẫn chân cung cấp
Đầu đảnh lễ cung kính
Tất cả đều cúng dường
Đều không thể đền được.
Hoặc dùng đầu đội Phật
Hai vai cùng cõng vác
Trong kiếp số hằng sa
Tận tâm mà cung kính,
Lại đem dưng đồ ngon
Y phục báu vô lượng
Và các thứ đồ nằm
Cùng các món thuốc thang
Gỗ ngưu-đầu chiên-đàn
Và các vật trân báu
Để dựng xây tháp miếu
Y báu lót trên đất

Như các việc trên đây
Đem dùng cúng dường Phật
Trải kiếp số hằng sa
Cũng không đền đáp được.
Các Phật thật ít có
Đấng vô lượng vô biên
Đến bất-khả tư-nghì
Đủ sức thần thông lớn,
Bậc vô lậu vô vi
Là vua của các Pháp
Hay vì kẻ hạ hệt
Nhẫn việc cao thượng đó,
Hiện lấy tướng phàm phu
Tùy cơ nghi dạy nói
Các Phật ở nơi pháp
Được sức rất tự tại
Biết các hàng chúng sanh
Có những điều ưa muốn
Và chí lực của nó
Theo sức nó kham nhiệm
Dùng vô lượng thí dụ
Mà vì chúng nói pháp
Tùy theo các chúng sanh
Trồng căn lành đời trước
Lại biết đã thành thục
Hay là chưa thành thục
Suy lường những điều đó

Phân biệt biết rõ rồi
Ở nơi đạo nhất thừa
Tùy cơ nghi nói ba.

KINH DIỆU-PHÁP LIÊN-HOA

Quyển Thứ Hai

Bậc thượng căn lãnh ngộ, hàng trung hạ nổi nghi, mở quyền bày thật hội ba thời. Pháp mầu tuyệt sự nói suy, của báu không riêng tư, toàn giao phó cho con nhà.

NAM-MÔ PHÁP-HOA HỘI-THƯỢNG PHẬT BỒ-TÁT. *(3 lần)*

Đức Như-Lai dụ nói ba cõi làm nhà, ngoài cửa ba cõi bày ba thứ xe, các con đua giành ồn ào, Trưởng-giả mừng khoe, thọ ký quả Phật không sai.

NAM-MÔ VỊ-LAI HOA-QUANG PHẬT. *(3 lần)*

THÍCH NGHĨA

(1) LẬU TẬN: *Nhiễm tâm phiền-não đã hết sạch, đồng nghĩa với: 'Vô Lậu'.*

(2) Thân Phật sắc vàng tử-kim đủ 32 tướng tốt.

(3) Trí của Phật có 10 lực dụng:

　1. Thị-xứ phi-xứ trí-lực

　2. Nghiệp trí-lực

　3. Thiền-định trí-lực

4. Căn-tính trí-lực

5. Nguyện-dục trí-lực

6. Giới trí-lực

7. Đạo-chí-xử trí-lực

8. Túc-mạng trí-lực

9. Thiên-nhãn trí-lực

10. Lậu-tận trí-lực

(4) BẤT CỘNG: Bồ-Tát cùng Thanh-văn Duyên-giác đều không có, riêng Phật là có 18 pháp này.

(5) BỒ-TÁT: 'Bồ-Đề'; Giác; 'tát đỏa': Hữu-tình; nói tắt là Bồ-Tát, tức là bậc đã tự hay giác ngộ và có thể cứu độ giác ngộ loài hữu tình.

(6) Tức là Bà-la-môn.

(7) Tên của Ma-vương ở đầu cõi dục.

(8) NGŨ UẨN: sắc uẩn, thọ uẩn, tưởng uẩn, hành uẩn, thức uẩn. Cũng gọi là ngũ ấm.

(9) NGŨ DỤC: 1. Tài (sắc), sắc, danh, thực (sự ăn), thùy (ngủ nghỉ). 2. sắc, thanh, hương, vị, xúc.

(10) Bốn đức vô-sở-úy của Phật:

   1. Nhất-thiết-trí vô-úy

   2. Lậu-tận vô-úy

   3. Thuyết-đạo vô-úy

   4. Thuyết-khổ-tận-đạo vô-úy

(11) NĂM CĂN: Tín căn, tinh-tấn căn, niệm căn, định căn, tuệ căn.

   NĂM LỰC: tín lực, tinh tấn lực, niệmlực, định lực, tuệ lực.

BẢY GIÁC CHI: Trạch pháp, niệm, tinh tấn, hỷ, khinh an, định, xả.

TÁM CHÁNH ĐẠO: chánh kiến, chánh tư duy, chánh ngữ, chánh nghiệp, chánh mạng, chánh niệm, chánh tinh tấn, chánh định.

(12) *SÚY:* Cú tai mèo; Hiêu, Điêu,

THỨU: Loài chim dữ, tiếng xấu.

THƯỚC: Chim khách.

CƯU: Tu-hú.

CẤP: Bồ câu.

NGOAN-XÀ: Rắn độc.

PHÚC-YẾT: Bò-cạp.

NGÔ ÂCÔNG: Rít.

DỌ-DIÊN: Trùng, rận ở trong áo tơi.

DỨU -LY: Chồn, cáo.

HỀ-THỬ: Giống chuột.

KHƯƠNG- LƯƠNG: Bọ hung.

(13) Thiên-nhãn-minh, Túc-mạng-minh, Lậu-tận-minh.

(14) Thiên-nhãn-thông, thần-túc-thông, thiên-nhĩ-thông, tha-tâm-thông, túc- mạng-thông, lậu-tận-thông.

(15) *TIN:* lòng tin. *GIẢI:* Hiểu rõ.

(16) Kho kho, hoại kho, hành kho.

(17) *HÝ-LUẬN:* Lời luận nói suông không sự thật, đồng nghĩa với hư vọng.

(18) Diệt lòng phiền-não:

 1. *Kiến sở đoạn*

 2. *Tư sở đoạn.*

(19) NIẾT-BÀN: Tịch tịnh;

VIÊN TỊCH: nghĩa là vắng bặt. Còn vọng động phiền não là còn tạo nghiệp thọ báo sanh-tử. Dứt hẳn vọng động phiền não khỏi báo sanh tử yên lặng nhàn vui nên gọi Niết-bàn.

HỮU-DƯ Y: Thân người hiện còn thừa lại rốt sau cả.

SỰ TÍCH TẢ KINH THOÁT KHỔ

Nhà Đường, niên hiệu Long-Sóc năm thứ ba, xứ Trường-An, mẹ vợ ông Lưu- Công-Tín chết.

Không bao lâu cô họ Trần, vợ ông Tín, cũng bỗng chết, thần-hồn đi đến một ngục đá, thấy mẹ mình ở trong cửa đá thọ nhiều sự khổ.

Khóc bảo con gái rằng: "Mau vì mẹ tả một bộ kinh Pháp-Hoa ngõ hầu thoát khỏi tội này". Nói vừa xong cửa đá liền khép lại.

Cô họ Trần sống lại, thuật chuyện gặp mẹ với chồng. Ông Tín nhờ ông Triệu-Sư-Tử tả kinh, ông Triệu bèn đem một bộ kinh Pháp-Hoa hiện đã thành tả rất tốt giao cho ông Tín sửa sang, mà bộ kinh đó vốn là của một người họ Phạm ra tiền mướn tả, mà ông Tín thì chưa biết cũng tin là ông Triệu tả cho mình.

Không bao lâu, cô họ Trần lại nằm chiêm bao thấy mẹ đòi kinh, cô nói rằng đã tả xong rồi. Mẹ liền khóc rằng: "Mẹ chính vì bộ kinh đó mà càng bị khổ thêm. Bộ kinh đó vốn là nhà của họ Phạm tu phước, sao lại cướp làm công của mình?" Sau khi thức dậy, cô Trần và ông Tín đi hỏi thăm lại, thời quả thực họ Phạm ra hai trăm tả kinh mà chính là bộ trên đó.

Vợ chồng liền thuê người tả một bộ khác để cúng dường hồi hướng công đức cho mẹ.

Than ôi! Công đức tả kinh hay ấn tống lớn biết là dường nào? Tội nặng bị khổ ở địa ngục nhờ người tả một bộ kinh Pháp-Hoa mà còn có đủ phước để thoát khổ huống nữa là mình tự ra công tiền ư!

KINH
DIỆU PHÁP LIÊN HOA

Tam Tạng Pháp Sư
Cưu Ma La Thập
Hán Dịch

Tỳ Kheo Thích Trí Tịnh
Việt Dịch

QUYỂN THỨ BA

PHẨM "DƯỢC-THẢO-DỤ"
THỨ NĂM

1. Lúc bấy giờ, đức Thế Tôn bảo ngài Ma-ha Ca-Diếp các vị đại đệ tử: "Hay thay! Hay thay! Ca-Diếp. Khéo nói được công đức chơn thật của đức Như-Lai. Đúng như lời các ông vừa nói; đức Như-Lai lại còn có vô lượng vô biên a-tăng-kỳ công đức, các ông dầu trải qua vô lượng ức kiếp nói cũng không hết được".

    Ca-Diếp nên biết! Đức Như-Lai là vua của các pháp nếu có nói ra lời chi đều không hư dối vậy. Phật ở nơi tất cả pháp dùng sức trí huệ phương tiện mà diễn nói, pháp của Phật nói thảy đều đến bậc nhứt-thiết-trí *(1)*. Đức Như-Lai xem biết chỗ quy thú *(2)* của tất cả pháp; cũng rõ biết chỗ tâm sở hành *(3)* của tất cả chúng sanh không thấu không ngại. Phật lại ở nơi các pháp rốt ráo rõ biết hết, chỉ bày tất cả trí huệ cho các chúng sanh.

2. Ca-Diếp! Thí như trong cõi tam-thiên đại-thiên nơi núi, sông, khe, hang, ruộng, đất sanh ra cây cối, lùm rừng và các cỏ thuốc, bao nhiêu giống loại tên gọi màu sắc đều khác. Mây dầy bửa giăng trùm khắp cõi tam-thiên đại-thiên *(4)* đồng thời mưa xối xuống, khắp nơi nhuần thấm, cây cối lùm rừng và các cỏ thuốc: hoặc thứ gốc nhỏ, thân nhỏ, nhánh

nhỏ, lá nhỏ, hoặc thứ gốc chỉ vừa, thân vừa, nhánh vừa, lá vừa; hoặc có thứ gốc lớn, thân lớn, nhánh lớn, lá lớn.

Các giống cây lớn nhỏ, tùy hạng thượng trung hạ mà hấp thụ khác nhau. Một cụm mây tuôn mưa xuống xứng theo mỗi giống loại mà cây cỏ được sanh trưởng, đơm bông kết trái. Dầu rằng một cõi đất sanh, một trận mưa thấm nhuần mà các cỏ cây đều có sai khác.

3. Ca-Diếp nên biết! Đức Như-Lai cũng lại như thế, hiện ra nơi đời như là vừng mây lớn nổi lên, dùng giọng tiếng lớn vang khắp thế giới cả trời, người, A-tu-la, như mây lớn kia trùm khắp cõi nước tam-thiên đại-thiên. Phật ở trong đại chúng mà xướng lời nầy:

"Ta là đấng Như-Lai, Ứng-cúng, Chánh-biến-tri, Minh-hạnh-túc, Thiện thệ, Thế-gian-giải, Vô-thượng-sĩ, Điều-ngự trượng-phu, Thiên-Nhân-Sư, Phật Thế-Tôn. Người chưa được độ thời làm cho được độ, người chưa tỏ ngộ thời làm cho tỏ ngộ, người chưa an thời làm cho được an, người chưa chứng Niết-bàn thời làm cho chứng Niết-bàn, đời nay và đời sau Phật đều biết đúng như thật. Ta là bậc nhứt-thiết-trí, bậc nhứt-thiết-kiến, là bậc tri đạo, bậc khai đạo, bậc thuyết đạo. Các ngươi, hàng trời, người, A-tu-la đều nên đến đây vì để nghe pháp vậy."

Bấy giờ có vô số nghìn muôn ức loài chúng sanh đi đến chỗ đức Như-Lai xem xét các căn lợi độn, tinh tấn hay giải đãi của chúng sanh đó, thuận vừa sức nó kham được mà vì chúng nói pháp, chủng loại nhiều vô lượng, Phật đều khiến vui mừng được nhiều lợi lành. Các chúng sanh nầy nghe pháp rồi, hiện đời an ổn, đời sau sanh về chỗ lành, do đạo được thọ hưởng vui và cũng được thọ hưởng vui và cũng được nghe pháp, đã nghe pháp rồi lìa khỏi các chướng ngại ở trong các pháp theo sức mình kham được lần lần đều được vào đạo.Như mây lớn kia mưa rưới khắp tất cả cỏ cây lùm rừng và các cỏ thuốc, theo giống của mỗi thứ đều được đượm nhuần đầy đủ, đều được sanh trưởng.

Đức Như-Lai nói pháp một tướng một vị, nghĩa là: Tướng giải thoát, tướng xa lìa, tướng diệt, rốt ráo đến bậc "nhứt-thiết-chủng-trí". Có chúng sanh nào nghe pháp của Như-Lai hoặc thọ trì đọc tụng, đúng như lời mà tu hành, được công đức tự mình không hay biết.

Vì sao? Vì chỉ có Như-Lai là biết chủng tướng thể tánh của chúng sanh đó: Nhớ việc gì? Nghĩ việc gì? Tu việc gì? Nhớ thế nào? Nghĩ thế nào? Tu thế nào?

Dùng pháp gì để nhớ? Dùng pháp gì để nghĩ? Dùng pháp gì để tu? Dùng pháp gì đặng pháp gì?

Chúng sanh ở nơi các bậc, chỉ có đức Như-Lai thấy

đó đúng như thật, rõ ràng không bị ngại. Như cây cối lùm rừng các cỏ thuốc kia không tự biết tánh thượng trung hạ của nó.

Đức Như-Lai biết pháp một tướng một vị ấy, nghĩa là: Tướng giải thoát, tướng xa lìa, tướng diệt, tướng rốt ráo Niết- bàn thường tịch diệt, trọn về nơi không, Phật biết nhu thế rồi xem xét tâm ua muốn của chúng sanh mà dắt dìu nó, cho nên chẳng liền vì chúng vội nói" nhứt-thiết-chủng-trí."

Ca-Diếp! Các ông rất là hy hữu, có thể biết rõ đức Như-Lai tùy cơ nghi nói pháp, hay tin hay nhận. Vì sao? Vì các đức Phật Thế-Tôn tùy cơ nghi nói pháp khó hiểu khó biết. Khi đó đức Thế-Tôn muốn tuyên lại nghĩa trên mà nói kệ rằng:

4. Pháp Vương phá các cõi
   Hiện ra trong thế gian
   Theo tánh của chúng sanh
   Dùng các cách nói pháp
   Đức Như-Lai tôn trọng
   Trí huệ rất sâu xa
   Lâu giữ pháp yếu này
   Chẳng vội liền nói ra
   Người trí nếu được nghe
   Thời có thể tin hiểu,
   Kẻ không trí nghi hối
   Thời bèn là mất hẳn.

Ca-Diếp! Vì cớ đó
Theo sức chúng nói pháp
Dùng các món nhân duyên
Cho chúng được chánh kiến
Ca-Diếp! ông nên biết
Thí như vừng mây lớn
Nổi lên trong thế gian
Che trùm khắp tất cả
Mây trí huệ chứa nhuần
Chớp nhoáng sáng chói lòa
Tiếng sấm xa vang động
Khiến mọi loài vui đẹp
Nhật quang bị che khuất
Trên mặt đất mát mẻ
Mây mù sa bủa gần
Dường có thể nắm tới.
Trận mưa đó khắp cùng
Bốn phương đều xối xuống
Dòng nước tuôn vô lượng
Cõi đất đều rút đầy
Nơi núi sông hang hiểm
Chỗ rậm rợp sanh ra
Những cây cối cỏ thuốc
Các thứ cây lớn nhỏ
Trăm giống lúa mộng mạ
Các thứ mía cùng nho
Nhờ nước mưa đượm nhuần

Thảy đều tươi tốt cả.
Đất khô khắp được rưới
Thuốc cây đều sum sê
Vừng mây kia mưa xuống
Nước mưa thuần một vị
Mà cỏ cây lùm rừng
Tất cả các giống cây
Hạng thượng trung cùng hạ
Xứng theo tánh lớn nhỏ
Đều được sanh trưởng cả.
Gốc thân nhánh và lá
Trổ bông trái sắc vàng
Một trận mưa rưới đến
Cây cỏ đều thấm mướt
Theo thể tướng của nó
Tánh loại chia lớn nhỏ
Nước đượm nhuần vẫn một
Mà đều được sum sê.

5. Đức Phật cũng như thế
Hiện ra nơi trong đời
Ví như vầng mây lớn
Che trùm khắp tất cả
Đã hiện ra trong đời
Bèn vì các chúng sanh
Phân biệt diễn nói bày
Nghĩa thật của các pháp

Đấng Đại-Thánh Thế-Tôn
Ở trong hàng trời người
Nơi tất cả chúng hội
Mà tuyên nói lời nầy:
Ta là bậc Như-Lai
Là đấng Lưỡng-Túc-Tôn *(5)*
Hiện ra nơi trong đời
Dường như vầng mây lớn
Thấm nhuần khắp tất cả
Những chúng sanh khô khao
Đều làm cho lìa khổ
Được an ổn vui sướng
Hưởng sự vui thế gian
Cùng sự vui Niết-bàn.
Các chúng trời người nầy
Một lòng khéo lóng nghe
Đều nên đến cả đây
Ra mắt đấng vô thượng.
Ta là đấng Thế-Tôn
Không có ai bằng được
Muốn an ổn chúng sanh
Nên hiện ra trong đời
Vì các đại chúng nói
Pháp cam lồ trong sạch
Pháp đó thuần một vị
Giải thoát Niết-bàn thôi.
Dùng một giọng tiếng mầu

Diễn xướng nghĩa nhiệm nầy
Đều thường vì Đại-thừa
Mà kết làm nhân duyên.
Ta xem tất cả chúng
Khắp đều bình đẳng cả
Không có lòng bỉ thử
Cũng không có hạn ngại
Hằng vì tất cả chúng
Mà bình đẳng nói pháp
Như khi vì một người
Lúc chúng đông cũng vậy.
Thường diễn nói pháp luôn
Từng không việc gì khác
Ngồi, đứng, hoặc đến, đi
Trọn không hề nhàm mỏi
Đầy đủ cho thế gian
Như mưa khắp thấm nhuần
Sang hèn cùng thượng hạ
Giữ giới hay phá giới
Oai nghi được đầy đủ
Và chẳng được đầy đủ
Người chánh-kiến tà-kiến
Kẻ độn căn lợi căn
Khắp rưới cho mưa pháp
Mà không chút nhàm mỏi.
Tất cả hàng chúng sanh
Được nghe pháp của ta

Tùy sức mình lãnh lấy
Trụ ở các nơi các bậc
Hoặc là ở trời, người
Làm Chuyển-luân thánh-vương
Trời Thích, Phạm, các vua
Đó là cỏ thuốc nhỏ
Hoặc rõ pháp vô lậu
Hay chứng được Niết-bàn
Khởi sáu pháp thần thông
Và được ba món minh
Ở riêng trong núi rừng
Thường hành môn thiền định
Chứng được bậc Duyên-giác
Là cỏ thuốc bậc trung.
Hoặc cầu bực Thế-Tôn
Ta sẽ được thành Phật
Tu hành tinh tấn, định
Là cỏ thuốc bậc thượng
Lại có hàng Phật tử
Chuyên tâm nơi Phật đạo
Thường thật hành từ bi
Tự biết mình làm Phật
Quyết định không còn nghi
Gọi đó là cây nhỏ.
Hoặc an trụ thần thông
Chuyển bất thối pháp luân
Độ vô lượng muôn ức

Trăm nghìn loài chúng sanh
Bồ-Tát hạng như thế
Gọi đó là cây lớn.
Phật chỉ bình đẳng nói
Như nước mưa một vị
Theo căn tánh chúng sanh
Mà hưởng thọ không đồng
Như những cỏ cây kia
Được đượm nhuần đều khác

6. Phật dùng món dụ nầy
Để phương tiện chỉ bày
Các thứ lời lẽ hay
Đều diễn nói một pháp
Ở nơi trí huệ Phật
Như một giọt trong biển.
Ta rưới trận mưa pháp
Đầy đủ khắp thế gian
Pháp mầu thuần một vị
Tùy sức riêng tu hành,
Như thể lùm rừng kia
Và cỏ thuốc những cây
Tùy giống lớn hay nhỏ
Lần lần thêm sum suê
Pháp của các đức Phật
Thường dùng thuần một vị
Khiến cho các thế gian

Đều khắp được đầy đủ
Lần lựa siêng tu hành
Rồi đều được đạo quả.
Hàng Thanh-văn, Duyên-giác,
Ở nơi chốn núi rừng,
Trụ thân hình rốt sau
Nghe Phật Pháp được quả
Nếu các vị Bồ-Tát
Trí huệ rất vững bền
Rõ suốt cả ba cõi
Cầu được thừa tối thượng
Đó gọi là cây nhỏ
Mà được thêm lớn tốt.
Lại có vị trụ thiền
Được sức thần thông lớn
Nghe nói các pháp không
Lòng rất sanh vui mừng
Phóng vô số hào quang
Độ các loài chúng sanh
Đó gọi là cây lớn
Mà được thêm lớn tốt
Như thế, Ca-Diếp này!
Đức Phật nói pháp ra
Thí như vầng mây lớn
Dùng nước mưa một vị
Đượm nhuần nơi hoa người
Đều được kết trái cả.

Ca-Diếp ông phải biết
Ta dùng các nhân duyên
Các món thí dụ thảy
Để chỉ bày đạo Phật
Đó là ta phưcmg tiện
Các đức Phật cũng thế
Nay ta vì các ông
Nói việc rất chân thật
Các chúng thuộc Thanh-văn
Đều chẳng phải diệt độ
Chỗ các ông tu hành
Là đạo của Bồ-Tát
Lần lần tu học xong
Thảy đều sẽ thành Phật.

KINH
DIỆU PHÁP LIÊN HOA

**Tam Tạng Pháp Sư
Cưu Ma La Thập**
Hán Dịch

Tỳ Kheo Thích Trí Tịnh
Việt Dịch

QUYỂN THỨ BA

PHẨM "THỌ KÝ"
THỨ SÁU

1. Lúc bấy giờ, đức Thế Tôn nói bài kệ đó rồi, bảo các đại chúng xướng lời thế nầy: "Ông Ma-Ha Ca-Diếp, đệ tử của Ta, ở đời vị lai sẽ phụng thờ ba trăm muôn ức các đức Thế Tôn, cúng dường cung kính tôn trọng ngợi khen, rộng nói vô lượng đại pháp của các đức Phật, ở nơi thân rốt sau được thành Phật hiệu là Quang-Minh Như-Lai, Ứng-cúng, Chánh-biến-tri, Minh-hạnh-túc, Thiện- thệ, Thế -gian-giải, Vô-thượng-sĩ, Điều-ngự trượng-phu, Thiên-nhân-sư, Phật Thế -Tôn.

Nước tên là Quang Đức, kiếp tên là Đại-Trang-Nghiêm-Phật thọ mười hai tiểu kiếp. Chánh pháp trụ thế hai mươi tiểu kiếp. Cõi nước tốt đẹp, không có các thứ dơ xấu, ngói sỏi gai góc cùng đồ tiện lợi chẳng sạch. Cõi đó bằng thẳng không có cao thấp hầm hố gò nổng, đất bằng lưu ly, cây báu thắng giăng bên đường, rải các hoa báu khắp nơi sạch sẽ. Bồ-Tát trong nước đó đông vô lượng nghìn ức, các chúng Thanh-văn cũng lại vô số. Không có việc ma, dầu là có ma và dân ma, nhưng đều hộ trì Phật Pháp".

Bấy giờ, đức Thế-Tôn muốn tuyên lại nghĩa trên mà nói kệ rằng:

2. Bảo các Tỳ-kheo rằng:
   Ta dùng mắt của Phật
   Thấy ông Ca-Diếp nầy
   Ở nơi đời vị lai
   Quá vô số kiếp sau
   Sẽ được thành quả Phật,
   Mà ở đời vị lai
   Cúng dường và kính thờ
   Đủ ba trăm muôn ức
   Các đức Phật Thế-Tôn.
   Vì cầu trí huệ Phật
   Mà tịnh tu phạm hạnh
   Cúng dường đấng tối thượng
   Nhị Túc-Tôn xong rồi
   Tu tập trọn tất cả
   Trí huệ bậc vô thượng
   Ở nơi thân rốt sau
   Được chứng thành làm Phật
   Cõi đó rất thanh tịnh
   Chất lưu ly làm đất
   Nhiều thứ cây bằng báu
   Thẳng hàng ở bên đường
   Dây vàng giăng ngăn đường
   Người ngó thấy vui mừng
   Thường thoảng ra hương thơm
   Rải rác thứ hoa đẹp

Các món báu kỳ diệu
Dùng để làm trang nghiêm
Cõi đó đất bằng thẳng
Không có những gò hầm.
Các hàng chúng Bồ-Tát
Đông không thể xưng kể
Tâm các vị hòa dịu
Đến được thần thông lớn
Phụng trì các kinh điển
Đại thừa của các Phật.
Các hàng chúng Thanh-văn
Bậc vô lậu thân rốt sau
Là con của Pháp-vương
Cũng chẳng thể kể hết
Nhẫn đến dùng thiên nhãn
Cũng chẳng thể đếm biết.
Phật đó sẽ sống lâu
Tuổi mười hai tiểu kiếp
Tượng pháp trụ ở đời
Cũng hai muơi tiểu kiếp
Đức Quang-Minh Thế-Tôn
Việc của ngài như thế.

3. Lúc bấy giờ, ngài đại Mục-Kiền-Liên, ngài Tu-Bồ-Đề, ngài đại Ca-Chiên-Diên v.v... thảy đều run sợ một lòng chấp tay chiêm ngưỡng dung nhan của Phật, mắt không hề tạm rời, liền đồng tiếng nhau

nói kệ rằng:
Thế-Tôn rất hùng mãnh
Mà ban giọng tiếng Phật.
Nói rõ thâm tâm con
Được Phật thọ ký cho
Như dùng cam lộ rưới
Từ nóng được mát mẻ.
Như từ nước đói đến
Bỗng gặp cỗ tiệc vua
Còn ôm lòng nghi sợ
Chưa dám tự ăn liền
Nếu lại được vua bảo
Vậy sau mới dám ăn,
Chúng con cũng như vậy
Hằng nghĩ lỗi tiểu thừa
Chẳng biết làm thế nào
Được huệ vô thượng Phật,
Dầu nghe giọng tiếng Phật
Nói chúng con thành Phật
Còn ôm lòng lo sợ
Như chưa dám tự ăn
Nếu được Phật thọ ký
Mới là khoái an vui
Thế Tôn rất hùng mãnh
Thường muốn an thế gian
Xin thọ ký chúng con
Như đói cần bảo ăn.

4. Lúc bấy giờ, Thế-Tôn biết tâm niệm của các vị đệ tử lớn bảo các thầy Tỳ-kheo rằng: "Ông Tu-Bồ-Đề đây đến đời vị lai phụng thờ ba trăm năm muôn ức na-do-tha *(6)* đức Phật, cúng dường cung kính tôn trọng ngợi khen, thường tu hạnh thanh tịnh, đủ đạo Bồ-Tát, ở thân rốt sau được thành Phật hiệu: Danh-tướng Như-Lai, Ứng-cúng, Chánh-biến-tri, Minh-hạnh-túc, Thiện-thệ, Thế-gian-giải, Vô-thượng-sĩ, Điều-ngự-trượng-phu, Thiên-nhân-Sư, Phật Thế-Tôn.

Kiếp đó tên Hữu-Bảo, nước đó tên là Bảo-Sanh. Cõi đó bằng thẳng, đất bằng lưu ly, cây báu trang nghiêm, không có những gò, hầm, cát, sỏi., gai chông cùng tiện lợi dơ dáy; hoa báu trải đất khắp nơi sạch sẽ, nhân dân cõi đó đều ở đài báu và lầu gác quí đẹp. Hàng đệ tử Thanh-văn đông vô lượng vô biên, tính kể cùng thí dụ đều không thể biết. Các chúng Bồ-Tát đông vô số nghìn muôn ức na-do-tha.

Đức Phật thọ mười hai tiểu kiếp, chánh pháp trụ ở đời hai mươi tiểu kiếp, tượng pháp cũng trụ đời hai mươi tiểu kiếp, Đức Phật đó thường ở trên hư không vì chúng tôi nói pháp độ thoát đặng vô lượng Bồ-Tát cùng chúng Thanh-văn".

Khi đó, đức Thế Tôn muốn tuyên lại nghĩa trên mà nói kệ rằng:

5. Các chúng Tỳ-kheo nầy!
   Nay ta bảo các ông
   Đều nên phải một lòng
   Lóng nghe lời ta nói.
   Đệ tử lớn của ta
   Là ông Tu-Bồ-Đề
   Rồi sẽ được làm Phật
   Hiệu gọi là Danh-Tướng
   Sẽ phải cúng vô số
   Muôn ức các đức Phật
   Theo hạnh của Phật làm
   Lần lần đủ đạo lớn.
   Thân rốt sau sẽ được
   Ba mươi hai tướng tốt
   Xinh lịch đẹp đẽ lắm
   Dường như núi báu lớn
   Trang nghiêm sạch thứ nhất
   Chúng sanh nào được thấy
   Không ai chẳng ưa mến
   Phật ở trong cõi đó
   Độ thoát vô lượng chúng.
   Trong pháp hội của Phật
   Các Bồ-Tát đông nhiều
   Thảy đều bực lợi căn
   Chuyển pháp luân bất thối.
   Cõi nước đó thường dùng
   Bồ-Tát để trang nghiêm

Các chúng Thanh-văn lớn
Chẳng có thể đếm kể
Đều được ba món minh
Đủ sáu thứ thần thông
Trụ tám pháp giải thoát
Có oai đức rất lớn.
Đức Phật đó nói pháp
Hiện ra vô lượng món
Pháp thần thông biến hóa
Chẳng thể nghĩ bàn được.
Các hàng trời, nhân dân
Số đông như hằng sa
Đều cùng nhau chấp tay
Lóng nghe lời Phật dạy.
Đức Phật đó sẽ thọ
Tuổi mười hai tiểu kiếp
Chánh pháp trụ lại đời
Đủ hai mươi tiểu kiếp
Tượng pháp trụ ở đời
Cũng hai mươi tiểu kiếp.

6. Lúc bấy giờ, đức Thế-Tôn lại bảo các chúng Tỳ-kheo: "Ta nay nói với các ông, ông đại Ca-Chiên-Diên này ở đời vị lai, dùng các đồ cúng mà cúng dường phụng thờ tám nghìn ức Phật cung kính tôn trọng. Sau khi các đức Phật diệt độ, ông đều dựng tháp miếu cao một nghìn do tuần, ngang rộng ngay

bằng năm trăm do tuần, tháp miếu đó dùng bảy món báu vàng, bạc, lưu ly, xa-cừ, mã-não, trân châu và mai khôi họp lại thành, cúng dường tháp miếu bằng các thứ hoa, chuỗi ngọc, hương xoa, hương bột, hương đốt, lọng nhiễu, tràng phan....

Sau thời kỳ đó sẽ lại cúng dường hai mươi muôn ức Phật cũng như trước, cúng dường các đức Phật đó rồi, đủ đạo Bồ-Tát sẽ được làm Phật hiệu: Diêm-Phù-Na-Đề-Kim-Quang Như-Lai, Ứng-cúng, Chánh-biến-tri, Minh-hạnh-túc, Thiện-thệ, Thế-gian-giải, Vô-thượng-sĩ, Điều-ngự trượng-phu, Thiên-nhân-sư, Phật Thế-Tôn.

Cõi đó bằng thẳng, đất bằng pha lê, cây báu trang nghiêm, vàng ròng làm bằng dây để giăng bên đường, hoa đẹp trải đất khắp nơi sạch sẽ. Người được thấy đều vui mừng, không có bốn đường dữ: Địa-ngục, ngạ-quỷ, súc-sanh và A-tu-la. Các trời cùng người rất đông, các chúng Thanh-văn và Bồ-Tát vô lượng muôn ức trang nghiêm nước đó. Đức Phật đó thọ mười hai tiểu kiếp, chánh pháp trụ ở đời hai mươi tiểu kiếp, tượng pháp cũng trụ hai mươi tiểu kiếp".

Lúc đó , Thế-Tôn muốn tuyên lại nghĩa trên mà nói kệ rằng:

7. Các chúng Tỳ-kheo này!
Đều nên một lòng nghe

Như lời của ta nói
Chơn thật không khác lạ.
Ông Ca-Chiên-Diên này
Sau sẽ dùng các món
Đồ cúng dường tốt đẹp
Mà cúng dường các Phật
Các đức Phật diệt rồi
Dựng tháp bằng bảy báu
Cũng dùng hoa và huomg
Để cúng dường xá-lợi.
Thân rốt sau của ông
Đặng trí huệ của Phật
Thành bậc Đẳng-chánh-giác
Cõi nước rất thanh tịnh
Độ thoát được vô lượng
Muôn ức hàng chúng sanh
Đều được mười phương khác
Thường đến kính cúng dường,
Ánh sáng của Phật đó
Không ai có thể hơn
Đức Phật đó hiệu là:
Diêm-Phù-Kim-Quang Phật
Bồ-Tát và Thanh-văn
Dứt tất cả hữu lậu
Đông vô lượng vô số
Trang nghiêm cõi nước đó.

8. Lúc bấy giờ, đức Thế-Tôn lại bảo trong đại chúng: "Ta nay nói với các ông, ông đại Mục-Kiền-Liên đây sẽ dùng các món đồ cúng, cúng dường tám nghìn các đức Phật, cung kính tôn trọng. Sau khi các đức Phật diệt độ đều dựng tháp miếu cao, một nghìn do tuần, ngang rộng thẳng bằng năm trăm do tuần, dùng bảy món báu: vàng bạc, mai khôi họp lại thành. Đem các thứ hoa, chuỗi ngọc, hương xoa, hương bột, hương đốt, lọng nhiễu và tràng phan để cúng dường tháp.

Sau lúc ấy lại sẽ cúng dường, hai trăm muôn ức các đức Phật cũng như trước, rồi sẽ được thành Phật hiệu: Đa-Ma La- Bạt-Chiên-Đàn-Hương Như-Lai, Ứng-cúng, Chánh-biến-tri, Minh-hạnh-túc, Thiện-thệ, Thế-gian-giải, Vô-thượng-sĩ, Điều-ngự-trượng-phu, Thiên-nhân-sư, Phật Thế-Tôn.

Kiếp đó tên là Hỷ-Mãn, nước tên là Ý Lạc, cõi đó bằng thẳng, chất pha lê là đất, cây báu trang nghiêm, rải hoa trân châu khắp nơi sạch sẽ, người được thấy đều vui mừng. Các hàng trời người rất đông, Bồ-Tát và Thanh-văn số nhiều vô lượng, đức Phật đó thọ hai mươi bốn tiểu kiếp, tượng pháp cũng trụ bốn mươi hai tiểu kiếp".

Khi đó, đức Thế-Tôn muốn tuyên lại nghĩa trên mà nói kệ rằng:

9. Đệ tử của ta đây
   Là đại Mục-Kiền-Liên
   Bỏ thân người nầy rồi
   Sẽ được gặp tám nghìn
   Hai trăm muôn ức vị
   Các đức Phật Thế-Tôn
   Ông vì cầu Phật đạo
   Nên cúng dường cung kính
   Ở nơi các đức Phật
   Thường tu trì phạm hạnh
   Ở trong vô lượng kiếp
   Phụng trì pháp của Phật.
   Các đức Phật diệt rồi
   Xây tháp bằng bảy báu
   Tháp vàng rất cao rộng
   Dùng hoa hương kỹ nhạc
   Để dùng dâng cúng dường
   Tháp miếu các đức Phật.
   Lần lần được đầy đủ
   Đạo hạnh Bồ-Tát rồi
   Ở nơi nước Ý-Lạc
   Mà được thành quả Phật
   Hiệu là Đa-Ma-La
   Bạt-Chiên-Đàn-Hương-Phật.
   Đức Phật đó thọ mạng
   Hai mươi bốn tiểu kiếp
   Thường vì hàng trời người

Mà diễn nói đạo Phật
Chúng Thanh-văn vô lượng
Như số cát sông Hằng
Đủ ba minh, sáu thông
Đều có oai đức lớn.
Bồ-Tát đông vô số
Chí bền lòng tinh tấn
Ở nơi trí huệ Phật
Đều không hề thối chuyển.
Sau khi Phật diệt độ
Chánh pháp sẽ trụ đời
Đủ bốn mươi tiểu kiếp
Tượng pháp cũng như thế.

10. Các đệ tử của ta
    Bậc oai đức đầy đủ
    Số đó năm trăm người
    Ta đều sẽ thọ ký
    Ở nơi đời vị lai
    Đều được chứng thành Phật
    Ta cùng với các ông
    Đời trước kết nhân duyên
    Ta nay sẽ thuật nói
    Các ông khéo lóng nghe.

KINH
DIỆU PHÁP LIÊN HOA

Tam Tạng Pháp Sư
Cưu Ma La Thập
Hán Dịch

Tỳ Kheo Thích Trí Tịnh
Việt Dịch

QUYỂN THỨ BA

PHẨM "HÓA THÀNH DỤ" *(6)*
THỨ BẢY

1. Đức Phật bảo các thầy Tỳ-kheo: "Thuở quá khứ vô lượng vô biên bất khả tư nghi a-tăng-kỳ kiếp đã qua, lúc bấy giờ có đức Phật hiệu Đại-Thông Trí-Thắng Như-Lai, Ứng-cúng, Chánh-biến-tri, Minh-hạnh-túc, Thiện-thệ, Thế-gian-giải, Vô-thượng-sĩ, Điều-ngự-phu, Thiên-nhân-su, Phật Thế-Tôn.

Nước đó tên là Hảo-Thành, kiếp tên Đại-Tướng. Các Tỳ-kheo! Từ khi đức Phật đó diệt độ nhẫn đến nay rất là lâu xa, thí như địa chủng trong cõi tam-thiên đại-thiên, giả sử có người đem mài làm mực rồi đi khỏi một nghìn cõi nước ở phương đông bèn chấm một điểm chừng bằng bụi nhỏ, lại qua một nghìn cõi nước nữa cũng chấm một điểm, cứ như thế lần lượt chấm hết mực mài bằng địa chủng ở trên. Ý các ông nghĩ sao? Các cõi nước đó hoặc thầy toán có thể biết được ngần mé số đó chăng?"

- Thưa Thế-Tôn! Không thể biết!

- Các Tỳ-kheo! Những cõi nước của người đó đi qua hoặc có chấm mực hoặc không chấm mực đều nghiền nát cả ra làm bụi, một hột bụi là một kiếp, từ đức Phật đó diệt độ đến nay lại lâu hơn số đó vô lượng vô biên trăm nghìn muôn ức a-tăng-kỳ kiếp. Ta dùng sức tri kiến của Như-Lai xem thuở lâu xa đó dường như hiện ngày nay.

Bấy giờ, đức Thế-Tôn muốn tuyên lại nghĩa trên mà nói kệ rằng:

2. Ta nhớ đời quá khứ
   Vô lượng vô biên kiếp
   Có Phật Lưỡng-Túc-Tôn
   Hiệu Đại-Thông Trí-Thắng
   Như người dùng sức mài
   Cõi tam-thiên đại-thiên
   Hết tất cả địa chủng
   Thảy đều làm thành mực
   Quá hơn nghìn cõi nước
   Bèn chấm mỗi điểm trần
   Như thế lần lựa chấm
   Hết các mực trần nầy.
   Bao nhiêu cõi nước đó
   Điểm cùng chẳng điểm thảy
   Lại đều nghiền làm bụi
   Một bụi làm một kiếp
   Kiếp số lâu xa kia
   Lại nhiều hơn số bụi
   Phật đó diệt đến nay
   Vô lượng kiếp như thế
   Trí vô ngại của Phật
   Biết Phật đó diệt độ
   Và Thanh-văn Bồ-Tát
   Như hiện nay thấy diệt.

Các Tỳ-kheo nên biết.
Trí Phật tịnh vi diệu
Vô lậu và vô ngại
Suốt thấu vô lượng kiếp.

3. Đức Phật bảo các Tỳ-kheo: "Đức Đại-Thông Trí-Thắng Phật thọ năm trăm bốn mươi vạn ức na-do-tha kiếp, đức Phật đó khi trước lúc ngồi đạo tràng phá ma rồi, sắp được đạo vô-thượng chánh-đẳng, chánh-giác mà Phật pháp chẳng hiện ra trước, như thế một tiểu kiếp cho đến mười tiểu kiếp, ngồi xếp bằng thân và tâm đều không động mà các Phật pháp còn chẳng hiện ra trước.

Thuở đó, các vị trời Đao-Lợi ở dưới cội cây Bồ-đề đã trước vì đức Phật đó mà trải toà sư-tử cao một do tuần *(7)*, Phật ngồi nơi tòa nầy sẽ được đạo vô-thượng, chánh-đẳng, chánh-giác. Khi Phật vừa ngồi trên tòa đó các trời Phạm-Thiên-Vương rưới những hoa trời khắp bốn mươi do tuần, gió thơm lâu lâu thổi đến, thổi dẹp hoa héo rồi rưới hoa mới mãi như thế không ngớt mãn mười tiểu kiếp để cúng dường đức Phật, nhẫn đến khi Phật diệt độ thường rưới hoa nầy. Các trời Tứ-thiên-vương vì cúng dường Phật nên thường đánh trống trời. Ngoài ra các vị trời khác trỗi kỹ nhạc trời, mãn mười tiểu kiếp đến khi Phật diệt độ cũng lại như thế.

Các Tỳ-kheo! Đức Đại-Thông Trí- Thắng Phật quá

mười tiểu kiếp các Phật pháp hiện ra trước thành đạo vô-thượng chánh-đẳng chánh-giác.

Lúc Phật chưa xuất gia có mười sáu người con trai, người con cả tên Trí-Tích. Các người con đó đều có các món đồ chơi tốt đẹp báu lạ, nghe cha chứng đặng quả vô-thượng chánh-đẳng chánh- giác đều bỏ đồ báu của mình đi đến chỗ Phật. Các người mẹ khóc lóc theo đưa".

Ông nội là vua Chuyển-luân-thánh-vương, cùng một trăm vị đại thần và trăm nghìn muôn ức nhân dân khác đều vây quanh nhau đi theo đến đạo tràng, mọi người đều đến gần gũi đức Đại-Thông Trí-Thắng Như-Lai để cúng dường cung kính tôn trọng ngợi khen. Khi đã đến nơi tất cả đem đầu mặt mình lạy chân Phật, đi vòng quanh đức Phật xong, đều chắp tay một lòng chiêm ngưỡng dung nhan của Phật, rồi nói kệ khen Phật:

4. Thế-Tôn oai đức lớn
   Vì muốn độ chúng sanh
   Trong vô lượng ức năm
   Bèn mới được thành Phật
   Các nguyện đã đầy đủ
   Hay thay lành vô thượng
   Thế-Tôn rất ít có
   Một phen ngồi mười kiếp
   Thân thể và tay chân

Yên tịnh không hề động
Tâm Phật thường lặng
Chưa từng có tán loạn
Trọn rốt ráo vắng bặt
An trụ pháp vô lậu
Ngày nay thấy Thế-Tôn
An ổn thành Phật đạo
Chúng con được lợi lành
Mừng rỡ rất vui đẹp.
Chúng sanh thường đau khổ
Đui mù không Đạo-Sư
Chẳng biết đạo dứt khổ
Chẳng biết cầu giải thoát
Lâu ngày thêm nẻo ác
Giảm tổn các chúng trời
Từ tối vào nơi tối
Trọn chẳng nghe danh Phật.
Nay Phật được vô thượng
Đạo an ổn vô lậu
Chúng ta và trời người
Vì được lợi lớn tột
Cho nên đều cúi đầu
Quy mạng *(8)* đấng vô thượng.

5. Bấy giờ mười sáu vị vương tử nói kệ khen đức Phật rồi liền khuyến thỉnh đức Thế-Tôn chuyển pháp luân, đều thưa rằng: "Đức Thế-Tôn nói pháp được

an ổn, thương xót làm lợi ích cho các trời và nhân dân". Lại nói kệ rằng:

Đức Phật không ai bằng
Trăm phước tự trang nghiêm
Được trí huệ vô thượng
Nguyện vì đời nói pháp
Độ thoát cho chúng con
Và các loài chúng sanh
Xin phân biệt chỉ bày
Cho được trí huệ Phật
Nếu chúng con cũng thành Phật
Chúng sanh cũng được thế
Thế-Tôn biết chúng sanh
Thâm tâm nghĩ tưởng gì
Cũng biết đạo chúng làm
Lại biết sức trí huệ
Muốn ưa và tu phước
Nghiệp gây tạo đời trước
Thế-Tôn biết cả rồi
Nên chuyển pháp vô thượng.

6. Phật bảo các Tỳ-kheo: "Lúc đức Đại-Thông Trí-Thắng Phật được quả vô-thượng chánh-đẳng chánh-giác, trong mười phương, mỗi phương đều năm trăm muôn ức các cõi nước Phật sáu điệu vang động. Trong các cõi nước đó chỗ tối tăm ánh sáng

của nhật nguyệt không soi tới được mà đều sáng rỡ, trong đó chúng sanh đều được thấy nhau, đồng nói rằng: "Trong đây tại sao bỗng sanh ra chúng sanh?".

Lại trong các cõi đó cung điện của chư Thiên cho đến Phạm-Cung sáu điệu vang động, hào quang lớn soi cùng khắp đầy cõi nước, sáng hơn ánh sáng của trời".

7. Bấy giờ, phương Đông, năm trăm muôn ức các cõi nước, cung điện của trời Phạm-Thiên *(9)* ánh sáng soi chói gấp bội hơn ánh sáng thường ngày, các Phạm-Thiên-Vương đều tự nghĩ rằng: "Hôm nay cung điện sáng suốt từ xưa chưa từng có, vì nhân duyên gì mà hiện điềm tốt này?". Lúc đó các vị Phạm- Thiên-Vương liền đi đến nhau để chung bàn việc đó. Trong chúng có một vị Phạm-Thiên-Vương lớn tên Cứu-Nhứt- Thiết vì các Phạm-chúng mà nói kệ rằng:

Các cung điện chúng ta
Sáng suốt xưa chưa có
Đây là nhân duyên gì
Phải nên chung nhau tìm
Là trời đại đức sanh
Hay là Phật ra đời
Mà ánh sáng lớn này

Khắp soi cả mười phương.

Bấy giờ, năm trăm muôn ức cõi nước, các vị Phạm-Thiên-Vương cùng chung với cung điện *(10)* mỗi vị đều lấy đầy đựng các thứ hoa trời, đồng đi đến phương Tây suy tìm tướng sáng đó.

Thấy đức Đại-Thông Trí-Thắng Như-Lai ngồi tòa sư-tử ở nơi đạo tràng dưới cội Bồ-đề, hàng chư Thiên, Long-vương, Càn-thát-bà, Khẩn-na-la, Ma-hầu-la-dà, nhơn và phi nhơn v.v... cung kính vây quanh đức Phật chuyển pháp luân; tức thời các vị Phạm-Thiên-Vương đầu mặt lạy chân Phật đi quanh trăm nghìn vòng, liền lấy hoa trời mà rải trên đức Phật.

Hoa của mấy ông rải nhóm như núi Diệu-Cao, cùng để cúng-dường cây Bồ-đề của Phật, cây Bồ-đề đó cao mười do-tuần. Cúng dường hoa xong, mỗi vị đem cung điện dưng lên đức Phật mà thưa rằng: "Xin đức Phật đoái thương lợi ích cho chúng con, cung điện dâng cúng đây xin nhận ở."

Lúc đó, các vị Phạm-Thiên-Vương liền ở trước Phật một lòng đồng tiếng dùng kệ khen rằng:

Thế-Tôn rất ít có
Khó thể gặp gỡ được
Đủ vô lượng công đức
Hay cứu hộ tất cả

Thầy lớn của trời người
Thương xót ở trong đời
Mười phương các chúng sanh
Khắp đều nhờ lợi ích.
Chúng con từng theo đến
Năm trăm muôn ức nước
Bỏ vui thiền định sâu
Vì để cúng dường Phật
Chúng con phước đời trước
Cung điện rất tốt đẹp
Nay đem dưng Thế-Tôn
Cúi xin, thương nạp thọ.

Bấy giờ, các vị Phạm-Thiên-Vương nói kệ khen đức Phật rồi thưa rằng: "Cúi xin đức Thế-Tôn chuyển-pháp-luân, độ thoát chúng sanh mở đường Niết-bàn." Khi ấy, các vị Phạm-Thiên-Vương một lòng đồng tiếng mà nói kệ rằng:

Thế-Hùng Lưỡng-Túc-Tôn
Cúi xin diễn nói pháp
Dùng sức từ bi lớn
Độ chúng sanh khổ não.

Lúc đó đức Đại-Thông Trí-Thắng Như-Lai lặng yên nhận lời *(11)*

8. Lại nữa các Tỳ-kheo! Phương đông nam năm trăm muôn ức cõi nước các vị Phạm-Thiên-Vương đều tự thấy cung điện mình ánh sáng chói lòa từ xưa chưa từng có, vui mừng hớn hở sanh lòng hy hữu, liền cùng đến nhau chung bàn việc đó. Lúc ấy trong chúng đó có một vị Phạm-Thiên-Vương tên là Đại-Bi, vì các Phạm-chúng mà nói kệ rằng:

Việc đó nhân duyên gì
Mà hiện tướng như thế?
Các cung điện chúng ta
Sáng suốt xưa chưa từng có
Là trời Đại-đức sanh
Hay là Phật ra đời?
Chưa từng thấy tướng nầy
Nên chung một lòng cầu
Quá nghìn muôn ức cõi
Theo luồng sáng tìm đến
Phần nhiều Phật ra đời
Độ thoát khổ chúng sanh.

Bấy giờ, năm trăm muôn ức các vị Phạm-Thiên-Vương cùng chung với cung điện, lấy đãy đựng các thứ hoa trời, đồng đến phương Tây-Bắc suy tìm tướng đó. Thấy đức Đại-ThôngTrí-Thắng Như-Lai ngồi tòa sư-tử nơi đạo tràng dưới cội Bồ-đề, các hàng chư Thiên, Long-vương, Càn-thát-bà, Khẩn-na-la, Ma-hầu-la-dà, nhơn cùng phi-nhơn v.v... cung kính vây quanh, và thấy mười sáu vị vương tử thỉnh Phật chuyển- pháp-luân.

Khi ấy các vị Phạm-Thiên-Vương đầu mặt lạy chân Phật, đi quanh trăm nghìn vòng, liền lấy hoa trời mà rải trên Phật. Hoa rải đó nhóm như núi Diệu-Cao, cùng để cúng dường cây Bồ-đề của Phật. Cúng dường hoa xong, đều đem cung điện dâng lên đức Phật mà thưa rằng: "Xin Phật thương xót lợi ích cho chúng con, những cung điện dâng đây cúi xin nhận ở".

Lúc đó, các vị Phạm-Thiên-Vương liền ở trước Phật một lòng đồng tiếng nói kệ khen rằng:

Thánh Chúa vua trong trời
Tiếng Ca-lăng-tần-già
Thương xót hàng chúng sanh
Chúng con nay kính lễ.
Thế-Tôn rất ít có
Lâu xa một lần hiện
Một trăm tám mươi kiếp
Luống qua không có Phật
Ba đường dữ dẫy đầy
Các chúng trời giảm ít.
Nay Phật hiện ra đời
Làm mắt cho chúng sanh

Chỗ quy thú của đời
Cứu hộ cho tất cả
Là cha của chúng sanh
Thương xót làm lợi ích
Nhờ phước lành đời trước
Nay được gặp Thế-Tôn.

Khi đó, các vị Phạm-Thiên-Vương nói kệ khen Phật xong đều thưa rằng: " Cúi xin đức Thế-Tôn thương xót tất cả chuyển-pháp-luân cho, để độ thoát chúng sanh".

Lúc ấy, các vị Phạm-Thiên-Vương một lòng đồng tiếng mà nói kệ khen rằng:

Đại-Thánh chuyển-pháp-luân
Chỉ bày các pháp tướng
Độ chúng sanh đau khổ
Khiến được rất vui mừng
Chúng sanh nghe pháp này
Được đạo hoặc sanh thiên
Các đường dữ giảm ít
Bậc nhẫn thiện thêm nhiều.

Khi đó, đức Đại-Thông Trí-Thắng Phật yên lặng nhận lời.

9. Lại nữa các Tỳ-kheo! năm trăm muôn ức cõi nước ở phương Nam các vị đại Phạm-vương đều tự thấy cung điện mình ánh sáng chói lòa từ xưa chưa từng có, vui mừng hớn hở sanh lòng hy hữu liền đến cùng nhau chung bàn việc đó. Vì nhân duyên gì cung điện của chúng ta có ánh sáng chói này? Trong chúng đó có một vị Phạm-Thiên-Vương lớn tên là Diệu-Pháp, vì hàng Phạm- chúng mà nói kệ rằng:

Các cung điện chúng ta
Quang minh rất oai diệu
Đây không phải không nhân
Tướng nầy phải tìm đó
Quá hơn trăm nghìn kiếp
Chưa từng thấy tướng nầy
Là trời đại đức sanh
Hay đức Phật ra đời?

Bấy giờ, năm trăm muôn ức Phạm-Thiên-Vương cùng cung điện chung, mỗi vị dùng đãy đựng các thứ hoa trời đồng đến phương Bắc suy tìm tướng đó. Thấy đức Đại-Thông Trí-Thắng Như-Lai ngồi tòa sư-tử nơi đạo tràng dưới cội cây Bồ-đề, hàng chư Thiên, Long-vương, Càn-thát-bà, Khẩn-na-la, Ma-hầu-la-già, nhơn và phi-nhơn v.v..., cung kính vây quanh, cùng thấy mười sáu vị vương tử thỉnh Phật chuyển- pháp-luân.

Khi đó, các vị Phạm-Thiên-Vương đầu mặt lễ Phật đi quanh trăm nghìn vòng, liền lấy hoa trời mà rải trên đức Phật. Hoa rải đó nhóm như núi Diệu-Cao và để cúng dường cây Bồ-đề của Phật.

Cúng dường hoa xong, mỗi vị đều đem cung điện dâng lên đức Phật mà thưa rằng: "Xin đức Phật đoái thương lợi ích chúng con, cung điện của chúng con dâng đây cúi xin nạp xử". Bấy giờ, các vị đại Phạm-Thiên-Vương liền ở trước Phật một lòng đồng tiếng nói kệ khen rằng:

Thế-Tôn rất khó thấy
Bậc phá các phiền não
Hơn trăm ba mươi kiếp
Nay mới thấy một lần
Hàng chúng sanh đói khát
Nhờ mưa pháp đầy đủ
Xưa chỗ chưa từng thấy
Đấng vô lượng trí huệ
Như hoa Ưu-đàm-bát
Ngày nay mới gặp gỡ
Cung điện của chúng con
Nhờ hào quang được đẹp
Thế-Tôn đại từ mẫn
Cúi xin thương nhận ở.

Khi đó, các vị Phạm-Thiên-Vương nói kệ khen đức

Phật rồi đều bạch rằng: "Cúi mong đức Thế-Tôn chuyển-pháp- luân làm cho tất cả thế gian các hàng Trời, Ma, Phạm, Sa-môn, Ba-la-môn đều được an ổn mà được độ thoát". Lúc ấy các vị Phạm-Thiên-Vương một lòng đồng tiếng nói kệ rằng:

Cúi mong Thiên-Nhân-Tôn
Chuyển-pháp-luân vô thượng
Đánh vang pháp cổ lớn
Mà thổi pháp loa lớn
Độ vô lượng chúng sanh
Chúng con đều quy thỉnh
Nên nói tiếng sâu xa.

Khi đó, đức Đại-Thông Trí-Thắng lặng yên nhận lời đó.

10. Phương Tây-Nam nhẫn đến phương dưới cũng lại như thế.

Bấy giờ, năm trăm muôn ức cỏi nước ở thượng phương, các vị đại Phạm-Thiên-Vương thảy đều tự thấy cung điện của mình ở ánh sáng chói rực từ xưa chưa từng có, vui mừng hớn hở sanh lòng hy hữu, liền đi đến nhau để chung bàn việc đó. Vì nhân duyên gì cung điện của chúng ta có ánh sáng nầy? Lúc đó trong chúng có một vị đại Phạm-Thiên-Vương tên là Thi-Khí vì hàng Phạm- chúng mà nói kệ rằng:

Nay vì nhân duyên gì?
Cung điện của chúng ta
Ánh sáng oai đức từng có?
Tướng tốt như thế đó
Xưa chưa từng nghe thấy
Là trời Đại-đức sanh
Hay là Phật ra đời?

Bấy giờ, năm trăm muôn ức các vị Phạm-Thiên-Vương cùng cung điện chung, mỗi vị đều dùng đãy đựng các thứ hoa trời đồng đến phương dưới suy tìm tướng sáng đó. Thấy đức Đại- Thông-Trí Như-Lai ngồi tòa sư-tử nơi đạo tràng dưới gốc Bồ-đề, hàng chư Thiên, Long-vương, Càn-thát-bà, Khẩn-na-la, Ma-hầu-la-già, nhơn và phi-nhơn v.v... cung kính vây quanh và thấy mười sáu vị vương tử thỉnh đức Phật chuyển-pháp-luân.

Lúc đó, các vị Phạm-Thiên-Vương đầu mặt lạy Phật đi quanh trăm nghìn vòng, liền lấy hoa trời rải trên đức Phật. Hoa rải nhóm như núi Diệu-Cao và để cúng dường cây Bồ-đề của Phật. Cúng dường hoa xong, đều đem cung điện dâng lên đức Phật mà bạch rằng: "Xin đoái thương lợi ích chúng con. Cung điện dâng đây cúi mong Phật nạp ở".

Lúc đó, các vị Phạm-Thiên-Vương liền ở trước

Phật một lòng đồng tiếng dùng kệ khen rằng:

Hay thay! thấy các Phật
Đấng Thánh-Tôn cứu thế
Hay ở ngục tam giới
Cứu khỏi các chúng sanh
Thiên-Nhân-Tôn trí khắp
Thương xót loài quần manh
Hay khai môn cam lộ
Rộng độ cho tất cả.
Lúc xưa vô lượng kiếp
Luống qua không có Phật
Khi Phật chưa ra đời
Mười phương thường mờ tối
Ba đường dữ thêm đông
A-tu-la cũng thạnh
Các chúng trời càng bớt
Chết nhiều đọa ác đạo
Chẳng theo Phật nghe pháp
Thường làm việc chẳng lành
Sắc, lực, cùng trí huệ
Các việc đều giảm ít
Vì tội nghiệp nhân duyên
Mất vui cùng tưởng vui
Trụ trong pháp tà kiến
Chẳng biết nghi tắc lành
Chẳng nhờ Phật hóa độ

Thường đọa trong ác đạo.
Phật là mắt của đời
Lâu xa mới hiện ra
Vì thương các chúng sanh
Nên hiện ở trong đời
Siêu việt thành chánh-giác
Chúng con rất mừng vui
Và tất cả chúng khác
Mừng khen chưa từng có
Cung điện của chúng con
Nhờ hào quang nên đẹp
Nay đem dâng Thế-Tôn
Cúi mong thương nhận ở
Nguyện đem công đức này
Khắp đến cho tất cả
Chúng con cùng chúng sanh
Đều đồng thành Phật đạo.

Khi đó, năm trăm muôn ức các vị Phạm-Thiên-Vương nói kệ khen đức Phật rồi, đều bạch Phật rằng: "Cúi mong đức Thế-Tôn chuyển-pháp-luân, nhiều chỗ an ổn, nhiều chỗ độ thoát". Lúc ấy các vị Phạm-thiên-vương đồng nói kệ rằng:

Thế-Tôn chuyển-pháp-luân
Đánh trống pháp cam lộ
Độ chúng sanh khổ não

Mở bày đường Niết-bàn
Cúi mong nhận lời con
Dùng tiếng vi diệu lớn
Thương xót mà nói bày
Pháp tu vô lượng kiếp.

11. Lúc bấy giờ, Đại-Thông Trí-Thắng Như-Lai nhận lời thỉnh của các Phạm- thiên-vương và mười sáu vị vương-tử tức thời ba phen chuyển-pháp-luân mười hai hành *(12)* hoặc là Sa-môn, Bà-la-môn, hoặc là Trời, Ma, Phạm và các thế gian khác đều không thể chuyển được, nói: Đây là khổ, đây là khổ tập, đây là khổ diệt, đây là đạo diệt khổ.

Và rộng nói pháp mười hai nhân duyên: Vô minh duyên hành, hành duyên thức, thức duyên danh sắc, danh sắc duyên lục nhập, lục nhập duyên xúc, xúc duyên thọ, thọ duyên ái, ái duyên thủ, thủ duyên hữu, hữu duyên sanh, sanh duyên lão, tử, ưu bi, khổ não.

Vô minh diệt thì hành diệt, hành diệt thì thức diệt, thức diệt thì danh sắc diệt, danh sắc diệt thì lục nhập diệt, lục nhập diệt thì xúc diệt, xúc diệt thì thọ diệt, thọ diệt thì ái diệt, ái diệt thì thủ diệt, thủ diệt thì hữu diệt, hữu diệt thì sanh diệt, sanh diệt thì lão, tử, ưu bi, khổ não diệt.

Đức Phật ở trong đại chúng trời, người khi nói pháp đó có sáu trăm muôn ức na-do-tha người do vì không thọ tất cả pháp mà ở các lậu tâm được giải thoát, đều được thiền định sâu mầu, ba món minh, sáu món thông, đủ tám giải thoát.

Lúc nói pháp lần thứ hai, lần thứ ba, lần thứ tư, có nghìn muôn ức hằng-hà- sa na-do-tha chúng sanh cũng bởi không thọ tất cả pháp mà nơi các lậu tâm được giải thoát. Từ đây nhẫn sau các chúng Thanh-văn nhiều vô lượng vô biên, không thể tính kể được.

12. Bấy giờ mười sáu vị vương-tử đều là đồng tử mà xuất gia làm Sa-di, các căn thông lanh, trí huệ sáng láng, đã từng cúng dường trăm nghìn muôn ức các đức Phật, tịnh tu hạnh thanh tịnh, cầu đạo vô-thượng chánh-đẳng chánh-giác, đều bạch cùng Phật rằng: "Thưa Thế- Tôn! Các vị Đại-đức Thanh-văn vô lượng nghìn muôn ức đây đã thành tựu xong, đức Thế-Tôn cũng nên vì chúng con nói pháp vô-thượng chánh-đẳng chánh-giác, chúng con nghe xong đều đồng tu học Thế-Tôn! Chúng con có chí Lúc đó, tám muôn ức người trong chúng của Chuyển-luân-thánh-vương dắt đến thấy mười sáu vị vương-tử xuất gia, cũng tự cầu xuất gia, vua liền thuận cho.

Bấy giờ, đức Phật nhận lời thỉnh của Sa-di, qua hai muôn kiếp sau mới ở trong hàng bốn chúng nói kinh Đại- thừa tên là: "Diệu-Pháp Liên Hoa" là pháp giáo hoá Bồ-Tát được chư Phật hộ niệm. Đức

Phật nói kinh đó xong, mười sáu vị Sa-di vì đạo vô-thượng chánh-đẳng chánh-giác, đều đồng thọ thì đọc tụng thông thuộc. Lúc nói kinh đó, mười sáu vị Sa-di Bồ-Tát thảy đều tin thọ trong chúng Thanh-văn cũng có người tin hiểu. Ngoài ra nghìn muôn ức loại chúng sanh đều sanh lòng nghi lầm. Phật nói kinh đó suốt tám nghìn kiếp chưa từng thôi bỏ. Phật nói kinh đó xong liền vào tịnh thất trụ trong thiền định tám muôn bốn nghìn kiếp.

13. Bấy giờ, mười sáu vị Bồ-Tát Sa-di biết Phật nhập thất trụ trong thiền định vắng bặt, mỗi vị đều lên pháp tòa cũng trong tám muôn bốn nghìn kiếp vì bốn bộ chúng rộng nói phân biệt kinh Diệu-Pháp Liên Hoa.
Mỗi vị đều độ sáu trăm muôn ức na-do-tha hằng hà-sa chúng sanh, chỉ dạy cho được lợi mừng, khiến phát tâm vô- thượng chánh-đẳng chánh-giác.

14. Đức Đại-Thông Trí-Thắng Phật qua tám muôn bốn nghìn kiếp sau từ tam-muội dậy, qua đến pháp tòa mà ngồi an lành, khắp bảo trong hàng đại chúng: "Mười sáu vị Bồ-Tát Sa-di này rất là ít có, các căn thông lẹ, trí huệ sáng láng, đã từng cúng dường vô lượng nghìn muôn ức số đức Phật, ở chỗ các đức Phật thường tu hạnh thanh tịnh, thọ trì trí của Phật để chỉ dạy chúng sanh làm cho vào trong đó. Các

ông phải luôn luôn gần gũi mà cúng dường các vị ấy.

Vì sao? Nếu hàng Thanh-văn, Duyên-giác cùng các Bồ-Tát có thể tin kinh pháp của mười sáu vị Bồ-Tát Sa-di đó nói mà thọ trì không mất, thì người đó sẽ được đạo vô-thượng chánh-đẳng chánh-giác trí huệ của Như-Lai".

15. Phật bảo các Tỳ-kheo: "Mười sáu vị Bồ-Tát đó thường ưa nói kinh Diệu- Pháp Liên-Hoa nầy. Sáu trăm muôn ức na-do-tha hằng-hà-sa chúng sanh của mỗi vị Bồ-Tát hóa độ đó đời đời sanh ra đều cùng Bồ-Tát ở chung, theo nghe pháp với Bồ-Tát thảy đều tin hiểu. Nhờ nhân duyên đó mà được gặp bốn muôn ức các đức Phật Thế-Tôn đến nay vẫn chẳng ngớt.

Các Tỳ-kheo! Ta nói với các ông mười sáu vị Sa-di đệ tử của đức Phật kia nay đều chứng được đạo vô-thượng chánh-đẳng chánh-giác, hiện đang nói pháp trong cõi nước ở mười phương có vô lượng trăm nghìn muôn ức Bồ-Tát Thanh-văn để làm quyến thuộc.

Hai vị Sa-di làm Phật ở phương Đông: Vị thứ nhất tên là A-Súc ở nước Hoa- Hỷ, vị thứ hai tên là Tu-Di-Đỉnh.

Hai vị làm Phật ở phương Đông-Nam: Vị thứ nhứt tên là Sư-Tử-Âm, vị thứ hai tên là Sư-Tử-Tướng.

Hai vị làm Phật ở phương Nam: Vị thứ nhứt tên là Hư-Không-Trụ, vị thứ hai tên là Thường-Diệt.

Hai vị làm Phật ở phương Tây-Nam: Vị thứ nhứt tên là Đế-Tướng, vị thứ hai tên là Phạm-Tướng.

Hai vị làm Phật ở phương Tây: Vị thứ nhứt tên là A-Di-Đà, vị thứ hai tên là Độ-Nhứt-Thiết Thế-Gian Khổ-Não.

Hai vị làm Phật ở phương Tây-Bắc: Vị thứ nhứt tên là Đa-Ma-La-Bạt Chiên-Đàn-Hương Thần Thông, vị thứ hai tên là Tu-Di-Tướng.

Hai vị làm Phật ở phương Bắc: Vị thứ nhứt tên là Vân-Tự-Tại, vị thứ hai tên là Vân-Tự-Tại-Vương.

Một vị làm Phật ở phương Đông-Bắc hiệu Hoại-Nhứt-Thiết Thế-Gian Bố-úy.

Vị thứ mười sáu, chính ta là Thích-Ca Mâu-Ni Phật ở cõi nước Ta-bà thành vô-thượng chánh-đẳng chánh-giác.

Các Tỳ-kheo! Lúc chúng ta làm Sa-di mỗi người giáo hóa vô lượng trăm nghìn muôn ức hằng-hà-sa chúng sanh vì đạo vô-thượng chánh-đẳng, chánh-giác theo ta nghe pháp. Những chúng sanh đó đến nay có người trụ bậc Thanh-văn, ta thường giáo hóa pháp vô-thượng chánh-đẳng chánh-giác. Những bọn người này đáng dùng pháp đó mà lần vào Phật đạo.

Vì sao? Vì trí huệ của Như-Lai khó tin khó hiểu, vô lượng hằng-ha-sa chúng sanh bị hóa độ trong thuở đó chính là bọn ông, các Tỳ-kheo, và sau khi ta diệt độ các đệ tử Thanh-văn trong đời vị lai. Sau khi ta diệt độ, lại có đệ tử không nghe kinh này, không biết không hay hạnh của Bồ-Tát, tự ở nơi công đức của mình được tưởng cho là diệt độ sẽ nhập Niết-bàn.

Ta ở nơi nước khác làm Phật lại có tên khác. Người đó dầu sanh lòng tưởng là diệt độ nhập Niết-bàn, nhưng ở nơi cõi kia cầu trí huệ của Phật, được nghe kinh này, chỉ do Phật thừa mà được diệt độ lại không có thừa nào khác, trừ các đức Như-Lai phương tiện nói pháp.

Các Tỳ-kheo! Nếu đức Như-Lai tự biết giờ Niết-bàn sắp đến, chúng lại thanh tịnh lòng tin hiểu bền chắc, rõ thấu pháp không, sâu vào thiền định, bèn nhóm các Bồ-Tát và chúng Thanh-văn mà vì nói kinh nầy. Trong đời không có hai thừa mà được diệt độ, chỉ có một Phật thừa được diệt độ thôi.

Các Tỳ-kheo nên rõ! Đức Như-Lai phương tiện sâu vào tánh chúng sanh, biết chí nó ưa pháp nhỏ, rất ham nơi năm món dục vì hạng người này mà nói Niết-bàn, người đó nếu nghe thời liền tin nhận.

16. Thí dụ đường hiểm nhiều nạn dữ, dài năm trăm do tuần. Chốn ghê sợ hoang vắng không người. Nếu chúng đông muốn đi qua con đường nầy đến chỗ trân bửu, có một vị Đạo-Sư thông minh sáng suốt

khéo biết rõ tướng thông bít của con đường hiểm, dắt chúng nhân muốn vượt qua nạn đó. Chúng nhân được dắt đi giữa đường lười mỏi bạch đạo sư rằng: "Chúng con mệt nhọc lại thêm sợ sệt chẳng có thể đi nữa, đường trước còn xa nay muốn lui về".

Vị Đạo-Sư nhiều sức phương tiện mà tự nghĩ rằng: Bọn này đáng thương, làm sao cam bỏ trân bảo lớn mà muốn lui về. Nghĩ thế rồi dùng sức phương tiện ở giữa đường hiểm quá ba trăm do tuần, hóa làm một cái thành mà bảo chúng nhân rằng: " Các người chớ sợ, đừng lui về, nay thành lớn nầy có thể dừng ở trong đó tùy ý muốn làm gì thì làm, nếu vào thành nầy sẽ rất được an ổn, nếu có thể lại thẳng đến chỗ châu báu đi cũng được".

Bấy giờ, chúng mỏi mệt rất vui mừng khen chưa từng có, chúng ta hôm nay khỏi được đường dữ rất được an ổn. Đó rồi chúng nhân thẳng vào hóa thành sanh lòng tưởng cho rằng đã được độ rất an ổn.

Lúc ấy Đạo-Sư biết chúng nhơn đó đã được nghỉ ngơi không còn mỏi mệt, liền diệt hóa thành bảo chúng nhơn rằng: "Các người nên đi tới, chỗ châu báu ở gần đây, thành lớn trước đó là của ta biến hóa ra để nghỉ ngơi thôi".

Các Tỳ-kheo! Đức Như-Lai cũng lại như thế, nay vì các ông mà làm vị đại Đạo-Sư, biết các đường dữ sanh tử phiền não hiểm nạn dài xa nên vượt qua. Nếu như chúng sanh chỉ nghe một Phật thừa thời chẳng muốn thấy Phật, chẳng muốn gần gũi, mà nghĩ thế nầy: "Đạo Phật dài xa lâu ngày chịu cần khổ mới có thể được thành". Phật biết tâm chúng đó khiếp nhược hạ hệt, dùng sức phương tiện mà ở giữa đường vì để ngơi nghỉ nên nói hai món Niết-bàn. *(13)*

Nếu chúng sanh trụ nơi hai bực, đức Như-Lai bấy giờ liền bèn vì nói: "Chỗ tu của các ông chưa xong, bậc của các ông ở gần với huệ của Phật. Phải quan sát suy lường Niết-bàn đã được đó chẳng phải chân thật vậy. Chỉ là sức phương tiện của Như-Lai, ở nơi một Phật thừa phân biệt nói thành ba. Như vị Đạo-Sư kia vì cho mọi người ngơi nghỉ mà hóa thành lớn, đã biết nghỉ xong mà bảo đó rằng: "Chỗ châu báu ở gần, thành nầy không phải thật, của ta biến hóa làm ra đó thôi".

Lúc đó đức Thế-Tôn muốn tuyên lại nghĩa trên mà nói kệ rằng:

17. Đại-Thông Trí-Thắng Phật
    Mười kiếp ngồi đạo tràng
    Phật Pháp chẳng hiện tiền
    Chẳng được thành Phật đạo
    Các trời, thần, Long-vương
    Chúng A-tu-la thảy
    Thường rưới các hoa trời
    Để cúng dường Phật đó

Chu thiên đánh trống trời
Và trỗi các kỹ nhạc
Gió thơm thổi hoa héo
Lại mưa hoa tốt mới
Quá mười tiểu kiếp rồi
Mới được thành Phật đạo
Các trời cùng người đời
Lòng đều sanh hớn hở.
Mười sáu người con Phật
Đều cùng quyến thuộc mình
Nghìn muôn ức vây quanh
Chung đi đến chỗ Phật
Đầu mặt lạy chân Phật
Thỉnh Phật chuyển-pháp-luân
"Đấng Thánh-Sư mưa pháp
Lợi con và tất cả
Thế-Tôn rất khó gặp
Lâu xa một lần hiện
Vì giác ngộ quần sanh
Mà chấn động tất cả".
Các thế giới phương Đông
Năm trăm muôn ức cõi
Phạm cung điện sáng chói
Từ xưa chưa từng có
Phạm-vương thấy tướng này
Liền đến chỗ Phật ở
Rải hoa để cúng dường

Và dâng cung điện lên
Thỉnh Phật chuyển-pháp-luân
Nói kệ khen ngợi Phật
Phật biết chưa đến giờ
Nhận thỉnh yên lặng ngồi
Ba phương cùng bốn phía
Trên, dưới cũng như thế
Rưới hoa dâng cung điện
Thỉnh Phật chuyển-pháp-luân
"Thế-Tôn rất khó gặp
Nguyện vì bổn từ bi
Rộng mở cửa cam-lộ
Chuyển-pháp-luân vô-thượng."

18. Thế-Tôn huệ vô thượng
Nhân chúng nhơn kia thỉnh
Vì nói các món pháp
Bốn đế, mười hai duyên
Vô minh đến lão tử
Đều từ sanh duyên hữu
Những quá hoạn như thế
Các ông phải nên biết
Tuyên nói pháp đó rồi
Sáu trăm muôn ức cai *(14)*
Được hết các ngần khổ
Đều thành A-la-hán.
Thời nói pháp thứ hai

Ngàn vạn hằng sa chúng
Ở các pháp chẳng thọ
Cũng được A-la-hán,
Từ sau đây được đạo
Số đông đến vô lượng
Muôn ức kiếp tính kể
Không thể đặng ngần mé.

19. Bấy giờ mười sáu vị
Xuất gia làm Sa-di
Đều đồng thỉnh Phật kia
Diễn nói pháp Đại thừa:
"Chúng con cùng quyến thuộc
Đều sẽ thành Phật đạo
Nguyện được như Thế-Tôn
Tuệ nhãn sạch thứ nhứt."
Phật biết lòng đồng tử
Chỗ làm của đời trước
Dùng vô lượng nhân duyên
Cùng các món thí dụ
Nói sáu Ba-la-mật
Và các việc thần thông,
Phân biệt pháp chân thật
Đạo của Bồ-Tát làm
Nói kinh Pháp-Hoa nầy
Kệ nhiều như hằng sa.
Phật kia nói kinh rồi

Vào tịnh thất nhập định
Tám vạn bốn ngàn kiếp
Một lòng ngồi một chỗ.
Các vị Sa-di đó
Biết Phật chưa xuất thiền
Vì vô lượng chúng nói
Huệ vô thượng của Phật
Mỗi vị ngồi pháp tòa
Nói kinh Đại-thừa này
Sau khi Phật yên lặng
Tuyên bày giúp giáo hóa.
Mỗi vị Sa-di thảy
Số chúng sanh mình độ
Có sáu trăm muôn ức
Hằng-ha-sa các chúng.
Sau khi Phật diệt độ
Các người nghe pháp đó
Ở các nơi cõi Phật
Thường cùng thầy sanh chung.
Mười sáu Sa-di đó
Đầy đủ tu Phật đạo
Nay hiện ở mười phương
Đều được thành Chánh-giác
Người nghe pháp thuở đó
Đều ở chỗ các Phật
Có người trụ Thanh-văn
Lần dạy cho Phật đạo.

Ta ở số mười sáu
Từng vì các ngươi nói
Cho nên dùng phương tiện
Dẫn dắt đến huệ Phật
Do bản nhân duyên đó
Nay nói kinh Pháp Hoa
Khiến ngươi vào Phật đạo
Dè dặt chớ kinh sợ.

20. Thí như đường hiểm dữ
Xa vắng nhiều thú độc
Và lại không cỏ nước
Chốn mọi người ghê sợ
Vô số nghìn muôn chúng
Muốn qua đường hiểm này
Đường đó rất xa vời
Trải năm trăm do tuần.
Bấy giờ một Đạo-Sư
Nhớ dai có trí huệ
Sáng suốt lòng quyết định
Đường hiểm cứu các nạn
Mọi người đều mệt mỏi
Mà bạch Đạo-Sư rằng:
"Chúng con nay mỏi mệt
Nơi đây muốn trở về".
Đạo-Sư nghĩ thế này:
Bọn này rất đáng thương

Làm sao muốn lui về
Cam mất trân bảo lớn?
Liền lại nghĩ phương tiện
Nên bày sức thần thông
Hóa làm thành quách lớn
Các nhà cửa trang nghiêm
Bốn bề có vườn rừng
Sông ngòi và ao tắm
Cửa lớn lầu gác cao
Trai, gái đều đông vầy.
Hóa ra thành đó rồi
An ủi chúng: "Chớ sợ
Các ngươi vào thành này
Đều được vừa chỗ muốn".
Mọi người đã vào thành
Lòng đều rất vui mừng
Đều sanh tưởng an ổn
Tự nói đã được độ.
Đạo-Sư biết nghỉ xong
Nhóm chúng mà bảo rằng:
"Các ngươi nên đi nữa
Đây là hóa thành thôi
Thấy các ngươi mỏi mệt
Giữa đường muốn lui về
Nên dùng sức phương tiện
Ta hóa làm thành này
Các ngươi gắng tinh tấn

Nên đồng đến chỗ báu.

21. Ta cũng lại như vậy
    Đạo-Sư của tất cả
    Thấy những người cầu đạo
    Giữa đường mà lười bỏ
    Không thể vượt đường dữ
    Sanh tử đầy phiền não
    Nên dùng sức phương tiện
    Vì nghỉ nói Niết-bàn.
    Rằng các ngươi khổ diệt
    Chỗ làm đều đã xong
    Đã biết đến Niết-bàn
    Đều chứng A-la-hán
    Giờ mới nhóm đại chúng
    Vì nói pháp chân thật
    Sức phương tiện các Phật
    Phân biệt nói ba thừa
    Chỉ có một Phật thừa
    Vì nghỉ nên nói hai *(15)*
    Vì các ngươi nói thật
    Các ngươi chưa phải diệt,
    Vì nhứt-thiết-trí Phật
    Nên phát tinh tấn mạnh
    Ngươi chứng nhứt-thiết-trí
    Mười lực các Phật Pháp
    Đủ băm hai tướng tốt

Mới là chân thật diệt,
Các Phật là Đạo-Sư
Vì nghỉ nói Niết-bàn
Đã biết ngơi nghỉ rồi
Dẫn vào nơi huệ Phật.

KINH DIỆU-PHÁP LIÊN-HOA

Quyển Thứ Ba

Một tiếng kín bày, thần thông giáo hóa thầm gia hộ, khắp rưới mưa pháp nhuần các mầm, quả báo nhà rộng lớn, chốn châu báu không xa, quyền biến hóa đồng hoa đốm hư không.

NAM-MÔ PHÁP-HOA HỘI-THƯỢNG-PHẬT BỒ-TÁT (3 lần)

Ba căn khắp nhuần, đệ tử nhờ ơn, thành biến hóa dối bày chớ cho là chân, lại xem nhân duyên đức Trí-Thắng, mười sáu vị Vương-Tôn tám phương chứng thân vàng.

NAM-MÔ ĐẠI-THÔNG TRÍ-THẮNG PHẬT (3 lần)

THÍCH NGHĨA

1. Đây tức là "nhứt-thiết chủng-trí" trí của Phật, rõ thấu rành suốt ba thuở mười phương tất cả thế-gian và xuất- thế-gian.

2. Cho về đến, tức là cội nguồn.

3. Lòng tưởng mong, suy nghĩ; mong cầu v.v...

4. Một thái dương-hệ gọi là 1 tiểu thế giới,

   1.000 tiểu thế-giới là 1 tiểu thiên thế- giới,

   1.000 tiểu thiên là 1 trung-thiên,

   1.000 trung-thiên là đại-thiên thế-giới.

   Vậy đại-thiên thế-giới là ba lần nhân ngàn (1TG x 1000 x 1000 x 1000), nên gọi tam-thiên đại-thiên thế-giới, gồm có 1.000.000.000 thế-giới, là số thế-giới của cõi Ta-bà thuộc quyền giáo hóa của đức Thích-Ca.

5. LƯỠNG: Phước đức và trí huệ 2 món.

   TÚC là đầy đủ.

6. Thành trì do thần thông biến hóa ra, để dụ huyền giáo hóa của Phật.

7. Có 3 hạng do tuần:

   1) 40 dặm Tàu

   2) 60 dặm

   3) 80 dặm.

8. Đem thân mạng về nương, nghĩa là chữ "Nam-mô" tiếng Phạm.

9. Cõi dục trên người có 6 cõi trời:

   1- Trời Tứ-Thiên-Vương;

   2- Trời Đao-Lợi (vua là Đế-Thích hay Thích-Đề-Hoàn-Nhơn)

   3- Trời Dạ-Ma;

4- Trời Đâu-Xuất;

5- Trời Hóa-Lạc;

6- Trời Tha-Hóa-Tự-Tại, trên cõi dục có cõi Sắc, cõi Sắc có bốn thiền (sơ-thiền, nhị-thiền, tam-thiền, tứ-thiền), 18 cõi Trời.

Trong Sơ-thiền có 3 cõi:

1) Trời Phạm-chúng

2) Phạm-Vương. Phạm-Thiên-Vương là vua Trời Sơ-thiền.

3) Đại-Phạm Thiên-Vương là vua Trời Tứ-thiền.

10. Có phước lành lớn nên cảm báo có cung điện tuỳ thân nhỏ lớn như ý.

11. Theo nghi biểu của Phật, ai thưa thỉnh việc chi nếu nín thinh là chịu.

12. Ba lần TỨ-ĐẾ thành 12.

1- Đây là khổ, đây là Tập, đây là Diệt, đây là Đạo.

2- Khổ nên biết, Tập nên dứt, Diệt nên chứng, Đạo nên tu.

3- Khổ biết rồi, Tập dứt rồi, Diệt chứng rồi, Đạo tu rồi.

13 . 1- Thanh-văn Niết-bàn.

2- Duyên-giác Niết-bàn.

14. Một trăm triệu (100.000.000) gọi là *"cai"*.

15. Thanh-văn-thừa, Duyên-giác-thừa.

Các danh từ: Vô-lượng, vô-biên, a-tăng-kỳ, vô-số, na-do-tha, hằng-hà-sa, bất-khả tư-nghì, bất-khả-xung, *bất-khả- thuyết, v.v... đều là những số lớn trên số muôn ức.*

Sự tích ĐỌC KINH THOÁT KHỔ
(trích trong Pháp-uyển)

Đời Đường, ở Ung-Châu, huyện Trường-An có ông Cao-Pháp-Nhãn là cháu huyền tôn của ông Cao-Tần, quan bộc xạ đời Tuỳ. Đến niên hiệu Long- Sóc năm thứ ba, ngày 25 tháng giêng đến Trung-Đài dự thí, trưa cỡi ngựa về nhà. Nhà ông ở góc phía Nam phường Nghĩa-Ninh, phía Đông chùa Hóa-Độ. Giữa đường gặp bọn người cỡi ngựa rượt bắt, chạy về gần đến nhà té ngựa mê ngất rồi chết, mọi người tri hô, người nhà vội đến khiêng về đến sáng ngày mai mới sống lại. Ông Nhãn bảo người nhà rằng: "Ta bị quỷ bắt đến địa-ngục thấy vua Diêm-La ngồi trên toà cao, giận mắng ta rằng: Ngươi tại sao lại đến chùa Hóa-Độ trong phòng thầy Minh-Tạng ăn trái của thường-trụ Tăng? - Nói xong bắt ta nuốt 400 hòn sắt nóng, đương lúc nuốt thời cổ họng nghẹn rút thân thể đỏ khô co lại biến làm màu đỏ, nuốt hết mới sống lại".

Ngày 26 là ngày ông mới sống lại, lại có bọn quỷ hiện đến bắt dẫn về cho vua Diêm-Vương. Vua quở: "Tại sao ngươi không kính tin Tam-Bảo dám nói chuyện lỗi xấu của Tăng? Ngươi nuốt sắt xong sẽ bị cày lưỡi". Đến ngày 29 tháng đó sau khi nuốt sắt xong sống lại cho đến ngày 30 sáng sớm lại chết đến địa ngục chịu cày sắt cày lưỡi tự thấy lưỡi mình dài đến vài dặm, người ở bên xem thấy ông Nhãn le lưỡi ra hơn thước (thước Tàu). Vua lại bảo ngục tốt: "Người này nói chuyện hay dở của Tam-Bảo đem búa lớn ra chặt bỏ lưỡi đó". Ngục tốt chặt mãi không đứt. Vua bảo lấy búa thẻo nhỏ bỏ vào vạc nước sôi nấu, nấu mãi không rã. Vua lấy làm lạ hỏi, ông Nhãn thưa: "Tôi từng đọc kinh Pháp-Hoa một lượt". Vua không tin tra sổ công đức, thấy trong án có ghi. "Đọc một bộ kinh Pháp-Hoa". Vua liền truyền thả cho về.

Ông Nhãn hiện còn, người đến thăm xem như đi chợ, người nghe thấy phát tâm tu hành rất đông. Cả nhà ông Nhãn từ đó rất mực kính tin Tam-Bảo, gắng chí tin tấn tu hành, hằng răn nhắc nhau không hề nhàm mỏi.

Tam-Bảo là con thuyền từ báu đưa chúng sanh ra khỏi biển sanh tử khổ. Kính thì phước vô lượng. Khinh... họa không nhỏ. Phật là đấng Chí-Tôn, Pháp là Thánh dược, Tăng là biểu hiệu của Phật và Pháp. Ông Nhãn khinh Tăng mà phải tội, lại nhờ đọc kinh Pháp-Hoa mà khỏi tai ương. Chỉ đọc có một bộ kinh Pháp-Hoa mà lưỡi không chặt đứt, nấu không rã, làm đến nỗi vua Diêm-Vương phải kinh sợ mà mau đưa về. Huống là người đọc tụng 2 bộ, 3 bộ đến trăm nghìn bộ ư. Nếu có người nào chí thành tụng niệm kinh Pháp-Hoa thời công đức vô lượng vô biên -Tội nghiệp đều tiêu -Phước lành đầy đủ. Sau khi xả báo thân hiện tại, quyết chắc sẽ cảm thành thân vàng Kim-cang ở vị lai vậy.

KINH
DIỆU PHÁP LIÊN HOA

Tam Tạng Pháp Sư
Cưu Ma La Thập
Hán Dịch

Tỳ Kheo Thích Trí Tịnh
Việt Dịch

QUYỂN THỨ TƯ

PHẨM "NGŨ-BÁ ĐỆ-TỬ THỌ KÝ"
THỨ TÁM

1. Lúc bấy giờ, ngài Mãn-Từ-Tử từ nơi đức Phật nghe trí huệ phương tiện tùy cơ nghi nói pháp như thế, lại nghe thọ ký cho các vị đệ tử lớn sẽ thành vô-thượng chánh-đẳng chánh-giác, lại nghe việc nhân duyên đời trước, lại nghe các đức Phật có sức tự tại thần thông lớn, được điều chưa từng có, lòng thanh tịnh hớn hở, liền từ chỗ ngồi đứng dậy, đến trước Phật, đầu mặt lễ chân Phật rồi đứng qua một bên chiêm ngưỡng dung nhan của Phật mắt không tạm rời, mà nghĩ thế này: "Thế-Tôn rất riêng lạ, việc làm ít có, thuận theo bao nhiêu chủng tánh ở trong đời, dùng sức phương tiện tri kiến mà vì đó nói pháp, vớt chúng sanh ra khỏi chỗ tham trước, chúng con ở nơi công đức của Phật không thể dùng lời nói mà tuyên bày được, chỉ có đức Thế-Tôn hay biết bổn nguyện trong thâm tâm của chúng con".

2. Bấy giờ Phật bảo các Tỳ-kheo: "Các ông thấy Mãn-Từ-Tử đây chăng? Ta thường khen ông là bậc nhất trong hàng người nói pháp, cũng thường khen các món công đức của ông, ròng rặc siêng năng hộ trì giúp tuyên bày pháp của ta, có thể chỉ dạy lời mừng cho hàng bốn chúng *(1)* giải thích trọn vẹn chánh pháp của Phật, mà làm nhiều lợi ích cho những

người cùng đồng hạnh thanh tịnh. Ngoài đức Như-Lai, không ai có thể cùng tận chỗ biện bác ngôn luận của ông. Các ông chớ tưởng Mãn-Từ-Tử chỉ hay hộ trì trợ tuyên pháp của ta thôi, ông cũng đã ở nơi chín mươi ức đức Phật thuở quá khứ mà hộ trì trợ tuyên chánh pháp của Phật, ở trong nhóm người nói pháp thuở đó cũng là bậc nhất.

3. Ông lại ở pháp không của chư Phật nói, thông suốt rành rẽ, được bốn món trí vô ngại, thường hay suy gẫm chắc chắn nói pháp thanh tịnh không có nghi lầm đầy đủ sức thần thông của Bồ-Tát tùy số thọ mạng mà thường tu hạnh thanh tịnh. Người đời thuở đức Phật kia đều gọi ông thật là Thanh-văn. Nhưng ông Mãn-Từ-Tử dùng phương tiện đó làm lợi ích cho vô lượng trăm nghìn chúng sanh, lại giáo hóa vô lượng vô số người khiến đứng nơi vô-thượng chánh-đẳng, chánh-giác. Ông vì muốn tịnh cõi Phật mà thường làm Phật sự giáo hóa chúng sanh. Các Tỳ-kheo! Ông Mãn-Từ-Tử cũng được bậc nhất ở trong hàng người nói pháp thuở bảy đức Phật, nay ở chỗ ta trong hàng người nói pháp cũng là bậc nhất Trong hàng người nói Pháp thuở các đức Phật trong Hiền kiếp về đương lai cũng lại là bậc nhất, mà đều hộ trì giúp tuyên bày pháp của Phật. Ông cũng sẽ ở trong đời vị lai hộ trì trợ tuyên chánh pháp của vô lượng vô biên các đức Phật, giáo hóa làm lợi ích

cho vô lượng chúng sanh khiến an lập nơi đạo vô-thượng chánh-đẳng chánh-giác, vì tịnh cõi Phật mà thường siêng năng tinh tấn giáo hóa chúng sanh, lần lần đầy đủ đạo Bồ-Tát.

Qua vô lượng vô số kiếp sau, ông sẽ ở nơi cõi này thành vô-thượng chánh-đẳng chánh-giác, hiệu là: Pháp-Minh Như-Lai, Ứng-cúng Chánh-biến-tri, Minh-hạnh-túc, Thiện-thệ, Thế-gian-giải, Vô-thượng-sĩ, Điều-ngự trượng- phu, Thiên-Nhân-Sư, Phật-Thế-Tôn.

Đức Phật đó lấy số thế giới tam-thiên đại-thiên nhiều như số cát sông Hằng mà làm thành một cõi Phật. Đất bằng bảy thứ báu, thẳng bằng như bàn tay không có núi gò, khe suối, rạch ngòi. Nhà, đài bằng bảy thứ báu đầy dẫy trong đó, cung điện của các trời ở gần trên hư không, người cùng trời giao tiếp nhau, hai bên đều thấy được nhau, không có đường dữ cũng không có người nữ.

Tất cả chúng sanh đều do biến hóa sanh, không có dâm dục, được pháp thần thông lớn, thân chói ánh sáng, bay đi tự tại, chí niệm bền chắc có đức tinh tấn trí huệ, tất cả đều thân sắc vàng đủ ba mươi hai tướng tốt để tự trang nghiêm.

Nhân dân nước đó thường dùng hai thức ăn: Một là pháp-hỷ thực, hai là thiền-duyệt thực *(2)*. Có vô lượng vô số nghìn muôn ức na-do-tha các chúng Bồ-Tát được sức thần thông lớn, bốn trí vô ngại *(3)*, khéo hay giáo hóa loài chúng sanh. Chúng Thanh-văn trong nước đó tính kể số đếm đều không thể biết được, đều được đầy đủ ba món Minh, sáu pháp thần thông và tám món giải thoát. *(4)*

Cõi nước của đức Phật đó có vô lượng công đức trang nghiêm thành tựu như thế, kiếp tên Bảo-Minh, nước tên Thiện-Tịnh. Phật đó sống lâu vô lượng vô số kiếp, pháp trụ đời rất lâu. Sau khi Phật diệt độ, dựng tháp bằng bảy thứ báu khắp cả nước đó.

Bấy giờ, đức Thế-Tôn muốn tuyên lại nghĩa trên mà nói bài kệ rằng:

4. Các Tỳ-kheo lóng nghe
   Đạo của Phật tử làm
   Vì khéo học phương tiện
   Chẳng thể nghĩ bàn được
   Biết chúng ưa pháp nhỏ
   Mà sợ nơi trí lớn
   Cho nên các Bồ-Tát
   Làm Thanh-văn Duyên-giác
   Dùng vô số phương tiện
   Độ các loài chúng sanh,
   Tự nói là Thanh-văn
   Cách Phật đạo rất xa
   Độ thoát vô lượng chúng
   Thảy đều được thành tựu
   Dầu ưa nhỏ, biếng lười

Sẽ khiến lần thành Phật.
Trong ẩn hạnh Bồ-Tát
Ngoài hiện là Thanh-văn
Ít muốn, nhàm sanh tử
Thật tự tịnh cõi Phật
Bày ba độc cho người *(5)*
Lại hiện tướng tà kiến,
Đệ tử ta như vậy
Phương tiện độ chúng sanh
Nếu ta nói đủ cả
Các món việc hiện hóa
Chúng sanh nghe đó rồi
Thời lòng sanh nghi lầm

5. Nay Phú-Lâu-Na đây
Ở xưa nghìn ức Phật
Siêng tu đạo mình làm
Tuyên hộ các Phật pháp
Vì cầu huệ vô thượng
Mà ở chỗ chư Phật
Hiện ở trên đệ tử
Học rộng có trí huệ
Nói pháp không sợ sệt
Hay khiến chúng vui mừng
Chưa từng có mỏi mệt
Để giúp nên việc Phật.
Đã được thần thông lớn

Đủ bốn trí vô ngại
Biết các căn lợi độn
Thường nói pháp thanh tịnh
Diễn xướng nghĩa như thế
Để dạy nghìn ức chúng
Khiến trụ pháp Đại-thừa
Mà tự tịnh cõi Phật.
Đời sau cũng cúng dường
Vô lượng vô số Phật
Hộ trợ tuyên chánh pháp
Cũng tự tịnh cõi Phật
Thường dùng các phương tiện
Nói pháp không e sợ
Độ chúng không kể được
Đều thành nhứt-thiết-trí
Cúng dường các Như-Lai
Hộ trì tạng Pháp-bảo,
Sau đó được thành Phật
Hiệu gọi là Pháp-Minh
Nước đó tên Thiện-Tịnh
Bảy thứ báu hợp thành
Kiếp tên là Bảo-Minh
Chúng Bồ-Tát rất đông
Số nhiều vô lượng ức
Đều được thần thông lớn
Sức uy đức đầy đủ
Khắp đầy cả nước đó,

Thanh-văn cũng vô số
Ba minh tám giải thoát
Được bốn trí vô ngại
Dùng hạng này làm Tăng.
Chúng sanh trong cõi đó
Dâm dục đều đã dứt
Thuần một biến hóa sanh
Thân trang nghiêm đủ tướng
Pháp-hỷ, thiền-duyệt thực
Không tưởng món ăn khác,
Không có hàng nữ-nhơn
Cũng không các đường dữ.
Phú-Lâu-Na Tỳ-kheo
Khi công đức trọn đầy
Sẽ được Tịnh-độ này
Chúng hiền Thánh rất đông
Vô-lượng việc như thế
Nay ta chỉ lược nói.

6. Bấy giờ, một nghìn hai trăm vị A-la-hán, bậc tâm tự tại, nghĩ như vầy: "Chúng ta vui mừng được điều chưa từng có, nếu đức Thế-Tôn đều thọ ký cho như các đệ tử lớn khác thời sung sướng lắm".

Đức Phật biết tâm niệm của các vị đó nên nói với ngài đại Ca-Diếp: "Một nghìn hai trăm vị A-la-hán đó, nay ta sẽ hiện tiền thứ tự mà thọ ký đạo vô-thượng chánh-đẳng chánh-giác.

Trong chúng đó, đệ-tử lớn của ta là Kiều-Trần-Như Tỳ kheo, sẽ cúng dường sáu muôn hai nghìn ức đức Phật, vậy sau được thành Phật hiệu là Phổ-Minh Như-Lai, Ứng-cúng, Chính-biến-tri, Minh-hạnh-túc, Thiện-thệ, Thế- gian-giải, Vô-thượng-sĩ, Điều-ngự trượng-phu, Thiên-Nhân-Sư, Phật Thế-Tôn.

Năm trăm vị A-la-hán: Ông Ưu-Lâu Tần-Loa Ca-Diếp, ông Già-Da Ca-Diếp, ông Na-Đề Ca-Diếp, ông Ca-Lưu Đà-Di, ông Ưu-Đà-Di, ông A-Nâu-Lâu-Đà, ông Ly-Bà-Đa, ông Kiếp-Tân-Na, ông Bạc-Câu-La, ông Chu-Đà, ông Sa-Dà-Đà, v.v... đều sẽ được đạo vô-thượng chánh-đẳng chánh-giác, đều đồng một hiệu là Phổ-Minh.

Bấy giờ đức Thế-Tôn muốn tuyên lại nghĩa trên mà nói kệ rằng:

7. Kiều-Trần-Như Tỳ-kheo
Sẽ gặp vô lượng Phật
Qua vô số kiếp sau
Mới được thành chánh-giác
Thường phóng quang minh lớn
Đầy đủ các thần thông
Danh đồn khắp mười phương
Tất cả đều tôn kính
Thường nói pháp vô thượng
Nên hiệu là Phổ-Minh
Cõi nước đó thanh tịnh

Bồ-Tát đều dũng mãnh
Đều lên lầu gác đẹp
Dạo các nước mười phương
Đem đồ cúng vô thượng
Hiến dâng các đức Phật
Làm việc cúng đó xong
Sanh lòng rất vui mừng
Giây lát về bổn quốc
Có sức thần như thế.
Phật thọ sáu muôn kiếp
Chánh pháp trụ bội thọ
Tượng pháp lại hơn chánh
Pháp diệt trời người lo

8. Năm trăm Tỳ-kheo kia
Thứ tự sẽ làm Phật
Đồng hiệu là Phổ-Minh
Thứ lớp thọ ký nhau:
Sau khi ta diệt độ
Ông đó sẽ làm Phật
Thế gian của ông độ
Cũng như ta ngày nay
Cõi nước đó nghiêm sạch
Và các sức thần thông
Chúng Thanh-văn Bồ-Tát
Chánh pháp cùng tượng pháp
Thọ mạng kiếp nhiều ít

Đều như trên đã nói
Ca-Diếp! Ông đã biết
Năm trăm vị tự tại
Các chúng Thanh-văn khác
Cũng sẽ làm như thế
Vị nào vắng mặt đây
Ông nên vì tuyên nói.

9. Bấy giờ, năm trăm vị A-la-hán ở trước Phật được thọ ký xong, vui mừng hớn hở liền từ chỗ ngồi đứng dậy đến trước Phật, đầu mặt lạy chân Phật ăn năn lỗi của mình mà tự trách: Thế-Tôn! Chúng con thường nghĩ như vầy, tự cho mình đã được rốt ráo diệt độ, nay mới biết đó là như người vô trí. Vì sao? Chúng con đáng được trí huệ của Như-Lai mà bèn tự lấy trí nhỏ cho là đủ.

Thế-Tôn! Thí như có người đến nhà bạn thân say rượu mà nằm, lúc đó người bạn thân có việc quan phải đi, lấy châu báu vô giá cột trong áo của gã say, cho nó rồi đi. Gã đó say mèm đều không hay biết, sau khi dậy bèn dạo đi đến nước khác, vì việc ăn mặc mà phải gắng sức cầu tìm rất là khổ nhọc, nếu có được chút ít bèn cho là đủ.

Lúc sau người bạn thân gặp gỡ thấy gã bèn bảo rằng: "Lạ thay! Anh này sao lại vì ăn mặc mà đến nỗi này. Ta lúc trước muốn cho anh được an vui tha hồ thụ năm món dục, ở ngày tháng năm đó, đem châu báu vô giá cột vào trong áo anh nay vẫn còn đó mà anh không biết, lại đi nhọc nhằn sầu khổ để cầu tự nuôi sống thực là khờ lắm; nay anh nên đem ngọc báu đó đổi chác lấy đồ cần dùng thì thường được vừa ý không chỗ thiếu thốn.

Đức Phật cũng lại như vậy, lúc làm Bồ-Tát giáo hóa chúng con, khiến phát lòng cầu nhứt-thiết-trí, mà chúng con liền bỏ quên không hay không biết. Đã được đạo A-la-hán tự nói là diệt-độ, khổ nhọc nuôi sống được chút ít cho là đủ, tất cả trí nguyện vẫn còn chẳng mất. Ngày nay đức Thế-Tôn giác ngộ chúng con mà nói rằng: "Các Tỳ-kheo! Đạo của các ông không phải rốt ráo diệt. Ta từ lâu đã khiến các ông gieo căn lành của Phật, dùng sức phương tiện chỉ tướng Niết-bàn mà các ông cho là thật được diệt độ".

Thế-Tôn! Chúng con nay mới biết mình thật là Bồ Tát được thọ ký sẽ thành đạo vô-thượng chánh-đẳng chánh-giác. Vì nhân-duyên đó lòng rất vui mừng được điều chưa từng có.

Bấy giờ, ông A-Nhã Kiều-Trần-Như muốn tuyên lại nghĩa trên mà nói kệ rằng:

10. Chúng con nghe vô thượng
    Tiếng thọ ký an ổn
    Vui mừng chưa từng có
    Lạy Phật trí vô lượng.

Nay ở trước Thế-Tôn
Tự hối các lỗi quấy
Trong Phật báu vô lượng
Được chút phần Niết-bàn
Bèn tự cho là đủ.
Như người ngu vô trí
Thí như người nghèo cùng
Qua đến nhà bạn thân
Nhà đó rất giàu lớn
Bày đủ các tiệc ngon
Đem châu báu vô giá
Cột dính trong vạt áo
Thầm cho rồi bỏ đi
Gã say nằm không hay
Sau khi gã tỉnh dậy
Dạo đi đến nước khác
Cầu ăn mặc tự sống
Nuôi sống rất khốn khổ
Được ít cho là đủ
Chẳng lại muốn đồ tốt
Chẳng biết trong vạt áo
Có châu báu vô giá
Người thân hữu cho châu
Sau gặp gã nghèo này
Khổ thiết trách gã rồi
Chỉ cho châu trong áo.
Gã nghèo thấy châu đó

Lòng gã rất vui mừng
Giàu có các của cải
Tha hồ hưởng ngũ dục.
Chúng con cũng như vậy
Thế-Tôn từ lâu xưa
Thường thường giáo hóa cho
Khiến gieo nguyện vô thượng
Chúng con vì vô trí
Chẳng hay cũng chẳng biết
Được chút phần Niết-bàn
Cho đủ chẳng cầu nữa.
Nay Phật giác ngộ con
Nói chẳng phải thật diệt.
Được Phật huệ vô thượng
Đó mới là thật diệt
Con nay từ Phật nghe
Thọ ký việc trang nghiêm
Cùng tuần tự thọ ký
Thân tâm khắp vui mừng.

KINH
DIỆU PHÁP LIÊN HOA

Tam Tạng Pháp Sư
Cưu Ma La Thập
Hán Dịch

Tỳ Kheo Thích Trí Tịnh
Việt Dịch

QUYỂN THỨ TƯ

PHẨM "THỌ-HỌC VÔ-HỌC NHƠN-KÝ"
THỨ CHÍN

1. Bấy giờ, ngài A-Nan và ngài La-Hầu-La nghĩ như vầy: "Chúng ta tự suy nghĩ, nếu được thọ ký thời sung sướng lắm". Liền từ chỗ ngồi đứng dậy đến trước Phật, đầu mặt lạy chân Phật đồng bạch Phật rằng: "Thế Tôn! Chúng con trong đây cũng đáng có phần, chỉ có đức Như-Lai, là chỗ về nương của chúng con. Lại chúng con là người quen biết của tất cả trời, người, A-tu-la trong đời. A-Nan thường làm vị thị giả hộ trì tạng pháp, La-Hầu-La là con của Phật, nếu Phật thọ-ký đạo vô-thượng chánh-đẳng chánh-giác cho, thời lòng nguyện cầu của con đã mãn, mà lòng trông của chúng cũng được đủ".

   Lúc đó, hàng đệ-tử Thanh-văn, bậc học cùng vô-học, hai nghìn người đều từ chỗ ngồi đứng dậy, trịch vai áo bên hữu đến trước Phật chấp tay một lòng chiêm ngưỡng dung nhan của Thế-Tôn như chỗ nguyện cầu của A-Nan và La-Hầu-La rồi đứng qua một phía.

2. Bấy giờ, đức Phật bảo A-Nan: Ông ở đời sau sẽ được làm Phật hiệu là Sơn-Hải-Tuệ Tự-Tại Thông-Vương Như-Lai, Ứng-cúng, Chánh-biến-tri, Minh-hạnh túc, Thiện-thệ Thế-gian-giải, Vô-thượng-sĩ, Điều-ngự trượng-phu, Thiên-nhân-sư, Phật Thế-

Tôn; ông sẽ cúng dường sáu mươi hai ức đức Phật, hộ trì tạng pháp vậy sau chứng được đạo vô-thượng chánh-đẳng chánh-giác, giáo hóa hai mươi nghìn muôn ức hằng-hà-sa các chúng Bồ-Tát v.v... làm cho thành đạo vô-thượng chánh-đẳng chánh-giác. Nước tên là Thường-Lập-Thắng-Phan, cõi đó thanh tịnh, đất bằng chất lưu ly, kiếp tên Diệu-Âm Biến-Mãn. Đức Phật đó thọ mạng vô lượng nghìn muôn ức vô lượng a-tăng-kỳ kiếp tính đếm số kể chẳng có thể biết được, chánh pháp trụ đời gấp bội thọ mạng, tượng pháp lại gấp bội chánh pháp.

A-Nan! Đức Phật Sơn-Hải-Tuệ-Tự-Tại-Thông-Vương đó, được vô lượng nghìn muôn ức hằng-hà-sa các đức Phật Như-Lai ở mười phương đồng ngợi khen công đức của ngài. Khi đó đức Thế-Tôn muốn tuyên lại nghĩa trên mà nói kệ rằng:

3. Nay Ta nói trong Tăng
A-Nan, người trì pháp
Sẽ cúng dường các Phật
Vậy sau thành chánh giác
Hiệu rằng: Sơn-Hải-Tuệ
Tự-Tại-Thông-Vương Phật
Cõi nước kia thanh tịnh
Tên Thường-Lập-Thắng-Phan
Giáo hóa các Bồ-Tát
Số đông như hằng sa

Phật có oai đức lớn
Tiếng đồn khắp mười phương
Vì bởi thương chúng sanh
Nên sống lâu vô lượng
Chánh pháp bội thọ mạng
Tượng pháp lại bội chánh
Vô số hàng chúng sanh
Đông như cát sông Hằng
Ở trong pháp Phật đó
Gieo nhân duyên Phật đạo.

4. Bấy giờ, trong hội hàng Bồ-Tát mới phát tâm, tám nghìn người, đều nghĩ thế này: "Chúng ta còn chưa nghe các vị Bồ-Tát lớn được thọ ký như thế, có nhân duyên gì mà các Thanh-văn được thọ ký như thế."

Lúc ấy, đức Thế-Tôn biết tâm niệm của các vị Bồ-Tát mà bảo rằng: "Các Thiện- nam tử! Ta cùng bọn ông A-Nan ở chỗ đức Phật Không-Vương đồng thời phát tâm vô-thượng chánh-đẳng chánh-giác. A-Nan thường ưa học rộng, còn ta thường siêng năng tinh tấn, cho nên nay ta đã thành vô-thượng chánh-đẳng chánh-giác mà A-Nan hộ trì pháp của ta, ông cũng sẽ hộ trì pháp tạng của các đức Phật tương lai, giáo-hóa thành tựu các chúng Bồ-Tát. Bổn nguyện của ông như thế nên được thọ ký dường ấy."

Ngài A-Nan tận mặt ở trước Phật, tự nghe Phật thọ

ký cùng cõi nước trang nghiêm, chỗ mong cầu đã đủ, lòng rất vui mừng được đều chưa từng có. Tức thời nghĩ nhớ tạng pháp của vô lượng nghìn muôn ức các đức Phật thuở quá khứ, suốt thấu không ngại như hiện nay nghe và cũng biết bổn nguyện.

Khi đó, ngài A-Nan nói kệ rằng:

Thế-Tôn rất ít có
Khiến con nhớ quá khứ
Vô lượng các Phật Pháp
Như chỗ nghe ngày nay
Con nay không còn nghi
An trụ trong Phật đạo
Phương tiện làm thị giả
Hộ trì các Phật Pháp.

5. Bấy giờ, Phật bảo ông La-Hầu-La: Ông ở đời sau sẽ được làm Phật hiệu: Đạo-Thất-Bảo-Hoa, Như-Lai Ứng-cúng, Chính-biến-tri, Minh-hạnh-túc, Thiện- thệ, Thế-gian-giải, Vô-thượng-sĩ, Điều-ngự trượng-phu, Thiên-nhân-sư, Phật, Thế-Tôn. Ông sẽ cúng dường các đức Như-Lai như số vi trần trong mười phương thế giới. Thường vì các đức Phật mà làm trưởng tử, cũng như hiện nay.

Đức Phật Đạo-Thất-Bảo-Hoa đó, cõi nước trang nghiêm, kiếp số thọ mạng, giáo hóa đệ tử, chánh pháp và tượng pháp cũng đồng như đức Sơn-Hải-

Tuệ-Tự-Tại-Thông-Vương Như Lai không khác. Ông cũng làm trưởng tử cho Phật này, qua sau đây rồi sẽ được đạo vô- thượng chánh-đẳng chánh-giác.

Lúc đó đức Thế-Tôn muốn tuyên lại nghĩa trên mà nói kệ rằng:

Lúc ta làm Thái tử
La-Hầu làm trưởng tử.
Ta nay thành Phật đạo
Thọ pháp làm Pháp-tử.
Ở trong đời vị lai
Gặp vô lượng ức Phật
Làm trưởng tử cho kia
Một lòng cầu Phật đạo.
Hạnh kín của La-Hầu
Chỉ ta biết được thôi
Hiện làm con cả ta
Để chỉ các chúng sanh
Vô lượng ức nghìn muôn
Công đức không thể đếm
An trụ trong Phật pháp
Để cầu đạo vô thượng.

6. Bấy giờ, đức Thế-Tôn thấy bậc hữu-học cùng vô-học hai nghìn người, chí ý hòa dịu vắng lặng trong sạch, một lòng nhìn Phật, Phật bảo A-Nan:

"Ông thấy bực hữu-học vô-học nghìn người đây chăng?"

- Vâng! Con đã thấy.

- A-Nan! Các người sẽ cúng dường các đức Như-Lai như số vi trần trong năm mươi thế giới, cung kính tôn trọng hộ trì pháp tạng. Rốt sau đồng thời ở cõi nước trong mười phương đều được thành Phật, đều đồng một hiệu là Bảo-Tướng Như-Lai Ứng-cúng, Chính-biến- tri, Minh-hạnh-túc, Thiện-thệ, Thế- gian-giải, Vô-thượng-sĩ Điều-ngự trượng-phu. Thiên-nhân-sư, Phật Thế-Tôn, sống lâu một kiếp, cõi nước trang nghiêm, Thanh-văn, Bồ-Tát, chánh pháp, tượng pháp thảy đều đồng nhau.

Lúc đó, đức Thế-Tôn muốn tuyên lại nghĩa trên mà nói kệ rằng:

Hai nghìn Thanh-văn đây
Nay đứng ở trước ta
Thảy đều thọ ký cho
Đời sau sẽ thành Phật
Cúng dường các đức Phật
Như số trần nói trên.
Hộ trì tạng pháp Phật
Sau sẽ thành Chánh-giác
Đều ở nơi mười phương
Thảy đồng một danh hiệu
Đồng thời ngồi đạo tràng

Để chứng tuệ vô thượng
Đều hiệu là Bảo-Tướng
Cõi nước cùng đệ tử
Chánh pháp và tượng pháp
Thảy đều không có khác.
Đều dùng các thần thông
Độ mười phương chúng sanh
Tiếng đồn vang khắp cùng
Lần nhập vào Niết-bàn.

Lúc đó, bậc hữu-học cùng vô-học hai nghìn người nghe đức Phật thọ ký vui mừng hớn hở mà nói kệ rằng:

Thế-Tôn đèn tuệ sáng
Con nghe tiếng thọ ký
Lòng vui mừng đầy đủ
Như được nước cam lộ.

KINH
DIỆU PHÁP LIÊN HOA

Tam Tạng Pháp Sư
Cưu Ma La Thập
Hán Dịch

Tỳ Kheo Thích Trí Tịnh
Việt Dịch

QUYỂN THỨ TƯ

PHẨM "PHÁP SƯ"
THỨ MƯỜI

1. Lúc bấy giờ, đức Thế-Tôn nhân nói với Dược-Vương Bồ-Tát để bảo tám muôn Đại sĩ rằng: "Dược-Vương! Trong đại chúng đây vô lượng hàng chư Thiên, Long-vương, Dạ-xoa, Càn-thát-bà, A-tu-la, Ca-lâu-la, Khẩn-na-la, Ma-hầu-la-dà, nhơn cùng phi nhơn, và Tỳ-kheo, Tỳ-kheo-ni, Ưu-bà-tắc, Ưu-bà-di, hạng cầu Thanh-văn, hạng cầu Bích-chi-Phật, hạng cầu Phật đạo, các loại như thế đều ở trước Phật nghe kinh Diệu-Pháp-Liên-Hoa một bài kệ một câu nhẫn đến một niệm tùy hỷ đó, ta đều thọ ký cho sẽ được vô-thượng chánh-đẳng-chánh-giác."

Phật bảo Dược-Vương: "Lại sau khi đức Như-Lai diệt độ, nếu có người nghe kinh Diệu-Pháp-Liên-Hoa, nhẫn đến một câu niệm tùy hỷ đó, ta cũng thọ ký đạo vô-thượng chánh-đẳng chánh-giác cho.

Nếu lại có người thọ trì đọc tụng, giải nói, biên chép kinh Diệu-Pháp-Liên-Hoa, nhẫn đến một bài kệ, đối kinh điển này cung kính xem như Phật. Các thứ cúng dường, hoa, hương, chuỗi ngọc hương bột, hương xoa, hương đốt, lọng lụa, tràng phan, y phục, kỹ nhạc, nhẫn đến chấp tay cung kính. Dược-Vương nên biết! Các người trên đó đã từng cúng dường mười muôn ức Phật, ở chỗ các đức Phật thành tựu chí nguyện lớn vì thương xót chúng sanh mà sanh vào nhân gian.

Dược-Vương! Nếu có người hỏi những chúng sanh nào ở đời vị lai sẽ được làm Phật? Nên chỉ các người trên đó ở đời vị lai ắt được làm Phật. Vì sao? Nếu có gã thiện-nam, người thiện-nữ nào ở nơi kinh Pháp-Hoa nhẫn đến một câu, thọ trì, đọc tụng, giải nói biên chép. Các thứ cúng dường kinh quyển, hoa, hương, chuỗi ngọc, hương bột, hương xoa, hương đốt lọng lụa, tràng phan, y phục, kỹ nhạc chấp tay cung kính. Người đó tất cả trong đời đều nên chiêm ngưỡng sùng phụng. Nên đem đồ cúng dường Như-lai mà cúng đó. Phải biết người đó là Bồ-Tát lớn thành xong đạo vô-thượng chánh-đẳng chánh-giác, vì thương xót chúng sanh mà nguyện sanh trong đời để rộng nói phân biệt kinh Diệu-Pháp Liên-Hoa, huống lại người trọn hay thọ trì và các thứ cúng dường.

Dược-Vương nên biết! Người đó tự bỏ nghiệp báo thanh tịnh sau khi ta diệt độ vì thương chúng sanh mà sanh nơi đời ác, rộng nói kinh này. Nếu người thiện-nam, người thiện-nữ đó, sau khi ta diệt độ có thể riêng vì một người nói kinh Pháp-Hoa, nhẫn đến một câu, phải biết người đó là sứ của Như-Lai, đức Như-Lai sai làm việc của Như-Lai, huống là ở trong đại chúng rộng vì người nói.

Dược-Vương! Nếu có người ác dùng tâm không lành ở trong một kiếp hiện ở trước Phật thường chê mắng Phật, tội đó còn nhẹ. Nếu có người dùng một lời dữ chê mắng người tại gia hay xuất gia đọc tụng kinh Pháp-Hoa, tội đây rất nặng.

Dược-Vương! Có người đọc tụng kinh Pháp-Hoa, phải biết người đó dùng đức trang nghiêm của Phật tự trang nghiêm mình, thời được Như-Lai dùng vai mang vác. Người đó đến đâu, mọi người nên hướng theo làm lễ, một lòng chắp tay cung kính cúng dường, tôn trọng, ngợi khen: hoa, hương, chuỗi ngọc, hương bột, hương xoa, hương đốt, lọng nhiễu, tràng phan, y phục, đồ cúng bậc thượng của trong loài người mà đem cúng dường cho người đó, nên cầm hoa báu trời mà rải cúng đó, nên đem đống báu trên trời dâng cho đó. Vì sao? Người đó hoan hỷ nói pháp, giây lát nghe pháp liền được rốt ráo vô- thượng chánh-đẳng chánh giác vậy.

Bấy giờ, đức Thế-Tôn muốn tuyên lại nghĩa trên mà nói kệ rằng:

2. Nếu muốn trụ Phật đạo
Thành tựu trí tự nhiên
Thường phải siêng cúng dường
Người Thọ trì Pháp-Hoa.
Có ai muốn mau được
Nhứt-thiết-chủng trí-tuệ
Nên thọ trì kinh này
Và cúng dường người trì.

Nếu người hay thọ trì
Kinh Diệu-Pháp Liên-Hoa
Nên biết là sứ Phật
Thương nhớ các chúng sanh
Những người hay thọ trì
Kinh Diệu-Pháp Liên-Hoa
Xa bỏ cõi thanh tịnh
Thương chúng nên sanh đây
Phải biết người như thế
Chỗ muốn sanh tự tại
Ở nơi đời ác này
Rộng nói pháp vô thượng,
Nên đem hoa, hương trời
Và y phục, báu trời
Đống báu tốt trên trời
Cúng dường người nói pháp
Đời ác, sau ta diệt
Người hay trì kinh này
Phải chấp tay lễ kính
Như cúng dường Thế-Tôn,
Đồ ngon ngọt bậc thượng
Và các món y phục
Cúng dường Phật tử đó
Mong được giây lát nghe.
Nếu người ở đời sau
Hay thọ trì kinh này
Ta khiến ở trong người

Làm việc của Như-Lai.
Nếu ở trong một kiếp
Thường ôm lòng chẳng lành
Đỏ mặt mà mắng Phật
Mắc vô lượng tội nặng
Có người đọc tụng trì
Kinh Diệu-Pháp-Hoa này
Giây lát dùng lời mắng
Tội đây còn hơn kia.
Có người cầu Phật đạo
Mà ở trong một kiếp
Chắp tay ở trước ta
Dùng vô số kệ khen
Do vì khen Phật vậy
Được vô lượng công đức.
Khen ngợi người trì kinh
Phước đây lại hơn kia.
Trong tám mươi ức kiếp
Dùng sắc thanh tối diệu
Và cùng hương, vị, xúc
Cúng dường người trì kinh
Cúng dường như thế rồi
Mà được chốc lát nghe
Thời nên tự mừng vui
Nay ta được lợi lớn
Dược-Vương! Nay bảo ông
Các kinh của ta nói

Mà ở trong kinh đó
Pháp-Hoa tột thứ nhất.

3. Lúc bấy giờ, Phật lại bảo ngài Dược- Vương Đại Bồ-Tát: "Kinh điển của ta nói nhiều vô lượng nghìn muôn ức, đã nói, hiện nói, sẽ nói, mà ở trong đó kinh Pháp-Hoa rất là khó tin khó hiểu.

Dược-Vương kinh này là tạng bí yếu của các đức Phật, chẳng có thể chia bủa vọng trao cho người. Kinh đây là của các đức Phật giữ gìn từ xưa đến nay chưa từng bày nói, mà chính kinh này khi Như-Lai đương hiện tại còn nhiều kẻ oán ghét, huống là sau lúc Phật diệt độ.

Dược-Vương nên biết! Sau khi Như-Lai diệt độ, người nào có thể biên chép, thọ trì, đọc tụng, cúng dường vì người khác mà nói, thời được Như-Lai lấy y trùm đó, lại được các căn lành, phải biết người đó cùng Như-Lai ở chung, được đức Như-Lai lấy tay xoa đầu.

4. Dược-Vương! Nơi nơi, chỗ chỗ, hoặc nói, hoặc đọc, hoặc tụng, hoặc chép, hoặc chỗ có quyển kinh này đều nên dựng tháp bằng bảy thứ báu cho tột cao rộng đẹp đẽ, chẳng cần để xá-lợi.

Vì sao? Vì trong đó đã có toàn thân của đức Như-Lai rồi. Tháp đó nên dùng tất cả hoa, hương, chuỗi ngọc, lọng lụa, tràng phan, kỹ nhạc, ca tụng, để cúng dường cung kính tôn trọng ngợi khen. Nếu có người thấy được pháp này mà lễ lạy cúng dường, phải biết những người đó đều gần đạo vô-thượng chánh-đẳng chánh-giác.

Dược-Vương! Có rất nhiều người tại gia làm đạo Bồ-Tát, nếu chẳng có thể thấy nghe, đọc tụng, biên chép thọ trì, cúng dường được kinh Pháp-Hoa này, phải biết người đó chưa khéo tu đạo Bồ-Tát. Nếu có người được nghe kinh điển này, mới là khéo tu đạo Bồ-Tát. Có chúng sanh nào cầu Phật đạo hoặc thấy hoặc nghe kinh Pháp-Hoa này, nghe xong tin hiểu thọ trì, nên biết người đó được gần đạo vô-thượng chánh-đẳng chánh-giác.

Dược-Vương! Thí như có người khát tìm nước ở nơi gò cao kia xoi đào tìm đó, vẫn thấy đất khô biết rằng nước còn xa, ra công đào không thôi, lần thấy đất ướt rồi thấy đến bùn, tâm người đó quyết chắc biết rằng nước ắt gần.

Bồ-Tát cũng lại như thế, nếu chưa nghe chưa hiểu chưa có thể tu tập kinh Pháp- Hoa này, phải biết người đó cách đạo vô-thượng chánh-đẳng chánh-giác còn xa.

Nếu được nghe hiểu suy gẫm tu tập kinh này, thời chắc biết được gần vô- thượng chánh-đẳng chánh-giác.

Vì sao? Vì đạo vô-thượng chánh-đẳng chánh-giác của Bồ-Tát đều thuộc kinh này, kinh này mở môn phương tiện bày tướng chân thật. Tạng kinh Pháp-Hoa này, xa kín nhiệm sâu không có người đến được, nay Phật vì giáo hóa để thành tựu Bồ-Tát mà chỉ bày cho.

Dược-Vương! Nếu có Bồ-Tát nghe kinh Pháp-Hoa này mà kinh nghi sợ sệt, phải biết đó là Bồ-Tát mới phát tâm. Nếu hàng Thanh-văn nghe kinh này mà kinh nghi sợ sệt, phải biết đó là hàng tăng-thượng-mạn. *(7)*

5. Dược-Vương! Nếu có người thiện-nam, người thiện-nữ nào, sau khi đức Như-Lai diệt độ muốn vì hàng bốn chúng mà nói kinh Pháp-Hoa này thời phải nói cách thế nào? Người thiện-nam, thiện-nữ đó phải vào nhà Như-Lai, mặc y Như-Lai, ngồi tòa Như-Lai, rồi mới nên vì bốn chúng mà rộng nói kinh này.

Nhà Như-Lai chính là tâm từ bi lớn đối với trong tất cả chúng sanh, y Như-Lai chính là lòng nhu hòa nhẫn nhục, tòa Như-Lai chính là nhứt thiết pháp không. An trụ trong đây, sau rồi dùng tâm không biếng trễ vì các Bồ-Tát và bốn chúng rộng nói kinh Pháp-Hoa này.

Dược-Vương! Bấy giờ ta ở nước khác sai hàng hóa nhơm làm chúng nhóm nghe pháp của người đó, ta cũng sai hóa Tỳ-kheo, Tỳ-kheo-ni, Ưu-bà-tắc, Ư-bà-di nghe người đó nói pháp. Các người biến hóa đó nghe pháp tin nhận thuận theo không hề trái. Nếu người nói pháp ở chỗ vắng vẻ, ta liền sai nhiều trời, rồng, quỉ, thần, Càn-thát-bà, A-tu- la v.v... nghe người đó nói pháp. Ta dầu ở nước khác nhưng luôn luôn khiến người nói pháp đó được thấy thân ta. Nếu ở trong kinh này quên mất câu lối, ta lại vì nói cho đó được đầy-đủ.

Bấy giờ, đức Thế-Tôn muốn tuyên lại nghĩa trên mà nói kệ rằng:

6. Muốn bỏ tánh biếng lười
Nên phải nghe kinh này
Kinh này khó được nghe
Người tin nhận cũng khó.
Như người khát cần nước
Xoi đào nơi gò cao
Vẫn thấy đất khô ráo
Biết cách nước còn xa
Lần thấy đất ướt bùn
Quyết chắc biết gần nước
Dược-Vương! Ông nên biết
Các người như thế đó
Chẳng nghe kinh Pháp-Hoa
Cách trí Phật rất xa,
Nếu nghe kinh sâu này
Quyết rõ pháp Thanh-văn
Đây là vua các kinh

Nghe xong suy gẫm kỹ
Phải biết rằng người đó
Gần nơi trí huệ Phật.
Nếu người nói kinh này
Nên vào nhà Như-Lai
Mặc y của Như-Lai
Mà ngồi tòa Như-Lai
Ở trong chúng không sợ
Rộng vì người giải nói,
Từ bi lớn làm nhà
Y nhu hòa nhẫn nhục
Các pháp không làm tòa
Ở đó vì người nói.
Nếu lúc nói kinh này
Có người lời ác mắng
Dao, gậy, ngói, đá đánh
Nhớ Phật nên phải nhịn.
Ta trong muôn ức cõi
Hiện thân sạch bền chắc
Trải vô lượng ức kiếp
Vì chúng sanh nói Pháp.
Sau khi ta diệt độ
Nếu hay nói kinh này
Ta sai hóa tứ chúng
Tỳ-kheo, Tỳ-kheo-ni
Và nam, nữ thanh tịnh
Cúng dường nơi Pháp-sư

Dẫn dắt các chúng sanh
Nhóm đó khiến nghe pháp.
Nếu người muốn làm hại
Dao gậy cùng ngói đá
Thời khiến người biến hóa
Giữ gìn cho người đó
Nếu người nói Pháp-Hoa
Ở riêng nơi vắng vẻ
Lặng lẽ không tiếng người
Đọc tụng kinh điển này
Bấy giờ ta vì hiện
Thân thanh tịnh sáng suốt
Nếu quên mất chương cú
Vì nói khiến thông thuộc.
Nếu người đủ đức này
Hoặc vì bốn chúng nói
Chỗ vắng đọc tụng kinh
Đều được thấy thân ta
Nếu người ở chỗ vắng
Ta sai Trời, Long-vương
Dạ-xoa, quỷ, thần thảy
Vì làm chúng nghe pháp.
Người đó ưa nói pháp
Phân giải không trở ngại
Nhờ các Phật hộ niệm
Hay khiến đại chúng mừng
Nếu ai gần Pháp-sư

Mau được đạo Bồ-Tát
Thuận theo thầy đó học
Được thấy hằng sa Phật.

KINH
DIỆU PHÁP LIÊN HOA

Tam Tạng Pháp Sư
Cưu Ma La Thập
Hán Dịch

Tỳ Kheo Thích Trí Tịnh
Việt Dịch

QUYỂN THỨ TƯ

PHẨM "HIỆN BẢO THÁP"
THỨ MƯỜI MỘT

1. Lúc bấy giờ, trước Phật có tháp bằng bảy báu, cao năm trăm do-tuần, ngang rộng hai trăm năm mươi do-tuần, từ dưới đất nổi lên trụ ở giữa hư không; các món vật báu trau giồi, năm nghìn bao lơn, nghìn muôn phòng nhà, vô số tràng phan để nghiêm sức đó, chuỗi ngọc báu rủ xuống, muôn nghìn linh báu treo trên tháp. Bốn mặt đều thoảng đưa ra mùi hương gỗ ly-cấu chiên-đàn khắp cùng cả cõi nước. Các phan lọng đều dùng bảy thứ báu, vàng, bạc, lưu ly, xa-cừ, mã-não, trân châu và mai-khôi họp lại thành, cao đến ngang cung trời Tứ-thiên-vương, trời Đao-Lợi rưới hoa Mạn-đà-la cúng dường tháp báu.

Các trời khác và rồng, Dạ-xoa, Càn thát-bà, A-tu-la, Ca-lâu-la, Khẩn-na-la, Ma-hầu-la-dà, nhơn, phi-nhơn v.v... nghìn muôn ức chúng đều đem tất cả hoa, hương, chuỗi ngọc, phan lọng, kỹ nhạc mà cúng dường tháp báu, đồng cung kính tôn trọng ngợi khen.

Bấy giờ trong tháp báu vang tiếng lớn ra khen rằng: "Hay thay! Hay thay! Đức Thích-Ca Mâu-Ni Thế-Tôn! có thể dùng huệ lớn bình đẳng vì đại chúng nói kinh Diệu-Pháp-Liên-Hoa là pháp giáo hóa Bồ-Tát được chư Phật hộ niệm. Đúng thế! Đức Thích-

Ca Mâu-Ni Thế-Tôn! như lời Phật nói đó, đều chân thật."

2. Bấy giờ, bốn chúng thấy tháp báu lớn trụ trong hư không, lại nghe trong tháp vang tiếng nói ra đều được pháp hỷ, lấy làm lạ chưa từng có, liền từ chỗ ngồi đứng dậy cung kính chấp tay rồi đứng một bên.
Lúc đó, có vị đại Bồ-Tát tên Đại-Nhạo-Thuyết biết lòng nghi của tất cả trời, người, A-tu-la, v.v... trong thế gian mà bạch Phật rằng: "Bạch Thế-Tôn! Do nhân duyên gì mà có tháp này từ đất nổi lên, lại ở trong tháp vang ra tiếng như thế?"
Lúc đó, Phật bảo ngài Đại-Nhạo-Thuyết Bồ-Tát: "Trong tháp báu này có toàn thân Như-Lai, thời quá khứ về trước cách đây vô lượng nghìn muôn ức vô số cõi nước ở phương đông có nước tên Bảo-Tịnh, trong nước đó có Phật hiệu là Đa-Bảo, đức Phật đó tu hành đạo Bồ-Tát phát lời thệ nguyện lớn rằng: "Nếu ta được thành Phật sau khi diệt độ trong cõi nước ở mười phương có chỗ nào nói kinh Pháp-Hoa, thời tháp miếu của ta vì nghe kinh đó mà nổi ra nơi trước để làm chứng minh khen rằng: "Hay thay!" Đức Phật đó thành Phật rồi lúc sắp diệt độ ở trong đại chúng trời, người bảo các Tỳ-kheo rằng: "Sau khi ta diệt độ muốn cúng dường toàn thân của ta thời nên dựng một tháp lớn."

Đức Phật đó dùng sức nguyện thần thông nơi nơi chỗ chỗ trong mười phương cõi nước, nếu có nói kinh Pháp-Hoa, thời tháp báu đó đều nổi ra nơi trước, toàn thân Phật ở trong tháp khen rằng: "Hay thay! Hay thay!" Đại-Nhạo-Thuyết! Nay tháp của Đa-Bảo Như-Lai vì nghe nói kinh Pháp-Hoa nên từ dưới đất nổi lên khen rằng: "Hay thay! Hay thay!"

3. Bấy giờ, ngài Đại-Nhạo-Thuyết Bồ-Tát do sức thần của đức Như-Lai mà bạch Phật rằng: "Bạch Thế-Tôn! Chúng con nguyện muốn thấy thân của đức Phật đó". Phật bảo ngài Đại-Nhạo-Thuyết Bồ-Tát Ma-ha-tát: Phật Đa-Bảo đó có nguyện sâu nặng: "Nếu lúc tháp báu của ta vì nghe kinh Pháp-Hoa mà hiện ra nơi trước các đức Phật, có Phật nào muốn đem thân ta chỉ bày cho bốn chúng, thời các vị Phật của Phật đó phân thân ra nói pháp ở các cõi nước trong mười phương đều phải nhóm cả một chỗ, vậy sau thân của ta mới hiện ra".

Đại-Nhạo-Thuyết! Các vị Phật của ta phân thân nói pháp ở các cõi nước trong mười phương nay nên sẽ nhóm lại". Ngài Đại-Nhạo-Thuyết bạch Phật rằng: "Thưa Thế-Tôn! Chúng con cũng nguyện muốn thấy các vị Phật của Thế-Tôn phân thân để lễ lạy cúng dường."

4. Bấy giờ, Phật phóng một lằn sáng nơi lông trắng giữa chặn mày, liền thấy năm trăm muôn ức na-do-tha hằng-hà-sa cõi nước ở phương Đông. Các cõi nước đó đều dùng pha lê làm đất, cây báu, y báu để làm đồ trang nghiêm, vô số nghìn muôn ức Bồ-Tát đầy dẫy trong nước đó. Khắp nơi giăng màn báu, lưới báu phủ trên, đức Phật trong nước đó đều dùng tiếng lớn tốt mà nói các pháp, và thấy vô lượng nghìn muôn ức Bồ-Tát khắp đầy trong nước đó vì chúng sanh mà nói pháp. Phương Nam, Tây, Bắc, bốn phía, trên dưới chỗ tướng sáng lông trắng chiếu đến cũng lại như thế.

   Lúc đó, các Phật ở mười phương đều bảo chúng Bồ-Tát rằng: Thiện-nam-tử! Ta nay phải qua thế giới Ta-Bà, chỗ của đức Thích- Ca Mâu-Ni Phật, cùng để cúng dường tháp báu của Đa-Bảo Như-Lai"

5. Lúc bấy giờ, cõi Ta-bà liền biến thành thanh tịnh, đất bằng lưu ly, cây báu trang nghiêm, vàng ròng làm dây để giăng ngăn tám đường, không có các tụ lạc làng xóm, thành ấp, biển cả, sông ngòi, núi sông cùng rừng bụi. Đốt hương báu lớn, hoa mạn-đà-la trải khắp cõi đất, dùng lưới màn báu giăng trùm ở trên, treo những linh báu, chỉ lưu lại chúng trong hội này, dời các trời người để ở cõi khác.

   Lúc đó các đức Phật đều đem theo một vị Bồ-Tát lớn để làm thị giả qua cõi Ta-bà đều đến dưới cây báu, mỗi mỗi cây báu cao năm trăm do-tuần, nhánh lá hoa trái thứ lớp rất trang nghiêm. Dưới các cây báu đều có tòa sư-tử cao năm do-tuần cũng dùng đồ báu tốt mà trau giồi đó.

Khi ấy, các đức Phật đều ngồi xếp bằng trên tòa này, như thế lần lượt đến khắp đầy cả cõi tam-thiên đại-thiên mà ở nơi thân của đức Thích-Ca Mâu-Ni Phật phân ra trong một phương vẫn còn chưa hết.

Bấy giờ, đức Thích-Ca Mâu-Ni vì muốn dung thọ các vị Phật của mình phân thân, nên ở tám phương lại biến thành hai trăm muôn ức na-do-tha cõi nước, đều làm cho thanh tịnh, không có địa-ngục, ngạ-quỷ, súc-sanh và A-tu-la, lại dời các hàng trời người để ở cõi khác.

Những nước của Phật biến hóa ra đó cũng dùng lưu ly làm đất, cây báu trang nghiêm cao năm trăm do-tuần, nhánh lá hoa trái đều có thứ lớp tốt đẹp, dưới cây đều có tòa báu sư-tử cao năm do-tuần, dùng các thứ báu để trau giồi. Những nước đó cũng không có biển cả sông ngòi và các núi lớn: Núi Mục-chân-lân đà, núi Thiết-vi, núi Đại thiết-vi, núi Tu-di v.v... thông làm một cõi nước Phật, đất báu bằng thẳng, các báu xen lẫn nhau làm màn trùm khắp ở trên, treo các phan lọng, đốt hương báu lớn, các hoa trời báu trải khắp trên đất.

Đức Thích-Ca Mâu-Ni Phật vì các Phật sẽ đến ngồi, nên ở nơi tám phương lại đều biến thành hai trăm muôn ức na-do-tha cõi nước, đều làm cho thanh tịnh, không có địa-ngục, ngạ-quỷ, súc-sanh và A-tu-la, lại dời các hàng trời người để ở cõi khác. Những nước biến hóa ra đó cũng dùng lưu ly làm đất, cây báu trang nghiêm, cao năm trăm do-tuần nhánh lá hoa trái thứ tự bằng báu cao năm do-tuần, cũng dùng chất báu tốt mà trau giồi đó.

Những nước này cũng không có biển cả sông ngòi và các núi: Núi Mục-chân- lân-đà, núi đại Mục-chân-lân-đà, núi Thiết-vi, núi đại thiết-vi, núi Tu-di v.v..., thông lại làm một cõi nước Phật đất báu bằng thẳng, các báu đương xen lẫn nhau thành màn trùm khắp ở trên, treo các phan lọng, đốt hương báu tốt, các thứ hoa trời báu trải khắp trên đất.

Bấy giờ, ở phương Đông, các đức Phật trong trăm nghìn muôn ức na-do-tha hằng-hà-sa cõi nước của đức Thích-Ca Mâu-Ni Phật phân thân ra, thảy đều nói pháp đến nhóm ở cõi này. Tuần tự như thế, các đức Phật trong cõi nước ở mười phương thảy đều đến mỗi mỗi phương các đức Như-Lai ngồi khắp đầy trong bốn trăm muôn ức na-do-tha cõi nước.

6. Lúc đó, các đức Phật đều ngồi tòa sư-tử dưới cây báu, đều sai vị thị giả qua thăm viếng đức Thích-Ca Mâu-Ni Phật, đều đưa cho đầy bụm hoa báu mà bảo thị-giả rằng: Thiện-nam-tử! Ngươi qua đến núi Kỳ-xà-Quật, chỗ của đức Thích-Ca Mâu-Ni Phật, theo

như lời của ta mà thưa cùng Phật thế này: "Như-Lai có được ít bệnh ít khổ sức khỏe an vui, và chúng Bồ-Tát cùng Thanh-văn đều an ổn chăng?" Rồi đem hoa báu này rải trên Phật để cúng dường mà thưa rằng: "Đức Phật kia cùng muốn mở tháp báu này." Các đức Phật sai người đến cũng như vậy.

Bấy giờ, đức Thích-Ca Mâu-Ni Phật thấy các vị Phật của mình phân thân đến ngồi trên tòa sư-tử, đều nghe các Phật cùng muốn đồng mở tháp báu, Phật liền từ chỗ ngồi đứng dậy trụ trên hư không, tất cả hàng bốn chúng đồng đứng dậy chấp tay một lòng nhìn Phật.

Khi ấy đức Thích-Ca Mâu-Ni Phật dùng ngón tay hữu mở cửa tháp bảy báu vang ra tiếng lớn, như tháo khóa chốt mở cửa thành lớn. Tức thời tất cả chúng trong hội đều thấy đức Đa-Bảo Như-Lai ở trong tháp báu ngồi tòa sư-tử, toàn thân không rã như vào cảnh thiền định lại nghe Phật đó nói: "Hay thay! Hay thay! Thích-Ca Mâu-Ni Phật sướng thích nói kinh Pháp-Hoa đó, ta vì nghe kinh đó mà đến cõi này."

Bấy giờ, hàng tứ chúng thấy đức Phật đã diệt độ vô lượng nghìn muôn ức kiếp về trước nói lời như thế đều khen là việc chưa từng có, đều đem hoa trời báu rải trên đức Phật Đa-Bảo và Phật Thích-Ca Mâu-Ni. Lúc đó đức Đa-Bảo Phật ở trong tháp báu chia nửa tòa cho Thích-Ca Mâu-Ni Phật mà nói rằng:

"Thích-Ca Mâu-Ni có thể đến ngồi trên tòa này." Tức thời đức Thích-Ca Mâu-Ni Phật vào trong tháp báu ngồi xếp bằng trên nửa tòa đó.

Bấy giờ, hàng đại chúng thấy hai đức Như-Lai xếp bằng trên tòa sư tử trong tháp bảy báu thời đều nghĩ rằng: "Đức phật ngồi trên cao xa, cúi mong đức Như-Lai dùng sức thần thông làm cho bọn chúng con đều được ở trên hư không". Tức thời đức Thích-Ca Mâu-Ni Phật dùng sức thần thông tiếp hàng đại chúng đều ở hư không, rồi dùng tiếng lớn mà khắp bảo đó rằng: "Ai có thể ở trong cõi Ta-bà này rộng nói kinh Diệu-Pháp Liên-Hoa nay chính phải lúc. Như-Lai không bao lâu sẽ vào Niết- bàn, Phật muốn đem kinh Pháp-Hoa này phó chúc cho có người".

Khi ấy, đức Thế-Tôn muốn tuyên lại nghĩa trên mà nói kệ rằng:

7. Đấng Thánh-chúa Thế-Tôn.
Dù diệt độ đã lâu
Ở trong tháp báu này
Còn vì pháp mà đến
Các ông lại thế nào
Há chẳng siêng vì pháp?
Phật Đa-Bảo diệt độ
Đã vô lượng số kiếp
Nơi nơi đến nghe pháp

Vì khó gặp được vậy.
Phật kia bản nguyện rằng:
Sau khi ta diệt độ
Nơi nơi tháp ta qua
Thường vì nghe Pháp-Hoa
Lại vô lượng các Phật.
Số nhiều như hằng sa
Của ta phân thân ra
Vì muốn đến nghe pháp
Và cùng để ra mắt
Phật diệt độ Đa-Bảo.
Nên đều bỏ cõi đẹp.
Cùng với chúng đệ tử
Trời, người, rồng thần thảy
Và các việc cúng dường
Muốn pháp lâu ở đời
Cho nên đến cõi này.
Ta vì các Phật ngồi
Dùng sức thần thông lớn
Dời vô lượng trời người
Làm cho nước thanh tịnh.
Các đức Phật mỗi mỗi
Đều đến dưới cây báu
Như hoa sen trang nghiêm
Nơi ao báu trong sạch
Dưới mỗi cây báu đó
Có tòa báu sư-tử *(8)*

Phật xếp bằng ngồi trên
Sáng suốt rất đẹp đẽ
Như giữa đêm tối tăm
Đốt đuốc lớn lửa sáng.
Thân Phật thoảng hương thơm
Bay khắp mười phương nước
Chúng sanh được hương xông
Vui mừng không kể xiết
Thí như luồng gió lớn
Thổi lay nhánh cây nhỏ
Dùng cách phương tiện đó
Làm cho Pháp ở lâu.

8. Nói cùng hàng đại chúng
Sau khi ta diệt độ
Ai có thể hộ trì
Đọc nói kinh Pháp này
Thời nay ở trước Phật
Nên tự phát lời thệ.
Coi Phật Đa-Bảo kia
Dầu đã diệt từ lâu
Do bản thệ nguyện rộng
Mà còn rền tiếng lớn.
Đức Đa-Bảo Như-Lai
Và cùng với thân ta
Nhóm họp các hóa Phật
Phải nên biết ý này.

Các hàng Phật tử thảy
Ai có thể hộ pháp
Nay nên pháp nguyện lớn
Khiến pháp ở đời lâu
Có ai hay hộ được
Kinh Diệu-Pháp-Hoa này
Thời là đã cúng dường
Thích-Ca cùng Đa-Bảo.
Đức Đa-Bảo Phật đây
Ở trong tháp báu lớn
Thường dạo qua mười phương
Vì để nghe kinh này.
Cũng là để cúng dường
Các hóa Phật đến nhóm
Trang nghiêm rất sáng đẹp
Các thế giới vô lượng.
Nếu người nói kinh này
Thời là đã thấy ta
Cùng Đa-Bảo Như-Lai
Và các vị hóa Phật.

9. Các Thiện-nam-tử này
   Đều nên suy nghĩ kỹ
   Đây là việc rất khó
   Phải phát nguyện rộng lớn
   Bao nhiêu kinh điển khác
   Số nhiều như hằng sa

Dầu nói hết kinh đó
Cũng chưa đủ làm khó,
Hoặc đem núi Diệu-Cao
Ném để ở phương khác
Cách vô số cõi Phật
Cũng chưa lấy làm khó.
Nếu người dùng ngón chân
Động cõi nước Đại-thiên
Ném xa qua cõi khác
Cũng chưa lấy làm khó,
Hoặc đứng trên Hữu-Đảnh
Nói vô lượng kinh khác
Vì để dạy bảo người
Cũng chưa lấy làm khó.
Nếu sau lúc Phật diệt
Người ở trong đời ác
Có thể nói kinh này
Đây thì rất là khó,
Giả sử lại có người
Dùng tay nắm hư không
Để mà khắp dạo đi
Cũng chưa lấy làm khó.
Sau khi ta diệt độ
Nếu người tự thu trì *(9)*
Hoặc bảo người thu trì
Đây thời là rất khó,
Hoặc đem cả cõi đất

Để trên móng ngón chân
Bay lên đến Phạm-Thiên
Cũng chưa lấy làm khó,
Sau khi Phật diệt độ
Người ở trong đời ác
Tạm đọc kinh pháp này
Đây thì mới là khó.
Giả sử gặp kiếp Thiêu *(10)*
Gánh mang những cỏ khô
Vào lửa không bị cháy
Cũng chưa lấy làm khó,
Sau khi ta diệt độ
Nếu người trì kinh này
Vì một người mà nói
Đây thì mới là khó
Hoặc người trì tám muôn
Bốn nghìn các tạng pháp
Đủ mười hai bộ kinh
Vì người mà diễn nói
Khiến các người nghe pháp
Đều được sáu thần thông
Dù được như thế đó
Cũng chưa lấy làm khó
Sau khi ta diệt độ
Nghe lãnh kinh điển này
Hỏi nghĩa thú trong kinh
Đây thì mới là khó.

Hoặc có người nói pháp
Làm cho nghìn muôn ức
Đến vô lượng vô số
Hằng-hà-sa chúng sanh
Chứng được A-la-hán
Đủ sáu phép thần thông
Dầu có lợi ích đó
Cũng chưa phải là khó,
Sau khi ta diệt độ
Nếu người hay phụng trì
Những kinh điển như đây
Đây thì là rất khó.

10. Ta vì hộ Phật đạo
Ở trong vô lượng cõi
Từ thuở trước đến nay
Rộng nói nhiều các kinh
Mà ở trong kinh đó
Kinh này là bậc nhứt
Nếu có người trì được
Thì là trì thân Phật,
Các Thiện-nam-tử này
Sau khi ta diệt độ
Ai có thể thọ trì
Và đọc tụng kinh này
Thì nay ở trước Phật
Nên tự nói lời thệ.

Kinh pháp đây khó trì
Nếu người tạm trì đó
Thời ta rất vui mừng
Các đức Phật cũng thế
Người nào được như vậy
Các đức Phật thường khen
Đó là rất dũng mãnh
Đó là rất tinh tấn
Gọi là người trì giới
Bậc tu hạnh Đầu-đà *(11)*
Thời chắc sẽ mau được
Quả vô thượng Phật đạo.
Có thể ở đời sau
Đọc trì kinh pháp này
Là chơn thật Phật tử
Trụ ở bậc thuần thiện.
Sau khi Phật diệt độ
Có thể hiểu nghĩa này
Thì là mắt sáng suốt
Của trời người trong đời
Ở trong đời kinh sợ
Hay nói trong chốc lát
Tất cả hàng trời người
Đều nên cúng dường đó.

KINH
DIỆU PHÁP LIÊN HOA

Tam Tạng Pháp Sư
Cưu Ma La Thập
Hán Dịch

Tỳ Kheo Thích Trí Tịnh
Việt Dịch

QUYỂN THỨ TƯ

PHẨM "ĐỀ-BÀ-ĐẠT-ĐA"
THỨ MƯỜI HAI

1. Lúc bấy giờ, đức Phật bảo các vị Bồ- Tát và hàng trời, người, bốn chúng: "Ta ở trong vô lượng kiếp về thời quá khứ cầu kinh Pháp-hoa không có lười mỏi. Trong nhiều kiếp thường làm vị Quốc-vương phát nguyện cầu đạo vô thượng Bồ-đề, lòng không thối chuyển. Vì muốn đầy đủ sáu pháp Ba-la-mật nên siêng làm việc bố thí lòng không lẫn tiếc, bố thí voi, ngựa, bảy báu, nước thành, vợ, con, tôi tớ, bạn bè, cho đến đầu, mắt, tủy, óc, thân, thịt, tay, chân, chẳng tiếc thân mạng.

Thưở đó, nhân dân trong đời sống lâu vô lượng, vua vì mến pháp nên thôi bỏ ngôi vua, giao việc trị nước cho Thái- tử. Đánh trống ra lệnh cầu pháp khắp bốn phương: "Ai có thể vì ta nói pháp Đại-thừa, thời ta sẽ trọn đời cung cấp hầu hạ."

Khi ấy có vị tiên nhơn đến thưa cùng vua rằng: "Ta có pháp Đại-thừa tên là kinh "Diệu-Pháp Liên-Hoa", nếu Đại- vương không trái ý ta, ta sẽ vì Đại-vương mà tuyên nói."

Vua nghe lời vị tiên nhơn nói, vui mừng hớn-hở, liền đi theo vị tiên nhơn để cung cấp việc cần dùng: hoặc hái trái, gánh nước, hoặc lượm củi, nấu ăn cho đến dùng thân mình làm giường ghế, thân tâm không biết mỏi. Thưở đó theo phụng thờ vị tiên nhơn trải qua một nghìn năm, vì trọng pháp nên siêng năng cung cấp hầu hạ cho tiên nhơn không thiếu thốn.

Bấy giờ, đức Thế-Tôn muốn tuyên lại nghĩa trên mà nói kệ rằng:

2. Ta nhớ kiếp quá khứ
　Vì cầu pháp Đại-thừa
　Dầu làm vị Quốc vương
　Chẳng ham vui ngũ dục
　Đánh chuông rao bốn phương
　Ai có pháp Đại-thừa
　Nếu vì ta giải nói
　Thân sẽ làm tôi tớ.
　Giờ có tiên Trường-Thọ
　Đến thưa cùng Đại-vương
　Ta có pháp nhiệm mầu
　Trong đời ít có được
　Nếu có thể tu hành
　Ta sẽ vì ông nói.
　Khi vua nghe tiên nói
　Sanh lòng rất vui đẹp
　Liền đi theo tiên nhơn
　Cung cấp đồ cần dùng
　Lượm củi và rau trái
　Theo lời cung kính dâng
　Lòng ham pháp Đại-thừa

Thân tâm không lười mỏi,
Khắp vì các chúng sanh
Siêng cầu pháp mầu lớn
Cũng không vì thân mình
Cùng với vui ngũ dục
Nên dầu làm vua lớn
Siêng cầu được pháp này
Do đó được thành Phật
Nay vẫn vì ông nói.

3. Phật bảo các Tỳ-kheo rằng: "Thuở ấy, vua đó thời chính thân ta, còn tiên nhơn đó nay chính là ông Đề-Bà-Đạt-Đa. Do nhờ ông thiện-tri-thức Đề-Bà-Đạt-Đa làm cho ta đầy đủ sáu pháp Ba-la-mật, từ-bi hỷ-xả, ba mươi hai tướng tốt, tám mươi món đẹp, thân sắc vàng tía, mười trí lực, bốn món vô-sở-úy, bốn món nhiếp pháp, mười tám món bất cộng, thần thông đạo lực, thành bậc chánh- đẳng chánh-giác rộng độ chúng sanh, tất cả công đức đó đều là nhân thiện-tri-thức Đề-Bà-Đạt-Đa cả.

4. Phật bảo hàng tứ chúng: "Qua vô lượng kiếp về sau, ông Đề-Bà-Đạt-Đa sẽ được thành Phật hiệu là Thiên-Vương Như-Lai, Ứng-cúng, Chính-biến-tri, Minh-hạnh-túc, Thiện-thệ, Thế-gian-giải, Vô-thượng-sĩ, Điều-ngự trượng-phu, Thiên-nhân-sư, Phật Thế-Tôn. Cõi nước đó tên là Thiên-Đạo, lúc

Thiên-Vương Phật trụ ở đời hai mươi trung kiếp, rộng vì các chúng sanh mà nói pháp mầu, hằng-hà-sa chúng sanh được quả A-la-hán, vô lượng chúng sanh phát tâm Duyên-giác, hằng-hà-sa chúng sanh phát tâm vô thượng đạo, được vô-sanh-nhẫn đến bậc Bất-thối- chuyển.

Sau khi đức Thiên-Vưcmg Phật nhập Niết-bàn, chánh-pháp trụ lại đời hai mươi trung kiếp, toàn thân xá-lợi dựng tháp bằng bảy báu, cao sáu mươi do-tuần. Các hàng trời nhân dân đều đem hoa đẹp, hương bột, hương xoa, hương đốt, y phục, chuỗi ngọc, tràng phan, lọng báu, kỹ nhạc, ca tụng để lễ lạy cúng dường tháp đẹp bằng bảy báu đó. Vô lượng chúng sanh được quả A-la-hán, vô lượng chúng sanh ngộ Bích-chi Phật, bất-khả tư-nghì chúng sanh phát tâm Bồ-đề đến bậc Bất thối-chuyển".

Đức Phật bảo các Tỳ-kheo: "Trong đời vị lai, nếu có kẻ thiện-nam, người thiện-nữ nghe kinh Diệu-Pháp Liên-hoa phẩm Đề-Bà-Đạt-Đa, sanh lòng trong sạch kính tin chẳng sanh nghi lầm, thời chẳng đọa địa-ngục, ngã-quỷ, súc-sinh, được sinh ở trước các đức Phật trong mười phương, chỗ người đó sanh ra thường được nghe kinh này. Nếu sanh vào cõi nhân thiên thời hưởng sự vui thắng diệu, nếu sanh ở trước Phật thời từ hoa sen hóa sanh".

5. Bấy giờ, ở hạ phương vị Bồ-Tát theo hầu đức Đa-Bảo Như-Lai tên là Trí-Tích bạch với đức Đa-Bảo-Phật nên trở về bổn quốc. Đức Thích-Ca Mâu-Ni Phật bảo Trí-Tích rằng: "Thiện-nam-tử! Chờ giây lát, cõi đây có Bồ-Tát tên Văn-Thù-Sư-Lợi có thể cùng ra mắt nhau luận nói pháp mầu rồi sẽ về bổn độ".

Lúc đó, ngài Văn-Thù-Sư-Lợi ngồi hoa sen nghìn cánh lớn như bánh xe, các vị Bồ-Tát cùng theo cũng ngồi hoa sen báu, từ nơi cung rồng Ta-Kiệt-La trong biển lớn tự nhiên vọt lên trụ trong hư không, đến núi Linh-Thứu, từ trên hoa sen bước xuống đến chỗ Phật, làm lễ xong, qua chỗ Trí-Tích cùng hỏi thăm nhau rồi ngồi một phía.

Ngài Trí-Tích Bồ-Tát hỏi ngài Văn-Thù-Sư-Lợi rằng: "Ngài qua cung rồng hóa độ chúng sanh số được bao nhiêu?"

Ngài Văn-Thù-Sư-Lợi nói: "Số đó vô lượng không thể tính kể, chẳng phải miệng nói được, chẳng phải tâm lường được, chờ chừng giây lát sẽ tự chứng biết".

Ngài Văn-Thù nói chưa dứt lời, liền có vô số Bồ-Tát ngồi hoa sen báu từ biển vọt lên đến núi Linh-Thứu trụ giữa hư không. Các vị Bồ-Tát này đều là của ngài Văn-Thù-Sư-Lợi hóa độ, đủ hạnh Bồ-Tát đều chung luận nói sáu pháp Ba-la-mật. Những vị mà trước kia là Thanh-văn ở giữa hư không nói hạnh Thanh-văn nay đều tu-hành "nghĩa không" của Đại-thừa.

Ngài Văn-Thù-Sư-Lợi nói với ngài Trí-Tích rằng: "Tôi giáo hóa ở nơi biển việc đó như thế".

Lúc ấy, ngài Trí-Tích Bồ-Tát nói kệ khen rằng:

Đại trí đức mạnh mẽ
Hóa độ vô lượng chúng
Nay trong hội lớn này
Và tôi đều đã thấy
Diễn nói nghĩa thật tướng
Mở bày pháp nhứt thừa
Rộng độ các chúng sanh
Khiến mau thành Bồ đề.

6. Ngài Văn-Thù-Sư-Lợi nói: "Ta ở biển chỉ thường tuyên nói kinh Diệu-Pháp Liên-Hoa".

Ngài Trí-Tích hỏi ngài Văn-Thù-Sư-Lợi rằng: "Kinh này rất sâu vi diệu là báu trong các kinh, trong đời rất ít có vậy có chúng sanh nào siêng năng tinh tấn tu hành kinh này mau được thành Phật chăng?

Ngài Văn-Thù-Sư-Lợi nói: Có con gái của vua rồng Ta-Kiệt-La mới tám tuổi mà căn tính lanh lẹ, có trí huệ, khéo biết các căn tính hành nghiệp của chúng sanh, được pháp tổng-trì, các tạng pháp kín rất sâu của các Phật nói đều có thể thọ trì, sâu vào thiền định, rõ thấu các pháp. Trong khoảnh sát-na phát tâm Bồ-đề được bậc Bất-thối-chuyển, biện tài vô ngại, thương nhớ chúng sanh như con đỏ, công đức đầy đủ, lòng nghĩ miệng nói pháp nhiệm mầu rộng lớn, từ bi nhân đức khiêm nhường, ý chí hòa nhã, nàng ấy có thể đến Bồ-đề".

Trí-Tích Bồ-Tát nói rằng: "Tôi thấy đức Thích-Ca Như-Lai ở trong vô lượng kiếp làm những hạnh khổ khó làm, chứa nhiều công đức để cầu đạo Bồ-đề chưa từng có lúc thôi dứt: Ta xem trong cõi tam-thiên đại-thiên nhẫn đến không có chỗ nhỏ bằng hạt cải, mà không phải là chỗ của Bồ-Tát bỏ thân mạng để vì lợi ích chúng sanh, vậy sau mới được thành đạo Bồ-đề, chẳng tin Long-Nữ đó ở trong khoảng giây lát chứng thành bậc Chánh-giác".

Nói luận chưa xong, lúc đó con gái của Long-vương bỗng hiện ra nơi trước đầu mặt lễ kính Phật rồi đứng một phía nói kệ khen rằng:

Thấu rõ tướng tội phước
Khắp soi cả mười phương
Pháp thân tịnh vi diệu
Đủ ba mươi hai tướng
Dùng tám mươi món tốt
Để trang nghiêm pháp thân
Trời, người đều kính ngưỡng
Long thần thảy cung kính
Tất cả loài chúng sanh

Không ai chẳng tôn phụng
Lại nghe thành Bồ-đề
Chỉ Phật nên chứng biết
Tôi nói pháp Đại-thừa
Độ thoát khổ chúng sanh.

7. Bấy giờ, ngài Xá-Lợi-Phất nói với Long-Nữ rằng: "Ngươi nói không bao lâu chứng được đạo vô thượng, việc đó khó tin. Vì sao? Vì thân gái nhơ uế chẳng phải là pháp khí, thế nào có thể được thành vô-thượng chánh-giác? Đạo Phật xa rộng phải trải qua vô lượng kiếp cần khổ chứa nhóm công hạnh, tu đủ các độ, vậy sau mới thành được. Lại thân gái còn có năm điều chướng: Một, chẳng được làm Phạm-thiên-vương; hai, chẳng được làm Đế-Thích; ba, chẳng được làm Ma-vương; bốn, chẳng được làm Chuyển-luân thánh-vương; năm, chẳng được làm Phật. Thế nào thân gái được mau thành Phật?".

Lúc đó, Long-Nữ có một hột châu báu, giá trị bằng cõi tam-thiên đại-thiên đem dâng đức Phật. Phật liền nhận lấy. Long-nữ nói với Trí-Tích Bồ-Tát cùng tôn giả Xá-Lợi-Phất rằng: "Tôi hiến châu báu, đức Thế-Tôn nạp thọ, việc đó có mau chăng?".

- Đáp: "Rất mau".

- Long-Nữ nói: "Lấy sức thần của các ông xem tôi thành Phật lại mau hơn việc đó".

Đang lúc đó cả chúng hội đều thấy Long-Nữ thoạt

nhiên biến thành nam tử, đủ hạnh Bồ-Tát, liền qua cõi Vô- cấu ở phương Nam, ngồi tòa sen báu thành bậc Đẳng-chánh-giác, đủ ba mươi hai tướng, tám mươi món đẹp, khắp vì tất cả chúng sanh trong mười phương mà diễn nói pháp mầu.

Khi ấy trong cõi Ta-bà hàng Bồ-Tát, Thanh-văn, trời, rồng, bát-bộ, nhơn cùng phi-nhơn đều xa thấy Long-Nữ kia thành Phật khắp vì hàng nhơn, thiên trong hội đó mà nói pháp, sanh lòng vui mừng đều xa kính lạy, vô lượng chúng sanh nghe pháp tỏ ngộ được bậc Bất-thối-chuyển, vô lượng chúng sanh được lãnh lời thọ ký thành Phật. Cõi Vô cấu sáu điệu vang động, cõi Ta-bà ba nghìn chúng sanh phát lòng Bồ-đề mà được lãnh lời thọ ký.

Trí-Tích Bồ-Tát và ngài Xá-Lợi-Phất tất cả trong chúng hội yên lặng mà tin nhận đó.

KINH
DIỆU PHÁP LIÊN HOA

Tam Tạng Pháp Sư
Cưu Ma La Thập
Hán Dịch

Tỳ Kheo Thích Trí Tịnh
Việt Dịch

QUYỂN THỨ TƯ

PHẨM "TRÌ"
THỨ MƯỜI BA

1. Lúc bấy giờ, ngài Dược-Vương đại Bồ-Tát và ngài Đại-Nhạo-Thuyết Bồ-Tát Ma-ha-tát cùng chung với quyến-thuộc hai muôn vị Bồ-Tát đều ở trước Phật nói lời thệ rằng: "Cúi mong đức Thế-Tôn chớ lo, sau khi Phật diệt độ chúng con sẽ phụng trì đọc tụng nói kinh điển này, đời ác sau, chúng sanh căn lành càng ít, nhiều kẻ tăng-thượng mạn tham lợi dưỡng cúng-dường, thêm lớn căn chẳng lành, xa lìa đạo giải thoát, dầu khó có thể giáo hóa, chúng con sẽ khởi sức nhẫn lớn đọc tụng kinh này, thọ-trì giải nói biên chép, dùng các món cúng dường cho đến chẳng tiếc thân mạng"

2. Lúc đó, trong chúng có năm trăm vị A-la-hán đã được thọ ký đồng bạch Phật rằng: "Thế-Tôn! Chúng con cũng tự thệ nguyện ở nơi cõi khác rộng nói kinh này".
Lại có bậc học và vô học tám nghìn người đã được thọ ký đồng từ chỗ ngồi đứng dậy, chấp tay hướng về phía Phật nói lời thệ rằng: "Thế-Tôn! Chúng con cũng sẽ ở cõi khác rộng nói kinh này.
Vì sao? Vì người trong nước Ta-bà nhiều điều tệ ác, ôm lòng tăng-thượng-mạn, công đức cạn mỏng, giận hờn, tà vạy tâm không chơn thật".

3. Khi đó, dì của Phật là Đại-Ái-Đạo Tỳ- kheo-ni cùng chung với bậc "học" và "vô học" Tỳ-kheo-ni sáu nghìn người đồng từ chỗ ngồi đứng dậy chấp tay chiêm ngưỡng dung nhan của Phật mắt chẳng tạm rời.

Bấy giờ, Thế-Tôn bảo Kiều-Đàm-Di: "Cớ chi có sắc buồn mà nhìn Như-Lai, tâm ngươi toan không cho rằng ta chẳng nói đến tên ngươi, để thọ ký thành vô-thượng chánh-đẳng chánh- giác ư?

Kiều-Đàm-Di! Ta trước tổng nói tất cả Thanh-văn đều đã được thọ-ký , nay ngươi muốn biết thọ ký đó, đời tương lai sau ngươi sẽ ở trong pháp hội của sáu muôn tám nghìn ức đức Phật làm vị đại Pháp-Sư và sáu nghìn vị "học" "vô- học" Tỳ-kheo-ni đều làm Pháp-sư. Ngươi lần lần đủ đạo hạnh Bồ-Tát như thế sẽ được thành Phật hiệu là Nhứt-Thiết Chúng-Sanh Hỷ-Kiến Như-Lai, Ứng-cúng, Chánh-biến-tri, Minh-hạnh-túc, Thiện-Thệ, Thế-gian-giải, Vô-thượng-sĩ, Điều-ngự trượng-phu, Thiên-Nhân-Sư, Phật Thế-Tôn.

Kiều-Đàm-Di! Đức Nhứt-Thiết Chúng-Sanh Hỷ-Kiến Phật đó và sáu nghìn Bồ- Tát tuần tự thọ ký được đạo vô-thượng chánh-đẳng chánh-giác.

Bấy giờ, mẹ của La-Hầu-La là bà Gia-Du-Đà-La Tỳ-kheo-ni nghĩ rằng: "Thế- Tôn ở nơi trong hội thọ ký riêng chẳng nói đến tên tôi".

Phật bảo bà Gia-Du-Đà-La: "Ngươi ở đời sau trong

pháp hội của trăm nghìn muôn ức đức Phật, tu hạnh Bồ-Tát, làm vị đại Pháp-sư, lần lần đầy đủ Phật đạo ở trong cõi Thiện-Quốc sẽ được thành Phật hiệu là Cụ-Túc Thiên-Vạn Quang-Tướng Như-Lai, Ứng-cúng, Chánh-biến-tri, Minh-hạnh-túc, Thiện-thệ, Thế-gian-giải, Vô-thượng-sĩ, Điều-ngự trượng-phu, Thiên-Nhân-Sư, Phật Thế-Tôn. Phật sống lâu vô lượng vô số kiếp.

Lúc đó bà Đại-Ái-Đạo Tỳ-kheo-ni và bà Gia-Du-Đà-La Tỳ-kheo-ni cùng cả quyến thuộc đều rất vui mừng được việc chưa từng có, liền ở trước Phật mà nói kệ rằng:

Đấng Thế-Tôn Đạo-Sư
Làm an ổn trời người
Chúng con nghe thọ ký
Lòng an vui đầy đủ.

Các vị Tỳ-kheo-ni nói kệ đó rồi, bạch Phật rằng: "Chúng con cũng có thể ở cõi nước phương khác rộng tuyên nói kinh này".

4. Bấy giờ, đức Thế-Tôn nhìn tám mươi muôn ức na-do-tha vị đại Bồ-Tát, các vị Bồ-Tát đó đều là bậc bất-thối-chuyển, chuyển-pháp-luân bất-thối được các pháp tổng-trì, liền từ chỗ ngồi đứng dậy, đến trước Phật một lòng chấp tay mà nghĩ rằng: "Nếu

đức Thế-Tôn dạy bảo chúng ta nói kinh này, thời chúng ta sẽ như là Phật dạy rộng tuyên nói pháp này".

Các vị đó lại nghĩ: "Nay đức Phật yên lặng chẳng thấy dạy bảo, chúng ta phải làm thế nào?"

Lúc đó, các vị Bồ-Tát kính thuận ý của Phật, và muốn tự thỏa mãn bổn nguyện, bèn ở trước Phật nói lớn tiếng mà phát lời thệ rằng: "Thế-Tôn, sau khi Như-Lai diệt độ, chúng con đi giáp vòng qua lại khắp mười phương thế giới hay khiến chúng sanh biên chép kinh này, thọ trì, đọc tụng, giải nói nghĩa lý, nghĩ nhớ chơn chánh, đúng như pháp mà tu hành, như thế đều là sức oai thần của Phật. Cúi mong đức Thế-Tôn ở phương khác xa giữ gìn cho".

Tức thời các vị Bồ-Tát đều đồng tiếng mà nói kệ rằng:

5. Cúi mong Phật chớ lo
   Sau khi Phật diệt độ
   Trong đời ác ghê sợ
   Chúng con sẽ rộng nói.
   Có những người vô trí
   Lời ác mắng rủa thảy
   Và dao gậy đánh đập
   Chúng con đều phải nhẫn.
   Tỳ-kheo trong đời ác
   Trí tà lòng dua vạy

Chưa được nói đã được
Lòng ngã mạn dẫy đầy,
Hoặc người mặc áo nạp
Lặng lẽ ở chỗ vắng
Tự nói tu chơn đạo
Khinh rẻ trong nhân gian
Vì ham ưa danh lợi
Nói pháp cho bạch-y
Được người đời cung kính
Như lục thông La-hán
Người đó ôm lòng ác
Thường nghĩ việc thế-tục
Giả danh "A-luyện-nhã"
Ưa nói lỗi chúng con
Mà nói như thế này
Các bọn Tỳ-kheo này
Vì lòng tham lợi dưỡng
Nói luận nghĩa ngoại đạo
Tự làm kinh điển đó
Dối lầm người trong đời
Vì muốn cầu danh tiếng
Mà giải nói kinh đó
Thường ở trong đại chúng
Vì muốn phá chúng con
Đến Quốc-vương, quan lớn
Bà-la-môn, cư-sĩ
Và chúng Tỳ-kheo khác

Chê bai nói xấu con
Đó là người tà kiến
Nói luận nghĩa ngoại đạo
Chúng con vì kính Phật
Đều nhẫn các ác đó
Bị người đó khinh rằng
Các ngươi đều là Phật
Lời khinh mạn dường ấy
Đều sẽ nhẫn thọ đó.
Trong đời ác kiếp trược
Nhiều các sự sợ sệt
Quỷ dữ nhập thân kia
Mắng rủa hủy nhục con
Chúng con kính tin Phật
Sẽ mặc giáp nhẫn nhục
Vì để nói kinh này
Nên nhẫn các việc khó,
Con chẳng mến thân mạng
Chỉ tiếc đạo vô thượng.
Chúng con ở đời sau
Hộ trì lời Phật dặn
Thế-Tôn tự nên biết
Tỳ-kheo đời ác trược
Chẳng biết Phật phương tiện
Tùy cơ nghi nói pháp
Chau mày nói lời ác
Luôn luôn bị xua đuổi

Xa rời nơi chùa tháp
Các điều ác như thế
Nhớ lời Phật dặn bảo
Đều sẽ nhẫn việc đó
Các thành ấp xóm làng
Kia có người cầu pháp
Con đều đến chỗ đó
Nói pháp của Phật dặn.
Con là sứ của Phật
Ở trong chúng không sợ
Con sẽ khéo nói pháp
Xin Phật an lòng ở
Con ở trước Thế-Tôn
Mười phương Phật đến nhóm
Phát lời thệ như thế
Phật tự rõ lòng con.

KINH DIỆU-PHÁP LIÊN-HOA

Quyển Thứ Tư

Ôm châu đi làm thuê mướn, được chút ít cho là đủ. Nơi cao nguyên đào giếng, chí cầu suối sâu. Tháp báu vọt lên giáo hóa tròn khắp. Nhân cùng quả đồng nói. Pháp mầu ý khẩn cầu.

NAM-MÔ PHÁP-HOA HỘI- THƯỢNG PHẬT BỒ-TÁT. *(3 lần)*

Năm trăm đệ tử thọ ký chứng quả Phật. Tháp Phật Đa-Bảo vọt ra trước, Ngài Nhạo-Thuyết hỏi căn nguyên. Vì pháp cầu thầy hiền, nghe diễn kinh Diệu- Liên.

NAM-MÔ QUÁ-KHỨ ĐA-BẢO PHẬT. *(3 lần)*

THÍCH NGHĨA

(1) 1- Tỳ-kheo; 2- Tỳ-kheo ni; 3- Ưu-bà-tắc, Ưu-bà-di.
(2) Lãnh hội pháp mầu, lòng vui mừng, thân khoan khoái gọi là "pháp-hỷ- thực"
Trụ trong thiền định, tâm an, thân khoẻ gọi là "Thiền-duyệt-thực".

(3) 1- Pháp-vô-ngại (có trí nói pháp suốt thông)
 2- Từ-vô-ngại (lời tiếng đầy đủ không trệ)
 3- Nghĩa-vô-ngại (nghĩa ý thấu đáo)
 4- Nhạo-thuyết-vô-ngại (thường ưa thích nói pháp).
(4) 1- Nội hữu sắc tưởng ngoại quán sắc giải thoát
 2- Nội vô sắc tưởng ngoại quản sắc giải thoát
 3- Tịnh bội xả thân tác chứng giải thoát
 4- Hư không xứ giải thoát
 5- Thức vô biên xứ giải thoát
 6- Vô sở hữu xứ giải thoát
 7- Phi hữu tưởng phi vô tưởng giải thoát
 8- Diệt thọ tưởng giải thoát.
(5) Tham, sân, si.
(6) Sau khi Phật diệt độ, thời kỳ đầu giáo pháp cùng người tu, chứng quả V.V., cũng như khi Phật còn tại thế thời gọi là "thời kỳ chánh pháp". Lần lần người tu và chứng quả không được như trước thời gọi là "thời kỳ tượng pháp" (tương tự).
(7) Được ít mà lầm tự cho là được nhiều, chứng bậc thấp mà lầm cho là chứng bậc cao.
(8) Sư-tử làm chúa loài muông thú, ở trong hàng thú tự tại vô úy. Tòa sư-tử chính là lấy nghĩa tự-tại vô-úy đó.
(9) Biên chép và thọ trì.
(10) Một đại-kiếp có 4 kỳ trung-kiếp:
 1. Trung-kiếp thành.
 2. Trung-kiếp trụ

3. Trung-kiếp hoại

4. Trung-kiếp không

-Thành là kết cấu hiện thành thế giới. Trụ là thời kỳ toàn vẹn thế giới hữu tình đều đầy đủ như hiện nay đây vậy. Hoại là hư rã, thế giới hư rã do 3 nguyên nhân: A- Lửa; B- Nước; C- Gió. Trong đây kiếp thiêu chính là thời kỳ lửa cháy tan thế giới. Tan hết là KHÔNG.

(11) *Tiếng Phạn, nghĩa là giũ sạch bụi nhơ (đầu tấu) có 12 hạnh:*

1. Mặc phấn tảo y.

2. Chỉ ba y không được dư

3. Thường khất thực

4. Ngày một bửa ăn chánh

5. Ngày một lần ngồi ăn.

6. Ăn có tiết lượng

7. Ở chỗ vắng vẻ

8. Ngồi trong gò mả

9. Ngồi dưới bóng cây

10. Ngồi chỗ trống

11. Tùy hạp ngồi

12. Ngồi luôn không nằm.

Sự tích
TỤNG ĐỀ KINH MÌNH VÀ NGƯỜI ĐỀU THOÁT KHỔ

Quận Phùng-Dực, ông Lý-Sơn-Long làm chức Tả-Giám-Môn Hiệu-úy trong niên hiệu Võ-Đức bị bệnh chết, mà trên ngực khoảng bằng bàn tay không lạnh, người nhà chưa nỡ tẩn liệm. Đến ngày thứ bảy sống lại thuật rằng: "Đang lúc chết bị người bắt dẫn đến một dinh quan rất hùng tráng rộng lớn. Trong sân có bọn tù vài nghìn người, hoặc mang gông, hoặc xiềng xích đều đứng xây mặt về hướng Bắc, chật cả sân.

Quân hầu dắt Sơn-Long đến dưới dinh. Có một vị Thiên-Quan ngồi giường cao kẻ hầu hạ nghi vệ như hàng vua chúa. Sơn-Long hỏi quân hầu: "Quan nào đó?" Quân hầu đáp: "Vua đấy". Sơn-Long đến dưới thềm? Vua hỏi: "Người thuở sanh bình làm phước nghiệp gì?". Sơn-Long thưa: "Mỗi lần người trong làng thiết lập trai đàn giảng kinh tôi thường thí của vật đồng với người". Vua lại hỏi: "Còn tự thân ngươi làm phước nghiệp gì?". Sơn-Long thưa: "Tôi tụng thuộc kinh Pháp-Hoa hai quyển". Vua nói: "Rất hay! Được lên thềm". Ông Sơn-Long đã lên trên nhà thấy phía Đông-Bắc có một tòa cao giống như tòa diễn giảng. Vua chỉ tòa nói với Sơn-Long rằng: "Nên lên tòa này tụng kinh". Sơn-Long vâng lệnh đến bên tòa. Vua liền đứng dậy nói: "Thỉnh ngài Pháp-sư lên tòa". Sơn-Long lên tòa xong. Vua liền xây về phía tòa mà ngồi. Sơn-Long khai kinh tụng rằng: "Diệu- Pháp Liên-Hoa kinh, phẩm Tự đệ nhất". Vua nói "Thỉnh Pháp-sư thôi". Sơn-Long liền thôi, xuống tòa lại đứng dưới thềm đoái xem trong sân, bọn tù nhân vừa rồi không còn một người. Vua bảo Sơn-Long rằng: "Phước đức tụng kinh của ông chẳng những là tự lợi, nhẫn đến làm cho bọn tù trong sân nhân nghe đề kinh Pháp-Hoa mà đều được thoát khổ, há chẳng hay lắm thay! Nay tha ngươi trở về".

Sơn-Long lạy từ. Đi được vài mươi bước, vua kêu trở lại rồi bảo quân hầu: "Nên dắt người này đi xem các ngục".

Quân hầu liền dắt Sơn-Long đi qua phía Đông hơn trăm bước thấy một thành bằng sắt rất rộng lớn, trên có mái trùm kín. Quanh thành có nhiều lỗ nhỏ, thấy các nam nữ từ dưới đất bay vào trong lỗ liền chẳng trở ra. Sơn-Long lấy làm lạ hỏi quân hầu, thì được đáp: "Đây là đại địa-ngục, trong đó nhiều lớp phân cách theo tội riêng khác. Các người đó đều theo nghiệp dữ của mình đã tạo. Vào ngục chịu khổ". Sơn-Long nghe nói xong buồn sợ xưng "Nam-mô Phật" xin quân hầu dắt ra. Đến cửa viện thấy một vạc lớn lửa mạnh nước sôi, bên vạc có hai người ngồi ngủ. Sơn-Long hỏi đó - Hai người đáp: "Tôi bị tội báo vào vạc nước sôi này. Nhờ Hiền-giả xưng Nam-mô Phật cho nên các người tội trong ngục đều được một ngày nghỉ mệt nên chúng tôi ngủ". Sơn-Long lại xưng "Nam-mô Phật".

Quân hầu đưa Sơn-Long về nhà, thấy hàng thân thuộc đương khóc, sắm sửa những đồ tẩn liệm. Sơn-Long vào đến bên thây thời liền sống lại.

Chuyện trên đây là chính ông Lý-Sơn-Long nói với chủ chùa Tổng-Trì. Chủ chùa thuật lại với tôi.

(Rút trong bộ "Minh-bảo-ký")

"Nhiệm-mầu thay kinh Pháp-Hoa! Người tụng trì được công đức, ngoài Phật ra không ai có thể nghĩ lường được. Đọa địa-ngục, vì tội nghiệp nặng, lên tòa vừa khai tụng đề kinh mà cả mấy ngàn tù nhân dưới sân đều thoát khổ. Thoát khổ là bởi tội nghiệp tiêu. Tội nghiệp nặng mà tức khắc tiêu tan, nếu không phải công đức rộng lớn quyết không thể được nghe đề kinh Pháp-Hoa mà công đức còn lớn dường ấy, huống là người trì tụng đề kinh, huống là người trì tụng một phẩm, một quyển đến toàn bộ, nhẫn đến người giải nói, biên chép ấn tống. Ông Sơn-Long được thoát ngục, được vua trọng, được quân hầu kính, phải chăng là do oai lực của kinh Pháp-Hoa. Ta đối với kinh Pháp-Hoa, thật nên chí thành đảnh đới, thọ trì, đọc tụng, giải nói, in ấn, nếu ta có chí tự thoát khổ và thoát khổ cho người.

KINH
DIỆU PHÁP LIÊN HOA

Tam Tạng Pháp Sư
Cưu Ma La Thập
Hán Dịch

Tỳ Kheo Thích Trí Tịnh
Việt Dịch

QUYỂN THỨ NĂM

PHẨM "AN LẠC HẠNH"
THỨ MƯỜI BỐN

1. Lúc bấy giờ, ngài Văn-Thù-Sư-Lợi Đại Bồ-tát bạch Phật rằng: "Thế-Tôn! Các vị Bồ-tát này rất là ít có, vì kính thuận Phật nên phát thệ-nguyện lớn: ở nơi đời ác sau, hộ-trì đọc nói kinh Pháp-Hoa này".Thế-Tôn! Các vị đại Bồ-tát ở đời ác sau, thế nào mà có thể nói kinh này?". Phật bảo ngài Văn-Thù-Sư-Lợi: "nếu vị Bồ-tát ở đời ác sau muốn nói kinh này, phải an-trụ trong bốn pháp:

2. Một, an-trụ nơi "hành xứ" và nơi "thân-cận-xứ" của Bồ-tát, thời có thể vì chúng sinh mà diễn nói kinh này. Văn-Thù-Sư-Lợi! Thế nào gọi là chỗ "Hành-xứ" của đại Bồ-tát? Nếu vị đại Bồ-tát an trụ trong nhẫn-nhục hòa-dịu khéo thuận mà không vụt-chạc lòng cũng chẳng kinh sợ, lại ở nơi pháp không phân-biệt mà quán tưởng như thực của các pháp *(1)* cũng chẳng vin theo, chẳng phân-biệt, đó gọi là chỗ "hành-xứ" của Bồ-tát. Thế nào gọi là chỗ "thân-cận" của đại Bồ-tát? - Vị đại Bồ- tát chẳng gần-gũi quốc-vương, vương-tử, đại-thần, quan-trưởng, chẳng gần- gũi các ngoại-đạo phạm-chí, ni-kiền-tử *(2)*, v.v... và chẳng gần những kẻ viết sách thế tục ca ngâm; sách ngoại-đạo cùng với phái "lộ-già-da-đà" phái "nghịch-lộ-già-da-đà" *(3)*, cũng chẳng gần gũi

những kẻ chơi hung-hiểm đâm nhau, đánh nhau, và bọn na-la *(4)* v.v... bày các cuộc chơi biến-hiện. Lại chẳng gần-gũi bọn hàng thịt và kẻ nuôi heo, dê, gà, chó, săn-bắn chài lưới, hạng người sống với nghề ác, những người như thế hoặc có lúc lại đến thời.

Bồ-tát vì nói pháp không có lòng mong cầu. Lại chẳng gần-gũi những Tỷ-khiêu, Tỷ-khiêu-ni, Ưu-bà-tắc, Ưu-bà-di, hạng người cầu quả Thanh-Văn, hoặc ở trong phòng, hoặc chỗ kinh-hành, hoặc ở trong giảng-đường chẳng cùng ở chung, hoặc có lúc những người đó lại đến, Bồ-tát theo cơ-nghi nói pháp không lòng mong cầu.

Văn-Thù-Sư-Lợi! Lại vị đại Bồ-tát chẳng nên ở nơi thân người nữ cho là Tướng có thể sinh tu-tưởng dục nhiễm mà vì nói pháp, cũng chẳng ưa thấy.

Nếu vào nhà người chẳng cùng với gái nhỏ, gái trinh, gái hóa, v.v... chung nói chuyện, cũng lại chẳng gần năm giống người bất-nam *(5)* để làm thân hậu. Chẳng riêng mình vào nhà người, nếu lúc có nhân-duyên cần riêng mình vào thời chuyên một lòng niệm Phật. Nếu vì người nữ nói pháp thời chẳng hở răng cười, chẳng bày hông, ngực, nhẫn đến vì pháp mà còn chẳng thân-hậu, huống lại là việc khác. Chẳng ưa nuôi đệ-tử Sa-di ít tuổi và các trẻ nhỏ, cũng chẳng ưa cùng chúng nó đồng một thầy. Thường ưa ngồi thuyền ở chỗ vắng tu nhiếp tâm mình. Văn-Thù-Sư-Lợi! Đó gọi là "chỗ thân-cận" ban đầu.

3. Lại nữa, vị đại Bồ-tát quán sát "Nhất-thiết, pháp không như thật tướng" chẳng điên-đảo, chẳng động, chẳng thối, chẳng chuyển, như hư-không, không có thật-tính, tất cả lời nói phô dứt, chẳng sinh, chẳng xuất, chẳng khởi, không danh, không tướng, thực không chỗ có, không lường, không ngằn, không ngại, không chướng, chỉ do nhân-duyên mà có, từ điên-đảo mà sinh cho nên nói, thường ưa quán-sát pháp-tướng như thế đó gọi là "chỗ thân-cận" thứ hai của vị Đại Bồ-tát. Lúc đó, đức Thế-Tôn muốn tuyên lại nghĩa trên mà nói kệ rằng:

4. Nếu có vị Bồ-tát
Ở trong đời ác sau
Lòng không hề sợ-sệt
Muốn nói kinh pháp này
Nên trụ vào "hành-xứ"
Và trụ "thân-cận-xứ".
Thường xa rời quốc-vương
Và con của quốc-vương
Quan đại-thần, quan lớn
Kẻ chơi việc hung-hiểm
Cùng bọn chiên-đà-la *(6)*
Hàng ngoại đạo phạm-chí
Cùng chẳng ưa gần-gũi

Hạng người Tăng-thượng-mạn
Hàng học giả tham chấp
Kinh, luật, luận tiểu-thừa
Những Tỷ-khiêu phá giới
Danh tự A-la-hán
Và những Tỷ-khiêu-ni
Ưa thích chơi giỡn cười
Các vị Ưu-bà-di
Tham mê năm món dục
Cầu hiện-tại diệt-độ
Đều chớ có gần-gũi.
Nếu những hạng người đó
Dùng tâm tốt mà đến
Tại chỗ của Bồ-tát
Để vì nghe Phật-đạo
Bồ-tát thời nên dùng
Lòng không chút sợ-sệt
Chẳng có niệm mong cầu
Mà vì chúng nói pháp.
Những gái hóa, gái trinh
Và các kẻ bất-nam
Đều chớ có gần gũi
Để cùng làm thân-hậu.
Cũng chớ nên gần-gũi
Kẻ đồ-tể cắt thái
Săn bắn và chài lưới
Vì lợi mà giết hại

Bán thịt để tự sống
Buôn bán sắc gái đẹp
Những người như thế đó
Đều chớ có gần-gũi.
Các cuộc chơi giỡn dữ
Hung-hiểm đâm đánh nhau
Và những dâm nữ thảy
Trọn chớ có gần-gũi.
Chớ nên riêng chỗ khuất
Vì người nữ nói pháp
Nếu lúc vì nói pháp
Chẳng được chơi giỡn cười
Khi vào xóm khất thực
Phải dắt một Tỷ-khiêu
Nếu không có Tỷ-khiêu
Phải một lòng niệm Phật
Đây thời gọi tên là
"Hành-xứ" "thân-cận-xứ".
Dùng hai xứ trên đây
Có thể an-lạc nói.
Lại cũng chẳng vịn theo
Pháp thượng, trung và hạ
Hữu-vi hay vô-vi
Thực cùng pháp chẳng thực
Cũng chẳng có phân-biệt
Là nam là nữ thảy
Lại chẳng được các pháp

Chẳng biết cũng chẳng thấy
Đây thời gọi tên là
"Hành-xứ" của Bồ-tát.
Tất cả các món pháp
Đều không, chẳng chỗ có
Không có chút thường-trụ
Vẫn cũng không khởi diệt
Đây gọi là "thân-cận"
Chỗ người trí hằng nương.
Chớ đảo-điên phân-biệt
Các pháp có hoặc không
Là thực, chẳng phải thực
Là sinh chẳng phải sinh,
Ở an nơi vắng-vẻ
Sửa trao nhiếp tâm mình
An-trụ chẳng lai động
Như thể núi Tu-Di
Quán-sát tất cả pháp
Thảy đều không thực có
Dường như khoảng hư-không
Không có chúc bền chắc.
Chẳng sinh cũng chẳng xuất
Chẳng động cũng chẳng thối
Thường-trụ một tướng-thể
Đó gọi là "cận-xứ".
Nếu có vị Tỷ-khiêu
Sau khi ta diệt độ

Vào được "hành-xứ" đó
Thời lúc nói kinh này
Không có lòng e sợ
Vị Bồ-tát có lúc
Vào nơi nhà tịnh-thất
Lòng nghĩ nhớ chân chính
Theo đúng nghĩa quán pháp.
Từ trong thuyền-định dậy
Vì các bậc Quốc-vương
Vương-tử và quan, dân
Hàng Bà-la-môn thảy
Mà khai-hóa diễn-bày
Rộng nói kinh điển này
Tâm vị đó an-ổn
Không có chút khiếp-nhược.
Văn-Thù-Sư-Lợi này!
Đó gọi là Bồ-tát
An-trụ trong sơ-pháp
Có thể ở đời sau
Diễn nói kinh Pháp-Hoa.

5. Lại Văn-Thù Sư-Lợi! Sau khi đức Như-Lai diệt-độ, ở trong đời mạt-pháp muốn nói kinh này, phải trụ nơi hạnh an-lạc, hoặc miệng tuyên nói hoặc lúc đọc kinh đều chẳng ưa nói lỗi của người và của kinh điển; chẳng khinh mạn các pháp sư khác, chẳng nói việc hay dở, tốt xấu của người khác. Ở nơi hàng

Thanh-văn cũng chẳng kêu tên nói lỗi quấy của người đó, cũng chẳng kêu tên khen-ngợi điều tốt của người đó. Lại cũng chẳng sinh lòng oán hiềm, vì khéo tu lòng an-lạc như thế, nên những người nghe pháp không trái ý. Có chỗ gạn hỏi, chẳng dùng pháp tiểu-thừa đáp, chỉ dùng pháp đại-thừa mà vì đó giải nói làm cho được bậc "Nhất-thiết chủng-trí." Khi ấy, Thế-Tôn muốn tuyên lại nghĩa trên mà nói kệ rằng:

6. Vị Bồ-Tát thường ưa
   An-ổn nói kinh pháp
   Ở nơi chổ thanh-tịnh
   Mà sắp đặt sàng tòa
   Dùng hương dầu xoa thân
   Tắm gội các bụi dơ
   Mặc y mới sạch-sẽ
   Trong ngoài đều sạch thơm
   Ngồi an nơi pháp-tòa
   Theo chổ hỏi vì nói.
   Nếu có vị Tỷ-khiêu
   Cùng với Tỷ-khiêu-ni
   Các hàng Ưu-bà-tắc
   Và hàng Ưu-bà-di
   Quốc-vương và vương-tử,
   Các quan cùng sĩ-dân
   Dùng pháp nghĩa nhiệm-mầu

Vui-vẻ vì họ nói
Nếu có người gạn hỏi
Theo đúng nghĩa mà đáp
Nhân-duyên hoặc thí-dụ
Giải-bày phân-biệt nói
Dùng trí phương-tiện này
Đều khiến kia phát tâm
Lần lần thêm đông nhiều
Vào ở trong Phật-đạo.
Trừ lòng lười biếng trễ
Cùng với tưởng giải-đãi
Xa rời các ưu-não
Tâm từ lành nói pháp
Ngày đêm thường tuyên nói
Giáo-pháp vô-thượng đạo
Dùng các việc nhân-duyên
Vô-lượng món thí-dụ
Mở bày dạy chúng-sinh
Đều khiến chúng vui mừng
Y-phục cùng đồ nằm
Đồ ăn uống thuốc thang
Mà ở nơi trong đó
Không có chỗ mong cầu
Chỉ chuyên một lòng nhớ
Nhân-duyên nói kinh pháp
Nguyện ta thành Phật-đạo
Khiến mọi người cũng vậy

Đó là lợi lành lớn
Là an-vui cúng dàng
Sau khi ta diệt-độ
Nếu có vị Tỷ-khiêu
Có thể diễn nói được
Kinh Diệu-Pháp-Hoa này
Lòng không chút ghen hờn
Không các não chướng-ngại
Cũng lại không ưu-sầu
Và cùng mắng nhiếc thảy
Lại cũng không sợ-sệt
Không dao gậy đánh đập
Cũng không xua-đuổi ra
Vì an-trụ nhẫn vậy
Người trí khéo tu-tập
Tâm mình được dường ấy
Thời hay trụ an-lạc
Như ta nói ở trên
Công-đức của người đó
Trong nghìn muôn ức kiếp
Tính kể hay thí-dụ
Nói chẳng thể hết được.

7. Lại Văn-Thù-Sư-Lợi! Vị đại Bồ-tát ở đời rốt sau lúc pháp gần diệt mà thụ-trì đọc-tụng kinh-điển này, chớ ôm lòng ghen-ghét dua-dối, cũng chớ khinh mắng người học Phật đạo, vạch tìm chỗ hay dở của kia.

Nếu hàng Tỷ-khiêu, Tỷ- khiêu-ni, Ưu-bà-tắc, Ưu-bà-di, hoặc cầu Thanh-Văn, hoặc cầu Duyên-giác, hoặc cầu Bồ-tát đạo, đều không được làm não đó, khiến cho kia sinh lòng nghi-hối mà nói với người rằng: " Các người cách đạo rất xa, trọn không thể được bậc nhất-thiết chủng-trí.

Vì sao? "Vì các người là kẻ buông-lung, biếng trễ đối với đạo". Lại cũng chẳng nên hí-luận các pháp có chỗ giành cãi. Phải ở nơi tất cả chúng-sinh, khởi tưởng đại-bi, đối với các đức Như-Lai sinh tưởng như cha lành, đối với các Bồ-tát, tưởng là bậc đại-sư, với các Đại Bồ-tát ở mười-phương phải thâm tâm lễ lạy, với tất-cả chúng-sinh đều bình-đẳng nói pháp. Vì thuận theo pháp nên chẳng nói nhiều, chẳng nói ít, nhẫn đến người ưa pháp cũng chẳng vì nói nhiều.

Văn-Thù-Sư-Lợi! Vị đại Bồ-tát ở đời rốt sau lúc pháp muốn diệt nếu thành tựu được hạnh an-lạc thứ ba đây, thời lúc nói pháp này không ai có thể não loạn được bạn đồng học tốt chung cùng đọc tụng kinh này, cũng được đại-chúng thường đến nghe thụ. Nghe rồi hay nhớ, nhớ rồi hay tụng, tụng rồi hay nói, nói rồi hay chép, hoặc bảo người chép, cúng-dàng kinh quyển cung-kính tôn trọng ngợi khen. Lúc bấy giờ, đức Thế-Tôn muốn tuyên lại nghĩa trên mà nói kệ rằng:

8. Nếu muốn nói kinh này
Phải bỏ lòng ghen hờn
Ngạo dua-dối tà-ngụy
Thường tu hạnh chất trực
Chẳng nên khinh miệt người
Cũng chẳng hí-luận pháp
Chẳng khiến kia nghi-hối
Rằng ngươi chẳng thành Phật,
Phật-tử đó nói pháp
Thường nhu-hòa hay nhẫn
Từ-bi với tất cả
Chúng-sinh lòng biếng trễ
Bồ-tát lớn mười-phương
Thương chúng nên hành đạo
Phải sinh lòng cung-kính
Đó là Đại-sư ta,
Với các Phật Thế-Tôn
Tưởng là cha vô-thượng,
Phá nơi lòng kiêu-mạn
Nói pháp không chướng-ngại
Pháp thứ ba như thế
Người trí phải giữ-gìn
Một lòng an-lạc hạnh
Vô-lượng chúng cung-kính.

9. Lại Văn-Thù-Sư-Lợi! Các vị đại Bồ-tát ở đời rốt sau lúc pháp gần diệt có vị nào trì kinh Pháp-Hoa

này ở trong hàng người tại-gia, xuất-gia sinh lòng từ lớn, ở trong hạng người chẳng phải Bồ-tát sinh lòng bi lớn, phải nghĩ thế này: những người như thế thời là mất lợi lớn. Đức Như-Lai phương-tiện tùy-nghi nói pháp chẳng nghe, chẳng biết, chẳng hay, chẳng hiểu, chẳng tin, chẳng hỏi. Người đó dầu chẳng hỏi, chẳng tin, chẳng hiểu kinh này, lúc ta được vô-thượng chính-đẳng chính-giác, người đó tùy ở chỗ nào, ta dùng sức thần-thông, sức trí-tuệ dẫn dắt đó khiến được trụ trong pháp này. Văn-Thù-Sư-Lợi! Vị đại Bồ-tát đó ở sau lúc Như-Lai diệt-độ nếu thành-tựu được pháp thứ tư này thời lúc nói pháp này không có lầm-lỗi, thường được hàng Tỷ-khiêu, Tỷ-khiêu-ni, Ưu-bà-tắc, Ưu-bà-di, quốc-vương, vương-tử, đại-thần nhân-dân bà-la-môn, cư-sĩ thảy cúng-dàng cung-kính tôn-trọng ngợi-khen, hàng chư thiên ở trên hư-không vì nghe pháp cũng thường theo hầu. Nếu ở trong xóm làng thành ấp, rừng cây vắng-vẻ, có người đến muốn gạn hỏi, hàng chư thiên ngày đêm thường vì pháp mà vệ hộ đó, có thể khiến người nghe đều được vui mừng. Vì sao? Vì kinh này được sức thần của tất cả các đức Phật thuở quá-khứ, vị-lai, hiện-tại giữ-gìn vậy. Văn-Thù-Sư-Lợi! Kinh Pháp-Hoa này ở trong vô-lượng cõi nước, nhẫn đến danh-tự còn chẳng nghe được, hà-huống là được thấy thụ-trì đọc tụng. Văn-Thù-Sư-Lợi! Thí như vua Chuyển-luân-thánh-vương *(10)* sức lực mạnh-mẽ muốn dùng uy-thế hàng phục các nước, mà các vua nhỏ chẳng thuận mệnh-lệnh, bấy giờ Chuyển-luân-thánh-vương đem các đạo binh ra đánh dẹp, vua thấy binh chúng những người đánh giặc có công, liền rất vui mừng theo công mà thưởng ban. Hoặc ban cho ruộng, nhà, xóm, làng, thành, ấp, hoặc ban cho đồ y-phục trang-nghiêm nơi thân, hoặc cho các món trân-bảo, vàng, bạc, lưu-ly, xa-cừ, mã-não, san-hô, hổ-phách, voi, ngựa, xe, cộ, tôi-tớ, nhân-dân, chỉ viên minh-châu trong buối tóc chẳng đem cho đó. Vì sao? Vì riêng trên đỉnh vua có một viên châu này, nếu đem cho đó thời các quyến-thuộc của vua ắt rất kinh lạ. Văn-Thù-Sư-Lợi! Như-Lai cũng như thế, dùng sức thuyền-định trí-tuệ được cõi nước pháp, giáo-hóa trong ba cõi mà ma-vương chẳng khứng thuận-phục, các tướng hiền thánh của Như-Lai cùng ma đánh nhau. Những người có công lòng cũng vui mừng, ở trong hàng chúng vì nói các kinh khiến tâm kia vui thích, ban cho các pháp thuyền-định, giải-thoát, vô-lậu căn-lực. Và lại ban cho thành Niết-Bàn, bảo rằng được diệt-độ để dẫn dắt lòng chúng làm cho đều được vui mừng, mà chẳng vì đó nói kinh Plháp-Hoa này. Văn-Thù-Sư-Lợi! Như vua Chuyển-Luân thấy các binh chúng những người có công lớn, đem viên minh-châu khó tin từ lâu ở trong buối tóc chẳng vọng cho người, mà nay cho đó.Đức Như-Lai cũng lại như thế, làm vị đại Pháp-vương trong ba cõi, đem pháp mầu giáo-hóa tất cả chúng-sinh. Thấy quân hiền-thánh cùng ma ngũ-ấm, ma phiền-não *(7)*, ma chết, đánh nhau có công lớn, diệt ba độc, khỏi ba cõi, phá lưới ma. Lúc ấy Như-Lai cũng rất vui mừng, kinh Pháp-hoa này có thể khiến chúng-sinh đến bậc "nhá-thiết- trí" là pháp mà tất cả thế gian nhiều oán-ghét, khó tin, trước chưa từng nói mà nay nói đó. Văn-Thù-Sư-Lợi! Kinh Pháp-Hoa này là lời nói bậc nhất của Như-Lai, ở trong các lời nói thời là rất sâu, rốt sau mới ban cho, như vua sức mạnh kia lâu gìn viên minh-châu mà nay mới cho đó.

Văn-Thù-Sư-Lợi! Kinh Pháp-Hoa này là tạng bí-mật của các đức Phật Như-Lai, ở trong các kinh thời là bậc trên hết, lâu ngày giữ-gìn chẳng vọng tuyên nói, mới ở ngày nay cùng với các ông mà bày nói đó. Lúc đó, đức Thế-Tôn muốn tuyên lại nghĩa trên mà nói kệ rằng:

10. Thường tu-hành nhẫn-nhục
Thương xót tất cả chúng
Mới có thể diễn nói
Kinh của Phật khen ngợi.
Đời mạt-thế về sau
Người thụ-trì kinh này
Với tại-gia, xuất-gia

Và chẳng phải Bồ-tát,
Nên sinh lòng từ-bi
Những người đó chẳng nghe
Chẳng tin kinh pháp này
Thời là mất lợi lớn
Khi ta chứng Phật-đạo
Dùng các sức phương-tiện
Vì nói kinh pháp này
Làm cho trụ trong đó.
Thí như vua Chuyển-Luân
Thánh-vương có sức mạnh
Binh tướng đánh có công
Thưởng ban những đồ vật
Voi, ngựa và xe-cộ
Đồ trang-nghiêm nơi thân,
Và những ruộng cùng nhà
Xóm làng thành ấp thảy
Hoặc ban cho y-phục
Các món trân báu lạ
Tôi-tớ cùng của cải
Đều vui mừng ban cho,
Nếu có người mạnh-mẽ
Hay làm được việc khó
Vua mới mở buổi tóc
Lấy minh-châu cho đó.
Đức Như-Lai cũng thế
Là vua trong các pháp

Nhẫn-nhục sức rất lớn
Tạng báu trí-tuệ sáng
Dùng lòng từ-bi lớn
Đúng như pháp độ-đời
Thấy tất cả mọi người
Chịu các điều khổ-não
Muốn cầu được giải-thoát
Cùng các ma đánh nhau
Phật vì chúng-sinh đó
Nói các món kinh pháp
Dùng sức phương-tiện lớn
Nói các kinh điển đó,
Đã biết loài chúng-sinh
Được sức mạnh kia rồi
Rốt sau mới vì chúng
Nói kinh Pháp-Hoa này
Như vua thánh mở tóc
Lấy minh-châu cho đó.
Kinh này là bậc tôn
Trên hết trong các kinh
Ta thường giữ-gìn luôn
Chẳng vọng vì mở bày
Nay chính đã phải lúc
Vì các ông mà nói.
Sau khi ta diệt-độ
Người mong cầu Phật-đạo
Muốn được trụ an-ổn

Diễn nói kinh pháp này
Phải nên thường gần-gũi
Bốn pháp trên như thế.
Người đọc tụng kinh này
Thường không bị ưu-não
Lại không có bệnh đau
Nhan-sắc được trắng sạch
Chẳng sinh nhà bần-cùng
Dòng ti-tiện xấu-xa
Chúng-sinh thường ưa thấy.
Như ham-mộ hiền-thánh
Các đồng-tử cõi trời
Dùng làm kẻ sai khiến
Dao gậy chẳng đến được
Độc dữ chẳng hại được
Nếu người muốn mắng-nhiếc
Miệng thời liền ngậm bít
Dạo đi không sợ-sệt
Dường như sư-tử vương
Trí-tuệ rất sáng-suốt
Như mặt trời chói sáng.
Nếu ở trong chiêm-bao
Chỉ thấy những việc tốt
Thấy các đức Như-Lai
Ngồi trên tòa sư-tử
Các hàng chúng tỷ-khiêu
Vây quanh nghe nói pháp.

Lại thấy các long-thần
Cùng A-tu-la thảy
Số như cát sông Hằng
Đều cung-kính chắp tay
Tự ngó thấy thân mình
Mà vì chúng nói pháp.
Lại thấy các đức Phật
Thân tướng thuần sắc vàng
Phóng vô-lượng hào-quang
Soi khắp đến tất cả
Dùng giọng tiếng phạm-âm
Mà diễn nói các pháp
Phật vì hàng tứ-chúng
Nói kinh pháp vô-thượng
Thấy thân mình ở trong
Chắp tay khen-ngợi Phật
Nghe pháp lòng vui mừng
Mà vì cúng-dàng Phật
Được pháp Đà-la-ni
Chứng bậc bất-thối-trí,
Phật biết tâm người đó
Đã sâu vào Phật-đạo
Liền vì thụ-ký cho
Sẽ thành tối chính-giác.
Thiện-nam-tử ngươi này!
Sẽ ở đời vị-lai
Chứng được vô-lượng trí

Nên đạo lớn của Phật,
Cõi nước rất nghiêm tịnh
Rộng lớn không đâu bằng
Cũng có hàng tứ-chúng
Chắp tay nghe nói pháp.
Lại thấy thân của mình
Ở trong rừng núi vắng
Tu-tập các pháp lành
Chứng thực-tướng các pháp
Sâu vào trong thuyền-định
Thấy các Phật mười-phương
Các Phật thân sắc vàng
Trăm phước tướng trang-nghiêm
Nghe pháp vì người nói
Thường có mộng tốt đó.
Lại mộng làm quốc-vương
Bỏ cung-điện quyến-thuộc
Và ngũ-dục thượng diệu
Đi đến nơi đạo-tràng
Ở dưới gốc Bồ-Đề
Mà ngồi tòa sư-tử
Cầu đạo quá bảy ngày
Được trí của các Phật
Thành đạo vô-thượng rồi
Dậy mà chuyển pháp-luân
Vì bốn-chúng nói pháp
Trải nghìn muôn ức kiếp

Nói pháp mầu vô-lậu
Độ vô-lượng chúng-sinh
Sau sẽ vào Niết-bàn
Như khói hết đèn tắt.
Nếu trong đời ác sau
Nói pháp bậc nhất này
Người đó được lợi lớn
Các công-đức như trên

KINH
DIỆU PHÁP LIÊN HOA

Tam Tạng Pháp Sư
Cưu Ma La Thập
Hán Dịch

Tỳ Kheo Thích Trí Tịnh
Việt Dịch

QUYỂN THỨ NĂM

PHẨM "TÙNG-ĐỊA DŨNG XUẤT"
THỨ MƯỜI LĂM

1. Lúc bấy giờ, các vị đại Bồ-tát ở cõi nước phương khác đông hơn số cát của tám sông Hằng, ở trong đại-chúng đứng dậy chắp tay làm lễ mà bạch Phật rằng: "Thế-Tôn! Nếu bằng lòng cho chúng con lúc sau khi Phật diệt-độ ở tại cõi Ta-Bà này siêng tu tinh tấn, giữ-gìn đọc-tụng, biên chép cúng-dàng kinh- điển này, thời chúng con sẽ ở trong cõi đây mà rộng nói đó".

   Khi đó Phật bảo các chúng đại Bồ-tát: "Thiện nam-tử! Thôi đi chẳng cần các ông hộ-trì kinh này. Vì sao? Vì cõi Ta-bà của ta tự có chúng đại Bồ-tát số đông bằng số cát của sáu muôn sông Hằng. Mỗi vị Bồ-tát có sáu muôn hằng-hà-sa quyến-thuộc, những người đó có thể sau khi ta diệt-độ hộ-trì đọc tụng rộng nói kinh này".

2. Lúc Phật nói lời đó, cõi Ta-Bà trong tam-thiên đại-thiên cõi nước đất đều rúng nứt, mà ở trong đó có vô- lượng nghìn muôn ức vị đại Bồ-tát đồng thời vọt ra. Các vị Bồ-tát đó thân đều sắc vàng, đủ ba mươi hai tướng tốt cùng vô-lượng ánh-sáng, trước đây đều ở dưới cõi Ta-Bà này, cõi đó trụ giữa hư-không. Các vị Bồ-tát đó nghe tiếng nói của đức Thích-Ca Mâu-Ni Phật nên từ dưới mà đến. Mỗi vị Bồ-tát đều

là bậc đạo thủ trong đại chúng, đều đem theo sáu muôn hằng-hà-sa quyến-thuộc, huống là những vị đem năm muôn, bốn muôn, ba muôn, hai muôn, một muôn hằng-hà-sa quyến thuộc. Huống là nhẫn đến những vị đem một hằng-hà-sa, nửa hằng-hà-sa, một phần hằng-hà-sa, nhẫn đến một phần trong nghìn môn ức na-do-tha phần hằng-hà-sa quyến-thuộc. Huống là những vị đem nghìn môn ức na-do-tha quyến-thuộc, huống là đem muôn ức quyến-thuộc, huống là đem nghìn trăm muôn nhẫn đến một muôn, huống là đem một nghìn, một trăm nhẫn đến mười quyến thuộc, huống là năm, bốn, ba, hai, một người đệ-tử. Huống lại là những vị riêng một mình ưa hạnh viễn-ly, số đông vô lượng vô-biên dường ấy, tính đếm thí-dụ chẳng có thể biết được.

3. Các vị Bồ-tát đó từ dưới đất lên, đều đến nơi tháp đẹp bảy báu, chỗ của đức Đa-Bửu Như-Lai và Thích Ca Mâu-Ni Phật, đến nơi rồi hướng về hai vị Thế- Tôn mà đầu mặt lạy chân Phật, và đến chỗ các đức Phật ngồi trên tòa sư-tử dưới cội cây báu, cũng đều làm lễ. Đi quanh bên mặt ba vòng, chắp tay cung- kính dùng các cách ngợi-khen của Bồ- tát mà ngợi-khen Phật, rồi đứng qua một phía, ưa vui chiêm-ngưỡng hai đấng Thế-Tôn.

Từ lúc các vị Bồ-tát do từ dưới đất vọt lên dùng các cách ngợi-khen của Bồ-tát mà khen-ngợi Phật, thời gian đó trải qua năm mươi tiểu-kiếp. Bấy giờ, đức Thích-Ca Mâu-Ni Phật nín lặng ngồi yên, cùng hàng tứ-chúng cũng đều nín lặng, năm mươi tiểu kiếp, vì do sức thần của Phật, khiến hàng đại-chúng cho là như nửa ngày.

Bấy giờ, hàng tứ-chúng cũng nhờ sức thần của Phật, thấy các Bồ-tát đầy khắp vô-lượng nghìn muôn ức cõi nước hư-không.

4. Trong chúng Bồ-tát đó có bốn vị đạo sư: 1. Thượng-Hạnh. 2. Vô-biên-Hạnh. 3. Tịnh-Hạnh. 4. An-Lập-Hạnh. Bốn vị Bồ-tát này là bậc thượng-thủ Xướng-đạo sư trong chúng đó, ở trước đại-chúng, bốn vị đồng chắp tay nhìn đức Thích-Ca Mâu-Ni Phật mà hỏi thăm rằng: "Thưa Thế-Tôn! Có được ít bịnh, ít não, an-vui luôn chăng, những người đáng độ thụ-giáo dễ chăng, chẳng làm cho đức Thế-Tôn sinh mỏi nhọc chăng?"

Khi đó, bốn vị Bồ-tát nói kệ rằng:

Thế-Tôn được an-vui
Ít bệnh cùng ít não,
Giáo hóa các chúng-sinh,
Được không mỏi nhọc ư?
Lại các hàng chúng-sinh
Thụ hóa có dễ chăng?
Chẳng làm cho Thế-Tôn

Sinh nhọc mệt đó ư?

5. Lúc bấy giờ đức Thế-Tôn ở trong đại-chúng Bồ-tát mà nói rằng: "Đúng thế! Đúng thế! Các thiện-nam tử! Đức Như-Lai an vui, ít bịnh, ít não, các hàng chúng-sinh hóa-độ được dễ, không có nhọc mệt.
Vì sao? Vì các chúng-sinh đó, từ nhiều đời nhẫn lại, thường được ta dạy bảo, mà cũng từng ở nơi các Phật quá-khứ, cung-kính, tôn-trọng, trồng các cội lành. Các chúng-sinh đó vừa mới thấy thân ta, nghe ta nói pháp, liền đều tín nhận, vào được trong tuệ của Như-Lai, trừ người trước đã tu-tập học-hành tiểu- thừa; những người như thế ta cũng khiến được nghe kinh này, vào trong tuệ của Phật".
Lúc ấy các vị Bồ-tát nói kệ rằng:

Hay thay! Hay thay!
Đức đại-hùng Thế-Tôn
Các hàng chúng-sinh thảy
Đều hóa độ được dễ
Hay hỏi các đức Phật
Về trí-tuệ rất sâu
Nghe pháp rồi tin làm
Chúng con đều tùy-hỷ.

Khi đó, đức Thế-Tôn khen-ngợi các vị đại Bồ-tát thượng-thủ: "Hay thay! Hay thay! Thiện-nam-tử!

Các ông có thể đối với đức Như-Lai mà phát lòng tùy-hỷ".

6. Bấy giờ ngài Di-Lặc Bồ-tát cùng tám nghìn hằng-hà-sa các chúng Bồ-tát đều nghĩ rằng: " Chúng ta từ xưa nhẫn lại chẳng thấy, chẳng nghe các chúng đại Bồ-tát như thế, từ dưới đất vọt lên, đứng trước đức Thế-Tôn, chắp tay cúng-dàng thăm hỏi Như-Lai". Lúc đó, ngài Di-Lặc Bồ-tát biết tâm- niệm của tám nghìn hằng-hà-sa chúng Bồ-tát, cùng muốn tự giải quyết chỗ nghi của mình, bèn chắp tay hướng về phía Phật, nói kệ rằng:

Vô-lượng nghìn muôn ức
Các Bồ-tát đại-chúng
Từ xưa chưa từng thấy
Nguyện đấng Lưỡng-Túc nói
Là từ chốn nào đến
Do nhân-duyên gì nhóm
Thân lớn đại thần-thông
Trí tuệ chẳng nghĩ bàn
Chí niệm kia bền vững
Có sức nhẫn-nhục lớn
Chúng-sinh chỗ ưa thấy
Là từ chốn nào đến?
Mỗi mỗi hàng Bồ-tát
Đem theo các quyến-thuộc

Số đông không thể lường
Như số hằng-hà-sa
Hoặc có đại Bồ-tát
Đem sáu muôn hằng-sa
Các đại-chúng như thế
Một lòng cầu Phật-đạo,
Những đại-sư đó thảy
Sáu muôn hằng-hà-sa
Đều đến cúng-dàng Phật
Cùng hộ-trì kinh này.
Đem năm muôn hằng-sa
Số này hơn số trên
Bốn muôn và ba muôn
Hai muôn đến một muôn
Một nghìn một trăm thảy
Nhẫn đến một hằng-sa
Nửa và ba bốn phần
Một phần trong ức muôn
Nghìn muôn na-do-tha
Muôn ức các đệ-tử
Nhẫn đến đem nửa ức
Số đông lại hơn trên.
Trăm muôn đến một muôn
Một nghìn và một trăm
Năm mươi cùng một mươi
Nhẫn đến ba, hai, một
Riêng mình không quyến-thuộc

Ưa thích ở riêng vắng
Đều đi đến chỗ Phật
Số đây càng hơn trên.
Các đại-chúng như thế
Nếu người phát thẻ đếm
Quá nơi kiếp hằng-sa
Còn chẳng thể biết hết.
Các vị uy-đức lớn
Chúng Bồ-tát tinh-tấn
Ai vì đó nói pháp
Giáo-hóa cho thành-tựu
Từ ai, đầu phát tâm?
Xưng-dương Phật-pháp nào?
Thụ-trì tu kinh gì?
Tu-tập Phật-đạo nào?
Các Bồ-tát như thế
Thần-thông sức trí lớn
Đất bốn-phương rúng nứt
Đều từ đất vọt lên
Thế-Tôn! Con từ xưa
Chưa từng thấy việc đó
Xin Phật nói danh-hiệu
Cõi nước của kia ở.
Con thường qua các nước
Chưa từng thấy chúng này
Con ở trong chúng đây
Bèn chẳng quen một người

Thoạt vậy từ đất lên
Mong nói nhân-duyên đó.
Nay trong đại-hội này
Vô-lượng trăm nghìn ức
Các chúng Bồ-tát đây
Đều muốn biết việc này
Hằng Bồ-tát chúng kia
Gốc ngọn nhân duyên đó
Thế-Tôn đức vô-lượng
Cúi mong quyết lòng nghi.

7. Khi ấy các vị Phật của đức Thích-Ca Mâu-Ni phân thân, từ vô-lượng nghìn muôn ức cõi nước ở phương khác đến, ngồi xếp bằng trên tòa sư-tử, dưới các gốc cây báu nơi trong tám phương. Hàng thị-giả của Phật đó, đều thấy đại-chúng Bồ-tát ở bốn-phương cõi tam-thiên đại-thiên, từ đất vọt lên trụ trên hư-không, đều bạch với Phật mình rằng: "Thế-Tôn! Các đại-chúng vô- lượng vô-biên a-tăng-kỳ Bồ-tát đó, từ chốn nào mà đến?"

Lúc ấy các đức Phật đều bảo thị-giả: "Các Thiện-nam tử! Hãy chờ giây lát, hiện có vị đại Bồ-tát tên là Di-Lặc, là vị mà đức Thích-Ca Mâu-Ni Phật thụ-ký kế đây sẽ làm Phật đã hỏi việc đó, đức Phật sẽ đáp, các ông tự đương, nhân đây mà được nghe."

8. Bấy giờ, đức Thích-Ca Mâu-ni Phật bảo ngài Di-Lặc Bồ-tát: "Hay thay! Hay thay! A-Dật-Đa *(9)*, bèn có thể hỏi Phật việc lớn như thế, các ông phải chung một lòng, mặc giáp tinh-tấn, phát ý bền vững. Nay đức Như-Lai muốn hiển-phát tuyên-bày trí-tuệ của các đức Phật, sức thần-thông tự-tại của các đức Phật, sức sư-tử mạnh nhanh của các đức Phật, sức uy thế mạnh lớn của các đức Phật". Khi đó, đức Thế-Tôn muốn tuyên lại nghĩa trên mà nói kệ rằng:

Phải một lòng tinh-tấn
Ta muốn nói việc này
Chớ nên có nghi-hối
Trí Phật chẳng nghĩ bàn
Ông nay gắng sức tin
Trụ nơi trong nhẫn thiện
Chỗ pháp xưa chưa nghe
Nay đều sẽ được nghe
Nay ta an-ủi ông
Chớ ôm lòng nghi sợ
Phật không lời chẳng thực
Trí-tuệ chẳng nghĩ bàn
Phật được pháp bậc nhất
Rất sâu khó phân biệt
Như thế nay sẽ nói
Các ông một lòng nghe.

9. Khi đức Thế-Tôn nói kệ đó, bảo ngài Di-Lặc Bồ-tát: "Nay ta ở trong đại-chúng này, tuyên bảo các ông. A-Dật- Đa! Các hàng đại Bồ-tát vô-lượng vô-số a-tăng-kỳ, từ dưới đất vọt ra mà các ông từ xưa chưa từng thấy đó, chính ta ở cõi Ta-bà lúc được vô-thượng chính- đẳng chính-giác rồi, giáo-hóa chỉ dẫn các Bồ-tát đó, điều-phục tâm kia khiến phát đạo-tâm.

Các vị Bồ-tát đó, ở phía dưới cõi Ta-bà, cõi đó trụ giữa hư-không, ở trong các kinh điển đọc tụng thông lẹ, suy ngẫm rõ hiểu, nghĩ tưởng chân-chính. A-Dật-Đa! Các Thiện-nam-tử đó chẳng thích ở trong chúng nhiều nói bàn, thường ưa ở chỗ vắng, siêng tu tinh-tấn chưa từng thôi dứt. Cũng chẳng nương tựa người trời mà ở, thường ham trí-tuệ sâu không có chướng-ngại, cũng thường ham nơi pháp của đức Phật, chuyên lòng tinh-tấn cầu tuệ vô-thượng.

Lúc đó, đức Thế-Tôn muốn tuyên lại nghĩa trên mà nói kệ rằng:

A-Dật ông nên biết!
Các Bồ-tát lớn này
Từ vô-số kiếp lại
Tu-tập trí-tuệ Phật
Đều là ta hóa-độ
Khiến phát đại-đạo tâm

Chúng đó là con ta
Y chỉ thế-giới này
Thường tu-hạnh đầu-đà
Chỉ thích ở chỗ vắng
Bỏ đại-chúng ồn náo
Chẳng ưa nói bàn nhiều,
Các vị đó như thế
Học tập đạo-pháp ta
Ngày đêm thường tinh-tấn
Vì để cầu Phật-đạo
Ở phương dưới Ta-bà
Trụ giữa khoảng hư-không
Sức chí niệm bền-vững
Thường siêng cầu trí-tuệ
Nói các món pháp mầu
Tâm kia không sợ-sệt.
Ta ở thành Già-Da
Ngồi dưới gốc Bồ-Đề
Thành bậc tối chính-giác
Chuyển pháp-luân vô-thượng
Rồi mới giáo-hóa đó
Khiến đều phát đạo-tâm
Nay đều trụ bất-thối
Đều sẽ được thành Phật.
Nay ta nói lời thực
Các ông một lòng tin
Ta từ lâu xa lại

Giáo-hóa các chúng đó.

10. Lúc bấy giờ, ngài Di-Lặc Bồ-tát cùng vô-số chúng Bồ-tát, lòng sinh nghi-hoặc, lấy làm lạ chưa từng có mà nghĩ rằng: "Thế nào đức Thế-Tôn ở trong thời-gian rất ngắn mà có thể giáo- hóa vô-lượng vô-biên a-tăng-kỳ các đại Bồ-tát đó, làm cho trụ nơi vô-thượng chính-đẳng chính-giác".

Liền bạch Phật rằng: "Thế-Tôn! Đức Như-Lai lúc làm Thái-Tử rời khỏi cung dòng Thích, ngồi nơi đạo-tràng cách thành Già-Da chẳng bao xa, được thành vô-thượng chính-đẳng chính-giác. Từ đó đến nay mới hơn bốn mươi năm, đức Thế-Tôn thế nào ở trong thời-gian ngắn đó làm nên Phật sự lớn! Do thế-lực của Phật, do công-đức của Phật, giáo-hóa vô-lượng chúng Bồ-Tát lớn như thế sẽ thành vô-thượng chính-đẳng chính- giác?

Thế-Tôn! Chúng đại Bồ-tát này giả sử có người trong nghìn muôn ức kiếp đếm không thể hết, chẳng được ngằn mé, chúng đó từ lâu nhẫn lại, ở nơi vô- lượng vô-biên các đức Phật, trồng các gốc lành, thành-tựu đạo Bồ-tát thường tu phạm-hạnh.

Thế-Tôn! Việc như thế đời rất khó tin. Thí như có người sắc đẹp tóc đen, tuổi hai mươi lăm, chỉ người trăm tuổi, nói đó chỉ là con của ta. Người trăm tuổi nọ cũng chỉ gã tuổi nhỏ nói là cha ta, đẻ nuôi ta thảy, việc đó khó tin. Đức Phật cũng như thế.

Từ lúc thành đạo nhẫn đến nay, kỳ thực chưa bao lâu, mà các đại-chúng Bồ-tát đó, đã ở nơi vô-lượng nghìn muôn ức kiếp, vì Phật-đạo nên siêng tu tinh-tấn, khéo nhập xuất trụ nơi vô-lượng nghìn muôn ức tam-muội *(11)* được thần-thông lớn, tu hạnh thanh-tịnh đã lâu, khéo hay thứ đệ tập các pháp lành, giỏi nơi vấn-đáp, là báu quý trong loài người, tất cả thế-gian rất là ít có.

Ngày nay đức Thế-Tôn mới nói, lúc được Phật đạo, bắt đầu khiến kia phát tâm, giáo-hóa chỉ dạy dìu-dắt, làm cho kia hướng về vô-thượng chính-đẳng chính-giác. Đức Thế-Tôn thành Phật chưa bao lâu mà bèn có thể làm được việc công-đức lớn này.

Chúng con dầu lại tin Phật tùy cơ-nghi nói pháp, lời Phật nói ra chưa từng hư-vọng, chỗ Phật biết thảy đều thông suốt, như các Bồ-tát mới phát tâm, sau khi Phật diệt-độ nếu nghe lời này hoặc chẳng tin nhận, sinh nhân-duyên tội-nghiệp phá chính-pháp. Kính thưa Thế-Tôn! Mong vì chúng giải nói trừ lòng nghi của chúng con, và các-thiện-nam-tử đời vị-lai nghe việc này rồi cũng chẳng sinh nghi. Lúc đó ngài Di-Lặc muốn tuyên lại nghĩa trên mà nói kệ rằng:

11. Phật xưa từ dòng Thích
    Xuất-gia gần Già-da
    Ngồi dưới cây Bồ-đề

Đến nay còn chưa xa.
Các hàng Phật-tử này
Số đông không thể lường
Lâu đã tu Phật-Đạo
Trụ nơi sức thần-thông
Khéo học đạo Bồ-tát
Chẳng nhiễm pháp thế-gian
Như hoa sen trong nước
Từ đất mà vọt ra
Đều sinh lòng cung-kính
Đứng nơi trước Thế-Tôn,
Việc đó khó nghĩ bàn
Thế nào mà tin được
Phật được đạo rất gần
Chỗ thành-tựu rất nhiều
Mong vì trừ lòng nghi
Như thực phân-biệt nói
Thí như người trẻ mạnh
Tuổi mới hai mươi lăm
Chỉ người trăm tuổi già
Tóc bạc và mặt nhăn:
Bọn này của ta sinh
Con cũng nói là cha
Cha trẻ mà con già
Mọi người đều chẳng tin.
Thế-Tôn cũng như thế
Được đạo đến nay gần

Các chúng Bồ-Tát này
Chí vững không hiếp nhược
Từ vô-lượng kiếp lại
Mà tu đạo Bồ-tát
Giỏi nơi gạn hỏi đáp
Tâm kia không sợ-sệt
Nhẫn-nhục lòng quyết-định
Đoan-chính có uy-đức
Mười-phương Phật khen-ngợi
Khéo hay phân-biệt nói
Chẳng thích ở trong chúng
Thường ưa ở thuyền-định
Vì cầu Phật đạo vậy
Trụ hư-không phương dưới.
Chúng con từ Phật nghe
Nơi việc này không nghi
Nguyện Phật vì người sau
Diễn nói khiến rõ hiểu,
Nếu người ở kinh này
Sinh nghi lòng chẳng tin
Liền phải đọa đường dữ
Mong nay vì giải nói:
Vô-lượng Bồ-tát đó
Thế nào thời-gian ngắn
Giáo-hóa khiến phát tâm
Mà trụ bậc bất-thối?

KINH
DIỆU PHÁP LIÊN HOA

Tam Tạng Pháp Sư
Cưu Ma La Thập
Hán Dịch

Tỳ Kheo Thích Trí Tịnh
Việt Dịch

QUYỂN THỨ NĂM

PHẨM "NHƯ LAI THỌ LƯỢNG"
THỨ MƯỜI SÁU

1. Lúc bấy giờ, Phật bảo các Bồ-tát và tất cả đại chúng: "Các thiện-nam-tử! Các ông phải tin hiểu lời nói chắc thực của Như-Lai.Lại bảo đại-chúng: "Các ông phải tin hiểu lời nói chắc thực của Như-Lai".
Lại bảo các đại-chúng: "Các ông phải tin hiểu lời nói chắc thực của Như-Lai".
Lúc đó đại-chúng Bồ-tát, ngài Di-Lặc làm đầu, chắp tay bạch Phật rằng: "Thế- Tôn! Cúi mong nói đó, chúng con sẽ tin nhận lời Phật". Ba phen bạch như thế rồi lại nói: "Cúi mong nói đó, chúng con sẽ tin nhận lời Phật".

2. Bấy giờ, đức Thế-Tôn biết các vị Bồ-tát ba phen thỉnh chẳng thôi, mà bảo đó rằng:"Các ông lóng nghe! Sức bí-mật thần-thông của Như-Lai, tất cả trong đời, trời, người và A-tu-la đều cho rằng nay đức Thích-Ca Mâu-Ni Phật ra khỏi cung họ Thích, cách thành Già-da chẳng bao xa, ngồi nơi đạo- tràng được vô-thượng chính-đẳng chính-giác."
Nhưng, thiện-nam-tử! Thực ta thành Phật nhẫn lại đây, đã vô-lượng vô-biên trăm nghìn muôn ức na-do-tha kiếp. Ví như năm trăm nghìn muôn ức na-do-tha a-tăng-kỳ cõi tam-thiên, đại-thiên, giả-sử có người nghiền làm vi-trần qua phương đông, cách

năm trăm nghìn muôn ức na-do-tha a-tăng kỳ cõi nước, bèn rơi một bụi trần, đi qua phía đông như thế cho đến hết vi-trần đó.

Các thiện-nam-tử! Ý ông nghĩ sao? Các thế-giới đó có thể suy gẫm so tính biết được số đó chăng?"

Di-Lặc Bồ-tát, thảy đều bạch Phật rằng: "Thế Tôn! Các thế-giới đó vô-lượng vô-biên, chẳng phải tính được, đếm được, cũng chẳng phải tâm-lực biết đến được. Tất cả Thanh-văn, Duyên-giác dùng trí vô-lậu, chẳng có thể suy-nghĩ biết được hạn số đó, chúng con trụ bậc bất-thối, ở trong việc này cũng chẳng thông đạt.

Thế Tôn! Các thế-giới như thế, nhiều vô-lượng vô-biên".

3. Bấy giờ, Phật bảo các chúng Bồ-tát: "Các Thiện-nam-tử! Nay ta sẽ tuyên nói rành-rõ cho các ông. Các thế-giới đó, hoặc dính vi-trần hoặc chẳng dính, đều nghiền cả làm vi-trần, cứ một trần là một kiếp, từ ta thành Phật nhẫn lại đến nay, lại lâu hơn số đó trăm nghìn muôn ức na-do-tha a-tăng-kỳ kiếp. Từ đó nhẫn lại, ta thường ở cõi Ta-bà này nói pháp giáo-hóa, cũng ở trong trăm nghìn muôn ức na-do-tha a-tăng-kỳ cõi nước khác dắt dẫn lợi-ích chúng-sinh.

Các Thiện-nam-tử! Nếu có chúng-sinh nào đến chỗ ta, ta dùng Phật nhãn quan-sát: tín, v.v... các căn lợi độn của chúng, tùy theo chỗ đáng độ, nơi nơi tự nói văn-tự chẳng đồn, niên kỷ hoặc lớn, hoặc nhỏ, cũng hại hiện nói sẽ nhập Niết-bàn, lại dùng các trí phương-tiện nói pháp vi-diệu, có thể làm cho chúng-sinh phát lòng vui mừng.

Các thiện-nam-tử! Như-Lai thấy những chúng-sinh ưa nơi pháp tiểu-thừa, đức mỏng tội nặng. Phật vì người đó nói: Ta lúc trẻ xuất-gia được vô-thượng chính-đẳng chính-giác, nhưng thực, từ ta thành Phật nhẫn lại, lâu xa dường ấy, chỉ dùng phương-tiện giáo-hóa chúng-sinh, khiến vào Phật-đạo, nên nói như thế.

4. Các thiện-nam-tử! Kinh-điển của đức Như-Lai nói ra, đều vì độ thoát chúng-sinh, hoặc nói thân mình, hoặc nói thân người, hoặc chỉ thân mình, hoặc chỉ thân người, hoặc chỉ việc mình, hoặc chỉ việc người, các lời nói đều thực chẳng dối.

Vì sao? Vì đức Như-Lai đúng như thực thấy biết tướng của tam-giới, không có sinh-tử,, hoặc thối, hoặc xuất, cũng không ở đời và diệt-độ, chẳng phải thực, chẳng phải hư, chẳng phải như, chẳng phải dị, chẳng phải như ba cõi mà thấy nơi ba cõi. Các việc như thế Như-Lai thấy rõ, không có sai lầm.

Bởi các chúng-sinh có các món tính, các món dục, các món hạnh, các món nhớ tưởng phân-biệt, muốn làm cho sinh các căn lành, nên dùng bao nhiêu nhân-duyên, thí-dụ ngôn-từ, các cách nói pháp, chỗ làm Phật-sự, chưa từng tạm bỏ. Như thế, từ ta thành Phật nhẫn lại, thực là lâu xa, thọ mệnh vô-lượng a-tăng-kỳ kiếp, thường còn chẳng mất.

Các thiện-nam-tử! Ta xưa tu-hành đạo Bồ-tát, cảm thành thọ-mệnh, nay vẫn chưa hết, lại còn hơn số trên, nhưng nay chẳng phải thực diệt-độ, mà bèn xướng nói sẽ diệt-độ. Đức Như-Lai dùng phương-tiện đó, giáo-hóa chúng-sinh.

Vì sao? Vì nếu Phật ở lâu nơi đời, thời người đức mỏng, chẳng trồng gốc lành, nghèo cùng hèn-hạ, ham ưa năm món dục, sa vào trong lưới nhớ tưởng vọng-kiến. Nếu thấy đức Như-Lai thường còn chẳng mất, bèn sinh lòng buông-lung nhàm trễ, chẳng có thể sinh ra ý tưởng khó gặp-gỡ cùng lòng cung-kính, cho nên đức Như-Lai dùng phương-tiện nói rằng: "Tỷ-khiêu phải biết, các đức Phật ra đời, khó có thể gặp gỡ".

Vì sao? Những người đức mỏng, trải qua trăm nghìn muôn ức kiếp, hoặc có người thấy Phật hoặc người chẳng thấy, do việc này, nên ta nói rằng: "Tỷ-khiêu! Đức Như-Lai khó có thể được thấy".

Các chúng-sinh đó nghe lời như thế, ắt sẽ sinh ý-tưởng khó gặp-gỡ, ôm lòng luyến-mộ khát-ngưỡng nơi Phật, bèn trồng gốc lành, cho nên đức Như-Lai dầu chẳng diệt mà nói diệt-độ.

Lại thiện-nam-tử! Phương-pháp của các đức Phật

Như-Lai đều như thế, vì độ chúng-sinh đều thực chẳng dối.

5. Ví như vị lương-y, trí-tuệ sáng- suốt, khéo luyện phương thuốc trị các bệnh. Người đó nhiều con cái, hoặc mười, hai mươi nhẫn đến số trăm, do có sự duyên đến nước xa khác. Sau lúc đó các người con uống thuốc độc khác, thuốc phát muộn-loạn lăn-lộn trên đất.

Bấy giờ, người cha từ nước xa trở về nhà. Các con uống thuốc độc, hoặc làm mất bản tâm, hoặc chẳng mất, xa thấy cha về đều rất vui mừng, quỳ lạy hỏi thăm: "An-lành về an-ổn. Chúng con ngu-si, lầm uống thuốc độc, xin cứu lành cho, lại ban thọ-mệnh cho chúng con."

Cha thấy các con khổ não như thế, y theo các kinh phương, *(12)* tìm cỏ thuốc tốt, mùi sắc vị ngon, thảy đều đầy-đủ. Đâm nghiền hòa-hợp, đưa bảo các con uống mà nói rằng: "Thuốc đại lương-dược này mùi sắc vị ngon, thảy đều đầy đủ, các con nên uống, mau trừ khổ-não, không còn lại có các bệnh-hoạn".

Trong các con, những người chẳng thất tâm, thấy thuốc lương dược ấy, sắc hương đều tốt, liền bèn uống đó, bệnh trừ hết, được lành mạnh. Ngoài ra, những người thất tâm, thấy cha về dầu cũng vui mừng hỏi thăm, cầu xin trị bệnh, song trao thuốc cho mà không chịu uống.

Vì sao? Vì hơi độc đã thâm-nhập làm mất bản tâm, nơi thuốc tốt thơm đẹp này mà cho là không ngon. Người cha nghĩ rằng: "Người con này đáng thương, bị trúng độc, tâm đều điên-đảo, dầu thấy ta về, mừng cầu xin cứu lành, nhưng thuốc tốt như thế, mà chẳng chịu uống, nay ta bày chước phương-tiện, khiến chúng uống thuốc này".

Nghĩ thế rồi liền bảo rằng: "Các con phải biết, ta nay già suy, giờ chết đã đến, thuốc "lương-dược" tốt này nay để ở đây, các con nên lấy uống, chớ lo không lành". Bảo thế, rồi lại đến nước khác, sai sứ về nói: "Cha các ngươi đã chết".

Bấy giờ, các con nghe cha chết, lòng rất sầu khổ mà nghĩ rằng: "Nếu cha ta còn, thương xót chúng ta, có thể được cứu hộ, hôm nay bỏ ta xa chết ở nước khác". Tự nghĩ mình nay côi cút, không có chỗ cậy nhờ, lòng thường bi-cảm, tâm bèn tỉnh ngộ biết thuốc này, sắc hương vị ngon, liền lấy uống đó, bệnh độc đều lành. Người cha nghe các con đều đã lành mạnh, liền trở về cho các con đều thấy.

Các Thiện-nam-tử! Ý ông nghĩ sao? Vả có người nào có thể nói ông lương y đó mắc tội hư-dối chăng?

- Thưa Thế-Tôn, không thể được!

Phật nói: "Ta cũng như thế, từ khi thành Phật đến nay đã vô-lượng vô-biên trăm nghìn muôn ức na-do-tha a-tăng-kỳ kiếp, vì chúng sinh dùng sức phương- tiện nói: "sẽ diệt độ", cũng không ai có thể đúng như pháp mà nói ta có lỗi hư dối.

Khi đó, đức Thế-Tôn muốn tuyên lại nghĩa trên mà nói kệ rằng:

6. Từ ta thành Phật lại
   Trải qua các kiếp số
   Vô-lượng trăm nghìn muôn
   A-tăng-kỳ ức năm
   Thường nói pháp giáo-hóa
   Vô-số ức chúng-sinh
   Khiến vào nơi Phật-đạo
   Đến nay vô-lượng kiếp
   Vì độ chúng-sinh vậy
   Phương-tiện hiện Niết-bàn
   Mà thực chẳng diệt-độ
   Thường trụ đây nói pháp
   Ta thường trụ ở đây
   Dùng các sức thần-thông
   Khiến chúng-sinh điên-đảo
   Dầu gần mà chẳng thấy
   Chúng thấy ta diệt-độ
   Rộng cúng-dàng Xá-lợi
   Thảy đều hoài luyến mộ
   Mà sinh lòng khát-ngưỡng,
   Chúng-sinh đã tín-phục
   Ngay thực ý diệu-hòa

Một lòng muốn thấy Phật
Chẳng tự tiếc thân mệnh
Giờ ta cùng chúng tăng
Đều ra khỏi Linh-Thứu
Ta nói với chúng-sinh
Thường ở đây chẳng diệt
Vì dùng sức phương-tiện
Hiện có diệt chẳng diệt.
Nước khác có chúng-sinh
Lòng cung-kính tín-nhạo
Ta ở lại trong đó
Vì nói pháp vô-thượng
Ông chẳng nghe việc đó
Chỉ nói ta diệt-độ.
Ta thấy các chúng-sinh
Chìm ở trong khổ-não
Nên chẳng vì hiện thân
Cho kia sinh khát-ngưỡng
Nhân tâm kia luyến-mộ
Hiện ra vì nói pháp
Sức thần-thông như thế
Ở trong vô-số kiếp
Thường tại núi Linh-Thứu
Và các trụ xứ khác.
Chúng-sinh thấy tận kiếp
Lúc lửa lớn thiêu đốt
Cõi ta đây an-ổn

Trời người thường đông vầy
Vườn rừng các nhà gác
Những món báu trang-nghiêm
Cây báu nhiều hoa trái
Chỗ chúng-sinh vui chơi
Các trời đánh trống trời
Thường trổi những kỹ nhạc
Rưới hoa mạn-đà-la
Cúng Phật và đại-chúng.
Tịnh-độ ta chẳng hư
Mà chúng thấy cháy rã
Lo-sợ các khổ-não
Như thế đều đầy-dẫy
Các chúng-sinh tội đó
Vì nhân-duyên nghiệp dữ
Quá a-tăng-kỳ kiếp
Chẳng nghe tên Tam-bảo.
Người nhu-hòa ngay thực
Có tu các công-đức
Thời đều thấy thân ta
Ở tại đây nói pháp.
Hoặc lúc vì chúng này
Nói Phật thọ vô-lượng,
Người lâu thấy Phật
Vì nói Phật khó gặp.
Trí-lực ta như thế
Tuệ-Quang soi vô-lượng

Thọ-mệnh vô-số kiếp
Tu hành lâu cảm được.
Các ông người có trí
Chớ ở đây sinh nghi
Nên dứt khiến hết hẳn
Lời Phật thật không dối.
Như lương-y chước khéo
Vì để trị cuồng-tử
Thực còn mà nói chết
Không thể nói hư-dối.
Ta là cha trong đời
Cứu các người đau-khổ
Vì phàm-phu điên-đảo
Thực còn mà nói diệt,
Vì cớ thường thấy ta
Mà sinh lòng kiêu-tứ
Buông-lung ham ngũ-dục
Sa vào trong đường dữ.
Ta thường biết chúng-sinh
Hành-đạo chẳng hành-đạo
Tùy chỗ đáng độ được
Vì nói các pháp-môn
Hằng tự nghĩ thế này:
Lấy gì cho chúng-sinh
Được vào tuệ vô-thượng
Mau thành-tựu thân Phật.

KINH
DIỆU PHÁP LIÊN HOA

**Tam Tạng Pháp Sư
Cưu Ma La Thập**
Hán Dịch

Tỳ Kheo Thích Trí Tịnh
Việt Dịch

QUYỂN THỨ NĂM

PHẨM "PHÂN BIỆT CÔNG ĐỨC"
THỨ MƯỜI BẢY

1. Lúc bấy giờ, trong đại-hội nghe Phật nói thọ-mệnh, kiếp số dài lâu như thế, vô-lượng, vô-biên, vô-số chúng-sinh được lợi-ích lớn.

   Khi đó, đức Thế-Tôn bảo ngài Di-Lặc đại Bồ-tát: "A-Dật-Đa! Lúc ta nói đức Như-Lai thọ-mệnh dài lâu như thế, có sáu trăm tám muôn ức na-do tha hằng-hà-sa chúng-sinh được "Vô-sinh pháp- nhẫn". *(13)* Lại có đại Bồ-tát nghìn lần gấp bội được môn "văn-trì-đà-la-ni"*(14)*. Lại có một thế-giới vi-trần số đại Bồ-tát được "Nhạo-thuyết vô-ngại biện-tài" *(15)*. Lại có một thế-giới vi-trần số đại Bồ-tát được trăm nghìn muôn ức vô-lượng môn "Triền đà-la-ni". Lại có tam-thiên đại-thiên thế-giới vi-trần số đại Bồ-tát chuyển được "Pháp-luân bất-thối".

   Lại có nhị-thiên trung-quốc-độ vi-trần số đại Bồ-tát chuyển được "Pháp-luân thanh-tịnh". Lại có Thiểu-thiên quốc-độ vi-trần số đại Bồ-tát tám đời sẽ được vô-thượng chính-đẳng chính-giác. Lại có bốn Tứ-thiên-hạ *(16)* vi-trần số đại Bồ-tát bốn đời sẽ được chính-đẳng chính-giác. Lại có ba tứ-thiên-hạ vi-trần số đại Bồ-tát ba đời sẽ được vô-thượng chính-đẳng chính-giác. Lại có hai tứ-thiên-hạ vi-trần số đại Bồ-tát hai đời sẽ được vô-thượng chính-đẳng chính-giác. Lại có một tứ-thiên-hạ vi-trần số đại Bồ-tát một đời sẽ được vô-thượng chính-đẳng chính-giác. Lại có tám thế- giới vi-trần số chúng-sinh đều phát tâm vô-thượng chính-đẳng chính-giác."

2. Lúc đức Phật nói các vị đại Bồ-tát đó được pháp-lợi, *(17)* trên giữa hư-không, rưới hoa Mạn-đà-la, hoa ma-ha mạn-đà-la để rải vô-lượng trăm nghìn muôn ức các đức Phật ngồi trên tòa sư- tử dưới gốc cây báu, và rải đức Thích-Ca Mâu-Ni Phật cùng đức Đa-Bửu Phật ngồi trên tòa sư-tử trong tháp bảy báu: cùng rải tất cả các đại Bồ-tát và bốn-bộ-chúng. Lại rưới bột gỗ chiên-đàn, trầm-thủy hương v.v... trong hư-không, trống trời tự kêu tiếng hay sâu-xa. Lại rải nghìn thứ thiên-y, thòng các chuỗi ngọc chân-châu, chuỗi châu ma-ni, chuỗi châu như-ý khắp cả chín phương, các lò hương báu đốt hương vô-giá, tự-nhiên khắp đến cúng dàng đại-chúng. Trên mỗi đức Phật có các vị Bồ-tát nắm cầm phan-lọng, thứ-đệ mà lên đến trời Phạm-thiên. Các vị Bồ-tát đó dùng tiếng tăm hay, ca vô-lượng bài tụng ngợi-khen các đức Phật. Khi ấy ngài Di- Lặc Bồ-tát từ chỗ ngồi đứng dậy, trịch áo bày vai hữu, chắp tay hướng về phía Phật mà nói kệ rằng:

3. Phật nói pháp ít có
   Từ xưa chưa từng nghe
   Thế-Tôn có sức lớn

Thọ-mệnh chẳng thể lường.
Vô-số các Phật-tử
Nghe Thế-Tôn phân-biệt
Nói được pháp-lợi đó
Vui mừng đầy khắp thân
Hoặc trụ bậc bất-thối
Hoặc được đà-la-ni
Hoặc vô-ngại nhạo-thuyết
Muôn ức triền tổng-trì.
Hoặc có cõi đại-thiên
Số vi-trần Bồ-tát
Mỗi vị đều nói được
Pháp-luân bất-thối-chuyển.
Hoặc có trung-thiên-giới
Số vi-trần Bồ-tát
Mỗi vị đều có thể
Chuyển-pháp-luân thanh-tịnh.
Lại có tiểu-thiên-giới
Số vi-trần Bồ-tát
Còn dư lại tám đời
Sẽ được thành Phật-đạo.
Lại có bốn, ba, hai
Tứ-thiên-hạ như thế
Số vi-trần Bồ-tát
Theo số đời thành Phật.
Hoặc một tứ-thiên-hạ
Số vi-trần Bồ-tát

Còn dư có một đời
Sẽ thành nhất-thiết-trí.
Hàng chúng-sinh như thế
Nghe Phật thọ dài lâu
Được vô-lượng quả-báo
Vô-lậu rất thanh-tịnh.
Lại có tám thế-giới
Số vi-trần chúng-sinh
Nghe Phật nói thọ-mệnh
Đều phát tâm vô-thượng

4. Thế-Tôn nói vô-lượng
   Bất-khả tư-nghì pháp
   Nhiều được có lợi-ích
   Như hư-không vô-biên
   Rưới hoa thiên mạn-đà
   Hoa ma-ha mạn-đà Thích,
   Phạm như hằng-sa
   Vô-số cõi Phật đến
   Rưới chiên-đàn trầm thủy
   Lăng-xăng loạn sa xuống
   Như chiêm bay liệng xuống
   Rải cúng các đức Phật.
   Trống trời trong hư-không
   Tự-nhiên vang tiếng mầu,
   Áo trời nghìn muôn thứ
   Xoay-chuyển mà rơi xuống

Các lò hương đẹp báu
Đốt hương quý vô-giá
Tự-nhiên đều cùng khắp
Cúng dàng các Thế-Tôn.
Chúng đại Bồ-tát kia
Cầm phan-lọng bảy báu
Cao đẹp muôn ức thứ
Thứ lớp đến Phạm-Thiên.
Trước mỗi mỗi đức Phật
Tràng báu treo phan tốt
Cũng dùng nghìn muôn kệ
Ca vịnh các Như-Lai
Như thế các món việc
Từ xua chua từng có
Nghe Phật thọ vô-lượng
Tất cả đều vui-nừng
Phật tiếng đồn mười-phương
Rộng lợi ích chúng-sinh
Tất cả đủ căn-lành
Để trợ tâm vô-thượng.

5. Lúc bấy giờ, Phật bảo ngài Di-Lặc đại Bồ-tát rằng: "A-Dật-Đa! Có chúng-sinh nào nghe đức Phật thọ mệnh dài lâu như thế, nhẫn đến có thể sinh một niệm tín giải, được công-đức không hạn lượng được. Nếu có thiện-nam-tử, thiện-nữ-nhơn, vì đạo vô-thượng chính-đẳng chính-giác, trong tám muôn

ức na-do-tha kiếp tu năm pháp ba-la-mật: bố thí ba-la-mật, trì-giới ba-la-mật, nhẫn- nhục ba-la-mật, tinh-tấn ba-la-mật, thuyền-định ba-la-mật, trừ trí-tuệ ba-la- mật, đem công-đức này sánh với công-đức tín-giải trước, trăm phần, nghìn phần, trăm nghìn muôn ức phần chẳng kịp một, nhẫn đến tính đếm, thí-dụ, không thể biết được. Nếu thiện-nam-tử, thiện-nữ-nhơn có công-đức như thế mà thối-thất nơi vô-thượng chính-đẳng chính-giác, thời quyết không có lẽ đó.Khi ấy, đức Thế-Tôn muốn tuyên lại nghĩa trên mà nói kệ rằng:

6. Nếu người cầu tuệ Phật.
Trong tám nươi muôn ức
Na-do-tha kiếp số
Tu năm ba-la-mật
Ở trong các kiếp đó
Bố-thí cúng dàng Phật
Và Duyên-giác đệ-tử
Cùng các chúng Bồ-tát,
Đồ uống ăn báu lạ
Thượng phục và đồ nằm
Chiên-đàn dựng tinh-xá
Dùng vườn rừng trang-nghiêm
Bố-thí như thế thảy
Các món đều vi-diệu
Hết các kiếp số này

Để hồi-hướng Phật đạo,
Nếu lại gìn cấm giới
Thanh-tịnh không thiếu sót
Cầu nơi đạo vô-thượng
Được các Phật khen ngợi
Nếu lại tu nhẫn-nhục
Trụ nơi chỗ điều-nhu
Dầu các ác đến hại
Tâm đó chẳng khuynh-động
Các người có được pháp
Cưu lòng tăng-thượng-mạn
Bị bọn này khinh não
Như thế đều nhẫn được
Hoặc lại siêng tinh-tấn
Chí-niệm thường bền vững
Trong vô-lượng ức kiếp
Một lòng chẳng trễ thôi.
Lại trong vô-số kiếp
Trụ nơi chỗ vắng-vẻ
Hoặc ngồi hoặc kinh-hành
Trừ ngủ thường nhiếp-tâm
Do các nhân-duyên đó
Hay sinh các thuyền định,
Tám mươi ức muôn kiếp
An-trụ tâm chẳng loạn
Đem phước thuyền-định đó
Nguyện cầu đạo vô-thượng

Ta được nhất-thiết-trí
Tận ngằn các thuyền định
Người đó trong trăm nghìn
Muôn ức kiếp số lâu
Tu các công-đức này
Như trên đã nói rõ.
Có thiện-nam, tín-nữ.
Nghe ta nói thọ-mệnh
Nhẫn đến một niềm tin
Phước đã hơn phước kia
Nếu người trọn không có
Tất-cả các nghi-hối
Thân tâm giây lát tin
Phước đó nhiều như thế.
Nếu có các Bồ-tát
Vô-lượng kiếp hành đạo
Nghe ta nói thọ-mệnh
Đây thời tin nhận được
Các hàng người như thế
Đỉnh thụ kinh-điển này
Nguyện ta thuở vị-lai
Sống lâu độ chúng-sinh
Như Thế-Tôn ngày nay
Vua trong các họ Thích
Đạo-tràng rền tiếng lớn
Nói pháp không sợ-sệt
Chúng ta đời vị-lai

Được mọi người tôn-kính
Lúc ngồi nơi đạo-tràng
Nói thọ-mệnh cũng thế,
Nếu có người thâm-tâm
Trong-sạch mà ngay thực
Học rộng hay tổng-trì
Tùy nghĩa giải lời Phật
Những người như thế đó
Nơi đây không có nghi.

7. Lại A-Dật-Đa! Nếu có người nghe nói đức Phật thọ-mệnh dài lâu, hiểu ý-thú của lời nói đó, người này được công-đức không có hạn-lượng, có thể sinh-tuệ vô-thượng của Như-Lai. Huống là người rộng nghe kinh này, hoặc bảo người nghe, hoặc tự chép, hoặc bảo người chép, hoặc đem hoa hương, chuỗi ngọc, tràng-phan, lọng nhiễu, dầu thơm, đèn nến cúng-dàng quyển kinh, công-đức của người này vô-lượng vô-biên có thể sinh nhất-thiết chủng-trí.

A-Dật-Đa! Nếu thiện-nam-tử, thiện-nữ-nhân nghe ta nói thọ-mệnh dài lâu sinh lòng tin hiểu chắc, thời chính là thấy đức Phật thường ở núi Kỳ-Xà-Quật, cùng chúng Bồ-tát lớn và hàng Thanh- văn vây quanh nói pháp.

Lại thấy cõi Ta-bà này đất bằng lưu-ly ngang liền bằng phẳng, dây vàng Diêm-phù-đàn để ngăn tám nẻo đường, cây báu bày hàng, các đài lầu nhà thảy đều các thứ báu họp thành, chúng Bồ-tát đều ở trong đó. Nếu có người tưởng quán được như thế, phải biết đó là tướng tin hiểu sâu chắc.

Và lại sau đức Như-Lai diệt-độ, nếu có người nghe kinh này mà không chê bai, sinh lòng tùy-hỷ phải biết đó đã là tướng tin hiểu sâu chắc, huống là người đọc, tụng, thụ-trì kinh này, người này thời là kẻ đầu đội đức Như-Lai.

A-Dật-Đa! Thiện-nam-tử cùng thiện-nữ-nhân đó chẳng cần lại vì ta mà dựng chùa tháp, và cất Tăng-phường dùng bốn sự cúng-dàng để cúng-dàng chúng Tăng. Vì sao? Vì thiện-nam-tử, thiện-nữ-nhân đó thụ-trì, đọc tụng kinh điển này thời là đa dựng tháp tạo lập Tăng-phường cúng-dàng chúng tăng, thời là đem xá-lợi của Phật dựng tháp bảy báu cao rộng nhỏ lần lên đến trời Phạm-Thiên, treo các phan lọng và các linh báu, hoa, hương, chuỗi ngọc, hương bột, hương-xoa, hương đốt, các trống, kỹ nhạc, ống tiêu, ống địch, không-hầu các thứ múa chơi, dùng tiếng giọng tốt ca ngâm khen-ngợi, thời là ở trong vô-lượng nghìn muôn ức kiếp đã làm việc cúng-dàng đó rồi.

A-Dật-Đa! Nếu sau khi ta diệt-độ, nghe kinh điển này, có người hay thụ-trì, hoặc tự chép hoặc bảo người chép, đó là dựng lập Tăng-phường, dùng gỗ chiên-đàn đỏ làm các cung-điện nhà cửa ba mươi hai sở, cao bằng tám cây đa-la, cao rộng nghiêm đẹp, trăm nghìn Tỷ-khiêu ở nơi trong đó. Vườn, rừng, ao tắm, chỗ kinh-hành, hang ngồi thuyền, y-phục đồ uống ăn, giường nệm, thuốc thang tất cả đồ vui dẫy đầy trong đó, Tăng-phường có ngần ấy trăm nghìn muôn ức nhà gác như thế, số đó nhiều vô-lượng, dùng để hiện tiền cúng-dàng nơi ta và Tỷ-khiêu tăng.

Cho nên ta nói: Sau khi Như-Lai diệt-độ nếu có người thụ-trì, đọc tụng, vì người khác nói. Hoặc mình chép hoặc bảo người chép, cúng-dàng kinh quyển thời chẳng cần lại dựng chùa tháp và tạo lập Tăng-phường cúng-dàng chúng Tăng. Huống lại có người hay thụ-trì kinh này mà gồm tu-hành bố-thí, trì- giới, nhẫn-nhục tinh-tấn, nhất-tâm, trí-tuệ, công-đức của người đây rất thù-thắng vô-lượng vô-biên.

Thí như hư-không, đông, tây, nam, bắc, bốn phía trên, dưới vô-lượng vô-biên, công-đức của người đó cũng lại như thế vô-lượng vô-biên mau đến bậc nhất-thiết chủng-trí. Nếu có người đọc tụng thụ-trì kinh này vì người khác nói, hoặc tự chép, hoặc bảo người chép, lại có thể dựng tháp cùng tạo lập Tăng-phường cúng-dàng khen-ngợi chúng Thanh-văn-tăng, cũng dùng trăm nghìn muôn pháp ngợi-khen mà ngợi-khen công-đức của Bồ-tát.

Lại vì người khác dùng các món nhân-duyên theo nghĩa giải nói kinh Pháp-Hoa này, lại có thể thanh-tịnh trì-giới cùng người nhu-hòa mà chung cùng ở, nhẫn-nhục không sân, chí niệm bền vững, thường quý ngồi thuyền được các món định sâu, tinh-tấn mạnh-mẽ nhiếp các pháp lành, căn lành trí-sáng, giỏi gạn hỏi đáp.

A-Dật-Đa! Nếu sau khi ta diệt-độ các thiện-nam-tử, thiện-nữ-nhân thụ-trì, đọc tụng kinh điển này lại có các công-đức lành như thế, phải biết người đó đã đến đạo-tràng gần vô-thượng chính-đẳng chính-giác ngồi dưới gốc đạo-thụ.

A-Dật-Đa! Chỗ của thiện-nam-tử cùng thiện-nữ-nhân đó hoặc ngồi, hoặc đứng, hoặc đi, trong đó bèn nên xây tháp, tất cả trời người đều phải cúng-dàng nhu tháp của Phật.Khi ấy, đức Thế-Tôn muốn tuyên lại nghĩa trên mà nói kệ rằng:

8. Sau khi ta diệt độ
   Hay phụng trì kinh này
   Người đó phúc vô-lượng
   Như trên đã nói rõ.
   Đó thời là đầy-đủ
   Tất cả các cúng-dàng
   Dùng xá-lợi xây tháp
   Bảy báu để trang-nghiêm.
   Chùa-chiền rất cao rộng
   Nhỏ lần đến Phạm-thiên
   Linh báu nghìn muôn ức

Gió động vang tiếng mầu,
Lại trong vô-lượng kiếp
Mà cúng-dàng tháp đó
Hoa hương, các chuỗi ngọc
Thiên-y, các kỹ-nhạc
Thắp đèn dầu nến thơm
Quanh khắp thường soi sáng,
Lúc đời ác mạt-pháp
Người hay trì kinh này
Thời là đã đầy đủ
Các cúng-dàng như trên.
Nếu hay trì kinh này
Thời như Phật hiện-tại
Dùng ngưu-đầu chiên-đàn
Dựng Tăng-phường cúng-dàng
Nhà ba mươi hai sở
Cao tám cây Đa-la
Đồ ngon y-phục tốt
Giường nằm đều đầy đủ.
Trăm nghìn chúng nương ở
Vườn rừng các ao tắm
Chỗ kinh-hành, ngồi thuyền
Các món đều nghiêm tốt.
Nếu có lòng tín hiểu
Thụ-trì, đọc tụng biên
Nếu lại bảo người biên
Và cúng-dàng kinh quyển.

Rải hoa hương, hương bột
Dùng tu-mạn, chiêm-bặc
A-đề, mục-đa-dà
Ướp dầu thường đốt đó
Người cúng-dàng như thế
Được công-đức vô-lượng
Như hư-không vô-biên
Phước đó cũng như thế.
Huống lại trì kinh này
Gồm bố-thí trì-giới,
Nhẫn-nhục ưa thuyền-định
Chẳng sân, chẳng ác khẩu
Cung-kính nơi tháp miếu
Khiêm-hạ các Tỷ-khiêu
Xa lìa tâm tự cao
Thường nghĩ suy trí-tuệ,
Có gạn hỏi chẳng sân
Tùy-thuận vì giải nói
Nếu làm được hạnh đó
Công-đức chẳng lường được.
Nếu thấy Pháp-sư này
Nên công-đức như thế
Phải dùng hoa trời rải
Áo trời trùm thân kia
Đầu mặt tiếp chân lạy
Sinh lòng tưởng như Phật,
Lại nên nghĩ thế này:

Chẳng lâu đến đạo-thụ
Được vô-lậu vô-vi
Rộng lợi các người trời
Chỗ trụ chỉ của kia
Kinh-hành hoặc ngồi nằm
Nhẫn đến nói một kệ
Trong đây nên xây tháp
Trang-nghiêm cho tốt đẹp
Các món đem cúng-dàng,
Phật-tử ở chỗ này
Thời là Phật thụ dụng
Thường ở nơi trong đó
Kinh-hành và ngồi nằm.

KINH DIỆU-PHÁP LIÊN-HOA

Quyển Thứ Năm

Toan cầu an-lạc, bốn pháp bền tu, than đặng "kế châu" nổi tiếng nhà, ca cõi bãi đao binh, bổn và tích đều rõ, sa giới chúng ngộ vô-sanh .

NAM-MÔ PHAP-HOA HỘI-THƯỢNG PHẬT BỒ-TÁT *(3 lần)*

Đức Văn-Thù khải cáo, vừ giúp chơn thuyên, bền giữa bốn pháp được an-nhiên, từ đắt vọt lên chúng nhiều nghìn, ngài A-Dật-Đa trùng tuyên, thọ lượng rộng vô-biên .

NAM-MÔ A-DẬT-ĐA BỒ-TÁT *(3 lần)*

KINH
DIỆU PHÁP LIÊN HOA

Tam Tạng Pháp Sư
Cưu Ma La Thập
Hán Dịch

Tỳ Kheo Thích Trí Tịnh
Việt Dịch

QUYỂN THỨ SÁU

PHẨM "TÙY-HỶ CÔNG-ĐỨC"
THỨ MƯỜI TÁM

1. Lúc bấy giờ, Ngài Di-Lặc Bồ-Tát bạch Phật rằng: Thế-Tôn! Nếu có thiện-nam-tử, thiện-nữ-nhơn nào nghe kinh Pháp-Hoa này mà tuỳ hỷ đó, được bao nhiêu phước đức? Liền nói kệ rằng:

Sau khi Phật diệt độ
Có người nghe kinh nầy
Nếu hay tùy hỷ đó *(1)*
Lại được bao nhiêu phước?

2. Khi đó Phật bảo ngài Di-Lặc Bồ-Tát rằng: A-Dật-Đa! Sau khi Như-Lai diệt độ nếu có Tỳ-kheo, Tỳ-kheo-ni, Ưu-ba-tắc, Ưu-bà-di và người trí khác, hoặc lớn, hoặc nhỏ nghe kinh này mà tùy hỷ rồi, từ trong pháp hội ra đến chỗ khác, hoặc tại tăng phường, hoặc chỗ vắng vẻ, hoặc thành ấp, đường xá, xóm làng, ruộng rẫy, đem pháp đúng như chỗ đã nghe mà vì cha mẹ tôn thân, thiện hữu tri thức tuỳ sức diễn nói. Các người đó nghe rồi tùy hỷ lại đi truyền dạy người khác nghe rồi cũng tuỳ hỷ truyền dạy, xoay vần như thế đến người thứ năm mươi.

3. A-Dật-Đa! Công đức tùy hỷ của thiện-nam-tử, thiện-nữ-nhơn thứ năm mươi đó, ta nay nói, ông

phải lắng nghe.

Nếu có trăm muôn ức vô số thế giới có sáu đường chúng sanh trong bốn loài sanh; noãn sanh, thai sanh, thấp sanh, hoá sanh, hoặc có hình, không hình, có tưởng, không tưởng, chẳng phải có tưởng, chẳng phải không tưởng, không chân, hai chân, bốn chân, nhiều chân, tất cả trong số chúng sanh như thế, có người cầu phước tuỳ theo đồ ưa thích của chúng muốn diều cung cấp cho đó. Mỗi mỗi chúng sanh cho các trân bảo tốt: vàng, bạc, lưu ly, xa-cừ, mã-não, san-hô, hổ-phách đầy cả Diêm-phu-đề và voi, ngựa, xe cộ, bảy báu làm thành những cung điện lầu gác v.v...

Vị đại thí chủ đó bố thí như thế đủ tám mươi năm rồi mà nghĩ rằng: "Ta đã ban cho chúng sanh những đồ ưa thích tuỳ theo ý muốn, những chúng sanh nầy đều già suy tuổi quá tám mươi, tóc bạc mặt nhăn gần chết chẳng lâu, ta phải dùng Phật Pháp mà dạy bảo dìu dắt chúng". Liền nhóm chúng sanh đó tuyên bày pháp giáo hóa, chỉ dạy lợi ích vui mừng. Đồng thời được đạo Tu-đa-hoàn, đạo Tư-đà-hàm, đạo A-na-hàm, đạo A-la-hán dứt hết cả hữu lậu, với những thiền định sâu đều được tự tại, đủ tám giải thoát.

Ý ông nghĩ sao? Công đức của vị đại thí chủ đó được, có nhiều chăng?

Ngài Di-Lặc bạch Phật rằng: Thế-Tôn! "Công đức

của người đó rất nhiều vô lượng vô biên. Nếu vị thí chủ đó chỉ thí tất cả đồ ưa thích cho chúng sanh công đức đã vô lượng rồi, huống làm cho đều được quả A-la-hán".

Phật bảo ngài Di-Lặc: "Ta nay rành rẽ nói cùng ông, người đó đem tất cả đồ vui thích thí cho sáu đường chúng sanh trong bốn trăm ức vô số thế giới lại khiến được quả A-la-hán, công đức của người đó chẳng được bằng công đức của người thứ năm mươi kia nghe một bài kệ kinh Pháp-Hoa mà tùy hỷ, trăm phần nghìn phần, muôn ức phần chẳng bằng một phần, nhẫn đến tính, đếm, thí dụ không thể biết được".

A-Dật-Đa! Người thứ năm mươi như thế, xoay vần nghe kinh Pháp-Hoa, công đức tuỳ hỷ còn vô lượng vô biên a-tăng-kỳ, huống là người tối sơ ở trong hội nghe kinh mà tuỳ hỷ, phước đó lại hơn vô lượng vô biên a-tăng-kỳ không thể sánh được.

4. A-Dật-Đa! Nếu có người vì kinh này mà qua đến tăng phường, hoặc ngồi, hoặc đứng, trong chốc lát nghe nhận, nhờ công đức đó chuyển thân sanh ra được voi, ngựa, xe cộ, kiệu, cáng bằng trân bảo tốt đẹp bậc thượng và ở thiên cung. Nếu có người ngồi trong chỗ giảng pháp, sau lại có người đến bèn khuyên mời ngồi nghe, hoặc chia chỗ cho ngồi, công đức của người đó chuyển thân được chỗ ngồi

của Đế-Thích hoặc chỗ ngồi của Phạm-vương hoặc chỗ ngồi của Chuyển-luân-thánh- vương.

5. A-Dật-Đa! Nếu lại có người nói với người khác rằng: " Có kinh tên Pháp-Hoa nên cùng nhau qua nghe". Liền nhận lời bảo nhẫn đến nghe trong giây lát, công đức của người đó, chuyển thân đặng với Đa-la-ni Bồ-Tát, sanh chung một chỗ, căn tánh lanh lợi, có trí huệ, trăm nghìn muôn đời, trọn chẳng ngọng câm, hơi miệng chẳng hôi, lưỡi thường không bịnh, miệng cũng không bịnh, răng chẳng đen dơ, chẳng vàng, chẳng thưa, cũng chẳng thiếu rụng, chẳng so le, chẳng sếu gãy, môi chẳng trớt, cũng chẳng rút túm, chẳng thô rít, chẳng ghẻ mụt, cũng chẳng sứt hư, cũng chẳng cong vẹo, cũng dày chẳng lớn, cũng chẳng đen nám, không có các tướng đáng chê.

Mũi chẳng xẹp giẹp, cũng chẳng cong gãy, sắc mặt chẳng đen, chẳng hẹp dài cũng chẳng hóm gãy, không có tất cả tướng chẳng đáng ưa, môi lưỡi răng nướu thảy điều nghiêm tốt, mũi lớn cao thẳng, diện mạo tròn đầy, mày cao mà dài, trán rộng bằng thẳng, tướng người đầy đủ, đời sanh ra thấy Phật, nghe pháp tin nhận lời dạy bảo.

A-Dật-Đa! Người hãy xem khuyên nơi một người khiến qua nghe pháp mà công đức như thế, huống là một lòng nghe, nói, đọc, tụng, lại ở trong đại chúng vì người phân biệt, đúng như lời dạy mà tu hành.

Khi đó, đức Thế-Tôn muốn tuyên lại nghĩa trên mà nói kệ rằng:

Nếu người trong pháp hội
Được nghe kinh điển này
Nhẫn đến một bài kệ
Tùy hỷ vì người nói
Xoay vần lại như thế
Đến người thứ năm mươi
Người rốt sau được phước
Nay sẽ phân biệt đó.
Như có đại thí chủ
Cung cấp vô lượng chúng
Đầy đủ tám mươi năm
Tùy ý chúng ưa muốn
Thấy chúng: Tướng già suy
Tóc bạc và mặt nhăn
Răng thưa, thân khô gầy
Nghĩ họ sắp phải chết
Ta nay phải nên dạy
Cho chúng được đạo quả
Liền vì phương tiện nói
Pháp Niết-bàn chân thật
Đời đều chẳng bền chắc
Như bọt bóng ánh nắng
Các ngươi đều nên phải
Mau sanh lòng nhàm lìa.

Các người nghe pháp đó
Đều được A-la-hán
Đầy đủ sáu thần thông
Ba minh tám giải thoát.
Người năm mươi rốt sau
Nghe một kệ tùy hỷ
Người này phước hơn kia.
Không thể thí dụ được
Xoay vần nghe như thế.
Phúc đó còn vô lượng
Huống là trong pháp hội
Người tuỳ hỷ ban đầu.
Nếu có khuyên một người
Dắt đến nghe Pháp-Hoa
Rằng: Kinh nầy rất mầu
Nghìn muôn kiếp khó gặp
Liền nhận lời qua nghe
Nhẫn đến nghe giây lát
Phước báo của người đó
Nay nên phân biệt nói.
Đời đời miệng không bệnh
Răng chẳng thưa, vàng, đen,
Môi chẳng dày teo thiếu
Không có tướng đáng chê.
Lưỡi chẳng khô đen ngắn
Mũi cao lớn mà ngay
Trán rộng và bằng phẳng

Mặt, mắt đều đoan nghiêm
Được người thấy ưa mến
Hơi miệng không hôi nhơ
Mùi thơm bông ưu-bát
Thường từ trong miệng ra.
Nếu cố đến tăng phường
Muốn nghe kinh Pháp-Hoa
Giây lát nghe vui mừng
Nay sẽ nói phước đó:
Sau sanh trong trời người
Được voi, xe, ngựa tốt
Kiệu, cáng bằng trân báu,
Cùng ở cung điện trời.
Nếu trong chỗ giảng pháp
Khuyên người ngồi nghe kinh
Nhân vì phước đó được
Tòa Thích, Phạm, Chuyển Luân
Huống là một lòng nghe
Giải nói nghĩa thú kinh
Đúng như pháp mà tu
Phước đó chẳng lường được.

KINH
DIỆU PHÁP LIÊN HOA

Tam Tạng Pháp Sư
Cưu Ma La Thập
Hán Dịch

Tỳ Kheo Thích Trí Tịnh
Việt Dịch

QUYỂN THỨ SÁU

PHẨM "PHÁP-SƯ CÔNG- ĐỨC"
THỨ MƯỜI CHÍN

1. Lúc bấy giờ, Phật bảo ngài Thường-Tinh-Tấn đại Bồ-Tát rằng: Nếu có thiện-nam-tử, thiện-nữ-nhơn thọ trì kinh Pháp-Hoa này, hoặc đọc, hoặc tụng, hoặc giải nói, hoặc biên chép, người đó sẽ được tám trăm công đức nơi mắt, một nghìn hai trăm công đức nơi tai, tám trăm công đức nơi mũi, một nghìn hai trăm công đức nơi lưỡi, tám trăm công đức nơi thân, một nghìn hai trăm công đức nơi ý, dùng những công đức này trang nghiêm sáu căn đều được thanh tịnh.

    Thiện-nam-tử và thiện-nữ-nhơn đó, nhục nhãn thanh tịnh của cha mẹ sanh ra, thấy khắp cõi tam-thiên đại-thiên, trong ngoài có những núi, rừng, sông, biển, dưới đến địa ngục A-tỳ, trên đến cõi trời Hữu-Đảnh, cũng thấy tất cả chúng sanh trong đó và nghiệp nhân duyên quả báo chỗ sanh ra thảy đều thấy biết. Khi đó, đức Thế-Tôn muốn tuyên lại nghĩa trên mà nói kệ rằng:

2. Nếu người ở trong chúng
   Dùng tâm không sợ sệt
   Nói kinh Pháp-Hoa này
   Ông nghe công đức đó
   Người đó được tám trăm

Công đức thù thắng nhãn
Do dùng đây trang nghiêm
Mắt kia rất thanh tịnh.
Mắt thịt cha mẹ sanh
Thấy cả cõi tam thiên
Trong ngoài núi Di-lâu
Núi Tu-di, Thiết-vi
Và các núi rừng khác
Biển lớn nước sông ngòi
Dưới đến ngục A-tỳ
Trên đến trời Hữu-Đảnh
Chúng sanh ở trong đó
Tất cả đều thấy rõ
Dầu chưa được thiên nhãn
Sức nhục nhãn như thế.

3. Lại nữa, Thường-Tinh-Tấn! Nếu có người thiện-nam-tử, thiện-nữ-nhơn, thọ trì kinh này, hoặc đọc, hoặc tụng, hoặc biên chép, hoặc giải nói, được một nghìn hai trăm nhĩ công đức, dùng tai thanh tịnh đó, nghe khắp cõi tam thiên, dưới đến địa-ngục vô gián, trên đến trời Hữu-Đảnh, trong ngoài các thứ lời lẽ giọng tiếng. Tiếng voi, tiếng ngựa, tiếng xe, tiếng trâu, tiếng khóc la, tiếng buồn than, tiếng ốc; tiếng trống, tiếng chuông, tiếng linh, tiếng cười, tiếng nói, tiếng trai, tiếng gái, tiếng đồng-tử, tiếng đồng-nữ, tiếng pháp, tiếng phi pháp, tiếng khổ, tiếng vui,

tiếng phàm phu, tiếng thánh nhân, tiếng đáng ưa, tiếng chẳng đáng ưa, tiếng trời, tiếng rồng, tiếng Dạ xoa, tiếng Cà-thát-bà, tiếng A-tu-la, tiếng Ca-lâu-la, tiếng Khẩn-na-la, tiếng Ma-hầu-na-dà, tiếng lửa, tiếng nước, tiếng gió, tiếng địa-ngục, tiếng súc sanh, tiếng ngạ quỷ, tiếng Tỳ-kheo, tiếng Tỳ-kheo-ni, tiếng Thanh-văn, tiếng Bích-chi-Phật, tiếng Bồ-Tát, tiếng Phật.

Nói tóm đó, trong cõi tam-thiên đại- thiên, tất cả trong ngoài các thứ tiếng, dầu chưa được thiên nhĩ dùng tai tầm thường thanh tịnh của cha mẹ sanh thảy đều nghe biết, phân biệt các tiếng tăm như thế, mà chẳng hư nhĩ căn.

Lúc đó, đức Thế Tôn muốn tuyên lại nghĩa trên mà nói kệ rằng:

4. Tai cha mẹ sanh ra
   Trong sạch không đục nhơ
   Dù tai này thường nghe
   Cả tiếng cõi tam thiên
   Tiếng voi, ngựa, trâu, xe
   Tiếng chung linh loa cổ
   Tiếng cầm, sắc, không hầu
   Tiếng ống tiêu, ống dịch
   Tiếng ca hay thanh tịnh
   Nghe đó mà chẳng ham.
   Tiếng vô số giống người

Nghe đều hiểu rõ được
Lại nghe tiếng các trời
Tiếng ca rất nhiệm mầu
Và nghe tiếng trai, gái,
Tiếng đồng-tử, đồng-nữ
Trong núi sông hang hiểm
Tiếng Ca-lăng-tần-dà
Cộng-mạng các chim thảy
Đều nghe tiếng của nó.
Địa ngục các đau đớn
Các thứ tiếng độc khổ
Ngạ quỷ đói khát bức
Tiếng tìm cầu uống ăn
Các hàng A-tu-la
Ở nơi bên biển lớn
Lúc cùng nhau nói năng
Vang ra tiếng tăm lớn
Như thế người nói pháp
An trụ ở trong đây
Xa nghe các tiếng đó
Mà chẳng hu nhĩ căn
Trong cõi nước mười phương
Cầm thú kêu hô nhau
Người nói kinh Pháp-Hoa
Ở đây đều nghe đó
Trên các trời Phạm-Thế
Quang-Âm cùng Biến-Tịnh

Nhẫn đến trời Hữu-Đảnh
Tiếng tăm của kia nói
Pháp-sư ở nơi đây
Thảy đều được nghe đó.
Tất cả chúng Tỳ-kheo
Và các Tỳ-kheo-ni
Hoặc đọc tụng kinh điển,
Hoặc vì người khác nói
Pháp-sư ở nơi đây
Thảy đều được nghe đó.
Lại có các Bồ-Tát
Đọc tụng nơi kinh pháp
Hoặc vì người khác nói
Soạn tập giải nghĩa kinh
Các tiếng tăm như thế
Thảy đều được nghe đó.
Các Phật đấng Đại-Thánh
Giáo hóa hàng chúng sanh
Ở trong các đại hội
Diễn nói pháp nhiệm mầu
Người trì Pháp-Hoa nầy
Thảy đều được nghe đó.
Cõi tam-thiên đại-thiên
Các tiếng tăm trong ngoài
Dưới đến ngục A-tỳ *(3)*
Trên đến trời Hữu-Đảnh *(4)*
Đều nghe tiếng tăm kia

Mà chẳng hư nhĩ căn
Vì tai kia sáng lẹ
Đều hay phân biệt biết
Người trì kinh Pháp-Hoa
Dầu chưa được thiên nhĩ
Chỉ dùng tai sanh ra
Công đức đã như thế.

5. Lại nữa, Thường-Tinh-Tấn! Nếu có thiện-nam-tử, thiện-nữ-nhơn, thọ trì kinh này, hoặc đọc, hoặc tụng, hoặc giải nói, hoặc biên chép, trọn nên tám trăm tỷ công đức, dùng tỷ căn thanh tịnh đó, ngửi khắp cõi tam-thiên đại-thiên, trên dưới trong ngoài các thứ mùi: Mùi hoa tu-mạn-na, mùi hoa xa-đề, mùi hoa mạt-lợi, mùi hoa chiêm-bặc, mùi hoa ba-la-la, mùi hoa sen đỏ, mùi hoa sen xanh, mùi hoa sen trắng, mùi cây có hoa, mùi cây có trái, mùi chiên-đàn, mùi trầm-thủy, mùi đa-ma-la-bạt, mùi đa-da-la, đến trăm nghìn thứ hòa lộn, hoặc là bột, hoặc là viên, hoặc là hương xoa, người trì kinh này ở trong đây đều có thể phân biệt.

Và lại rõ biết mùi chúng sanh: Mùi voi, mùi ngựa, mùi dê, trâu v.v... mùi trai, mùi gái, mùi đồng-nữ và mùi cỏ cây lùm rừng, hoặc gần, hoặc xa, bao nhiêu thứ mùi có ra, thảy đều được ngửi rõ biết chẳng nhầm.

Người trì kinh này dầu ở nơi đây cũng ngửi mùi trên

các cõi trời: Mùi cây ba-lợi-chất-đa-la, cây câu-bệ-đa-la, cùng mùi hoa mạn-đà-la, hoa đại-mạn-đa-la, hoa mạn-thù-sa, hoa đại-mạn-thù-sa, mùi gỗ chiên-đàn, trầm-thuỷ các thứ hương bột, mùi các hoa đẹp. Các thứ hương trời như thế hòa họp thoảng ra mùi thơm đều ngửi biết.

Lại ngửi mùi nơi thân của các vị trời: Mùi của Thích-Đề-Hoàn-Nhơn lúc ở trên thắng điện, năm món dục vui chơi, hoặc mùi lúc ở trên Diệu-Pháp-Đường vì các vị trời Đao-Lợi nói pháp, hoặc mùi lúc dạo chơi trong vườn, cùng mùi nơi thân xác của các vị trời nam nữ khác, thảy đều xa ngửi biết. Xoay vần như thế nhẫn đến trời Phạm-Thế, trên đến mùi nơi thân các vị trời Hữu-Đảnh cũng đều ngửi biết.

Và ngửi mùi hương của các vị trời đốt và mùi Thanh-văn, mùi Bích-chi-Phật, mùi Bồ-Tát, mùi nơi thân các đức Phật, cũng đều xa ngửi biết chỗ ở của đó. Dầu ngửi biết hương ấy, nhưng nơi tỷ căn không hư không sai, nếu muốn phân biệt vì người khác nói, nghi nhớ không nhầm.

Lúc đó, đức Thế-Tôn muốn tuyên lại nghĩa trên mà nói kệ rằng:

6. Người đó mũi thanh tịnh
   Ở trong thế giới này
   Hoặc vật thơm hoặc hôi
   Các thứ đều ngửi biết.

Tu-mạn-na, xa-đề
Đa-ma-la, chiên-đàn
Trầm-thủy và mùi quế
Mùi các thứ hoa trái
Và mùi các chúng sanh:
Mùi nam-tử, nữ-nhơn
Người nói pháp ở xa
Ngửi mùi biết chỗ nào.
Đại-Thế Chuyển-luân-vương
Tiểu-chuyển-luân và con
Bầy tôi, các cung nhân
Ngửi mùi biết chỗ nào.
Trân bảo đeo nơi thân
Cùng tạng báu trong đất
Bảo-nữ của Luân-vương
Ngửi hương biết chỗ nào.
Mọi người đồ nghiêm thân
Y phục và chuỗi ngọc
Các thứ hương xoa thân
Ngửi mùi biết thân kia.
Các trời hoặc đi, ngồi
Dạo chơi và thần biến
Người trì Pháp-Hoa này
Ngửi mùi đều biết được.
Các cây hoa trái hột
Và mùi thơm dầu tô
Người trì kinh ở đây

Đều biết ở chỗ nào.
Các núi, chỗ sâu hiểm
Cây chiên-đàn nở hoa
Chúng sanh ở trong đó
Ngửi mùi đều biết được.
Núi Thiết-vi, biển lớn
Các chúng sanh trong đất
Người trì kinh ngửi mùi
Đều biết đó ở đâu
Trai gái A-tu-la
Và quyến thuộc của chúng
Lúc đánh cãi, dạo chơi
Ngửi hương đều biết được.
 Đồng trống, chỗ hiểm trở
Sư tử, voi, hùm, sói
Bò rừng, trâu nước thảy
Ngửi hương biết chỗ ở.
Nếu có người nghén chửa
Chưa rõ trai hay gái
Không căn và phi nhơn
Ngửi mùi đều biết được.
Do vì sức ngửi mùi
Biết người mới nghén chửa
Thành tựu hay chẳng thành
An vui đẻ con phước
Do vì sức ngửi mùi
Biết tâm niệm trai, gái

Lòng nhiễm dục ngu, hờn
Cũng biết người tu hành
Các phục tàng trong đất
Vàng, bạc, các trân bảo
Đồ đồng chỗ đựng chứa
Nghe nói đều biết được
Các thứ chuỗi ngọc báu
Không ai biết giá mấy
Ngửi mùi biết mắc rẻ
Chỗ sản xuất ở đâu.
Các thứ hoa trên trời
Mạn-đà, mạn-thù-sa
Cây Ba-lợi-chất-đa
Ngửi mùi đều biết được.
Các cung điện trên trời
Thượng, trung, hạ sai khác
Các hoa báu trang nghiêm
Ngửi hương đều biết được.
Thắng điện vườn rừng trời
Các nhà Diệu-Pháp-Đường
Ở trong đó vui chơi
Ngửi mùi đều biết được.
Các trời hoặc nghe pháp
Hoặc lúc hưởng ngũ dục
Lại, qua, đi, ngồi, nằm
Ngửi mùi đều biết được.
Thiên nữ mặc y phục

Hoa hương tốt trang nghiêm
Lúc quanh khắp dạo chơi
Ngửi mùi đều biết được.
Lần lượt lên như thế
Nhẫn đến trời Phạm-Thế
Nhập thiền cùng xuất thiền
Ngửi mùi đều biết được.
Trời Quang-Âm, Biến-Tịnh *(5)*
Nhẫn đến nơi Hữu-Đảnh
Mới sanh và lui chết
Ngửi hương đều biết được.
Các hàng Ty-kheo chúng
Nơi pháp thường tinh tấn
Hoặc ngồi hoặc kinh hành
Và đọc tụng kinh điển
Hoặc ở dưới rừng cây
Chuyên ròng mà ngồi thiền
Người trì kinh ngửi mùi
Đều biết ở tại đâu.
Bồ-Tát chí bền chắc
Ngồi thiền hoặc đọc tụng
Hoặc vì người nói pháp
Ngửi mùi đều biết được.
Nơi nơi chỗ Thế-Tôn
Được mọi người cung kính
Thương chúng mà nói pháp
Ngửi mùi đều biết được.

Chúng sanh ở trước Phật
Nghe kinh đều mừng vui
Đúng pháp mà tu hành
Ngửi mùi đều biết được.
Dầu chưa được vô lậu
Pháp-sanh-tỹ Bồ-Tát
Mà người trì kinh đây
Trước được tướng mũi nãi

7. Lại nữa Thường-Tinh-Tấn! Nếu có thiện-nam-tử, cùng thiện-nữ-nhơn thọ trì kinh này, hoặc đọc, hoặc tụng, hoặc giải nói, hoặc biên chép, được một nghìn hai trăm thiệt công đức.

Những món hoặc tốt, hoặc xấu, hoặc ngon, hoặc dở và các vật đắng chát, ở trên lưỡi của người đó, đều biến thành vị ngon như vị cam-lồ trên trời không món nào là chẳng ngon.

Nếu được thiệt căn đó ở trong đại chúng nói pháp có chỗ diễn ra tiếng sâu mầu có thể vào tâm chúng, đều làm cho vui mừng sướng thích.

Lại các vị thiên-tử, thiên-nữ, các trời Thích, Phạm, nghe tiếng tăm thâm diệu này diễn nói ngôn luân thứ đệ, thảy đều đến nghe. Và các hàng Long, Long- nữ, Da-xoa, Da-xoa nữ, Càn-thát-bà, Càn-thát-ba nữ, A-tu-la, A-tu-la nữ, Ca-lầu- la, Ca-lầu-la nữ, Khẩn-na-la, Khẩn-na- la nữ, Ma-hầu-la-dà, Ma-hầu-la-da nữ, vì để nghe pháp mà đều gần gũi cung kính cúng dường.

Và Tỳ-kheo, Tỳ-kheo-ni, Ưu-ba-tắc, Ưu-ba-di, Quốc-vương, Vương-tử, quần thần, quyến thuộc, tiểu Chuyển-luân-vương, đại Chuyển-luân-vương, bảy báu, nghìn người con, cùng quyến thuộc trong ngoài, ngồi cung điện đồng đến nghe pháp.

Vì vị Bồ-Tát này khéo nói pháp, nên hàng Ba-la-môn, cư-sĩ, nhân dân trong nước trọn đời theo hầu cúng dường. Lại các Thanh-văn, Bích-chi-Phật, Bồ-Tát các đức Phật thường ưa thấy người đó, người đó ở chỗ nào, các đức Phật đều xoay về phía đó nói pháp, người đó đều hay thọ trì tất cả Phật Pháp, lại có thể nói ra tiếng pháp sâu mầu.

Khi đó, đức Thế-Tôn muốn tuyên lại nghĩa trên mà nói kệ rằng:

8. Người đó lưỡi thanh tịnh
Trọn không thọ vị xấu
Người đó ăn uống chi
Đều biến thành cam-lồ.
Dùng tiếng hay thâm tịnh
Ở trong chúng nói pháp
Đem các nhân duyên dụ
Dẫn dắt lòng chúng sanh
Người nghe đều vui mừng
Bày đồ cúng dường tốt.
Các trời, rồng, Dạ-xoa

Cùng A-tu-la thảy
Đều dùng lòng cung kính
Mà đồng đến nghe pháp
Người nói kinh pháp đó
Nếu muốn dùng tiếng mầu
Khắp cùng cõi Tam-thiên
Tuỳ ý liền được đến.
Đại, Tiểu Chuyển-luân-vương
Và nghìn con quyến thuộc
Chấp tay lòng cung kính
Thường đến nghe thọ pháp,
Các trời, rồng, Dạ-xoa
La-sát, Tỳ-xá-xà
Cũng dùng lòng vui mừng
Thường ưa đến cúng dường,
Phạm-thiên-vương, Ma-vương,
Tự-tại, Đại-tự-tại
Các chúng trời như thế
Thường đến chỗ người đó.
Các Phật cùng đệ tử
Nghe người nói tiếng pháp
Thương nhớ giữ gìn cho
Hoặc lúc vì hiện thân.

9. Lại nữa, Thường-Tinh-Tấn! Nếu có thiện-nam-tử cùng thiện-nữ-nhơn thọ trì, hoặc đọc, hoặc tụng, hoặc giải nói, hoặc biên chép được tám trăm thân

công đức, được thân thanh tịnh như lưu ly sạch chúng sanh ưa thấy. Vì thân đó trong sạch nên chúng sanh trong cõi tam-thiên đại-thiên, lúc sanh lúc chết, trên dưới, tốt xấu, sanh chỗ lành, chỗ dữ v.v... đều hiện rõ trong đó.

Và núi Thiết-vi, núi Đại-thiết-vi, núi Di-lâu, núi Đại-di-lâu..v.v.. các núi cùng chúng sanh ở trong đó đều hiện rõ trong thân, dưới đến địa ngục A-tỳ, trên đến trời Hữu-Đảnh cảnh vật cùng chúng sanh đều hiện rõ trong thân. Hoặc là Thanh-văn, Duyên-giác, Bồ- Tát cùng chư Phật nói pháp đều hiện sắc tượng ở trong thân.

Bấy giờ, đức Thế-Tôn muốn tuyên lại nghĩa trên mà nói kệ rằng.

10. Nếu người trì Pháp-Hoa
Thân thể rất thanh tịnh
Như lưu ly sạch kia
Chúng sanh đều ưa thấy.
Lại như gương sáng sạch
Đều thấy các sắc tượng
Bồ-Tát nơi tịnh thân
Thấy cả vật trong đời
Chỉ riêng mình thấy rõ
Người khác không thấy được,
Trong cõi nước tam-thiên
Tất cả các chúng sanh

Trời, người, A-tu-la
Địa-ngục, quỷ, súc-sanh
Các sắc tượng như thế
Đều hiện rõ trong thân.
Cung điện của các trời
Nhẫn đến trời Hữu-Đảnh
Núi Thiết-vi, Di-lâu
Núi Ma-ha Di-lâu
Các biển nước lớn thảy
Đều hiện ở trong thân.
Các Phật cùng Thanh-văn
Phật tử Bồ-Tát thảy
Hoặc riêng, hoặc tại chúng
Nói pháp thảy đều hiện.
Dầu chưa được diệu thân
Pháp tánh sạch các lậu
Dùng thân thanh tịnh thường
Tất cả hiện trong đó.

11. Lại nữa Thường-Tinh-Tấn! Sau khi Đức Như-Lai diệt độ, nếu có người thiện-nam-tử cùng thiện-nữ-nhơn thọ trì kinh này, hoặc đọc, hoặc tụng, hoặc giải nói, hoặc biên chép, thời được một nghìn hai trăm ý công đức.

Dùng ý căn thanh tịnh đó nhẫn đến nghe một kệ, một câu, suốt thấu vô lượng, vô biên nghĩa, hiểu nghĩa đó rồi, có thể diễn nói một câu, một kệ đến một tháng, bốn tháng nhẫn đến một năm. Các pháp nói ra tùy nghĩa thú kia đều thật tướng chẳng trái nhau.

Nếu nói kinh sách trong đời, lời lẽ trị thế, nghề nghiệp nuôi sống v.v... đều thuận chánh pháp. Sáu đường chúng sanh trong cõi tam-thiên đại-thiên, lòng nghĩ, tưởng, lòng động tác, lòng hý luận, thảy đều biết đó.

Dầu chưa được trí huệ vô lậu mà ý căn thanh tịnh như thế, người đó có suy nghĩ, tính lường, nói năng những chi thời đều là Phật pháp cả, không có gì là chẳng chân thật, cũng là lời trong kinh của các Phật thuở trước nói.

Bấy giờ, đức Thế-Tôn muốn tuyên lại nghĩa trên mà nói kệ rằng:

12. Ý người đó thanh tịnh
　　Sáng lạnh không đục nhơ
　　Dùng ý căn tốt đó
　　Biết pháp: Thượng, trung, hạ
　　Nhẫn đến nghe một kệ
　　Thông đạt vô lượng nghĩa
　　Thứ đệ nói đúng pháp
　　Tháng, bốn tháng, đến năm.
　　Trong ngoài của cõi này
　　Tất cả các chúng sanh
　　Hoặc trời rồng và người

Dạ-xoa, quỉ, thần thảy
Kia ở trong sáu đường
Nghĩ tưởng bao nhiêu đều
Phước báo trì Pháp-Hoa
Đồng thời thảy đều biết.
Vô số Phật mười phương
Trăm phước tướng trang nghiêm
Vì chúng sanh nói pháp
Đều nghe hay thọ trì.
Suy gẫm vô lượng nghĩa
Nói pháp cũng vô lượng
Sau trước chẳng quên lộn
Bởi thọ trì Pháp-Hoa
Trọn biết các pháp tướng
Theo nghĩa rõ thứ đệ.
Suốt danh tự ngữ ngôn
Như chỗ biết diễn nói.
Người đó có nói ra
Là pháp của Phật trước
Vì diễn nói pháp này
Ở trong chúng không sợ.
Người trì kinh Pháp-Hoa
Ý căn tịnh như thế
Dầu chưa được vô lậu
Trước có tướng dường ấy.
Người đó trì kinh này
An trụ bậc hy hữu

Được tất cả chúng sanh
Vui mừng mà mến kính.
Hay dùng nghìn muôn ức
Lời lẽ rất hay khéo
Phân biệt mà nói pháp
Bởi trì kinh Pháp-Hoa.

KINH
DIỆU PHÁP LIÊN HOA

Tam Tạng Pháp Sư
Cưu Ma La Thập
Hán Dịch

Tỳ Kheo Thích Trí Tịnh
Việt Dịch

QUYỂN THỨ SÁU

PHẨM "THƯỜNG-BẤT-KHINH BỒ-TÁT" THỨ HAI MƯƠI

1. Lúc bấy giờ, Phật bảo ngài đại Bồ-Tát Đắc-Đại-Thế rằng: "Ông nay nên biết! Nếu có Tỳ-kheo, Tỳ-kheo-ni, Ưu-ba-tắc, Ưu-bà-di nào thọ trì kinh Pháp-Hoa này được công đức như trước đã nói, mắt, tai, mũi, lưỡi, thân cùng ý thanh tịnh, như có người nói thô ác mắng nhiếc chê bai, mắc tội báo lớn cũng như trước đã nói.

2. Đắc Đại Thế! về thuở xưa quá vô lượng vô biên bất-khả tư-nghì, vô số kiếp, có Phật hiệu là Oai-Âm-Vương Như-Lai, Ứng-cúng, Chánh-biến-tri, Minh-hạnh-túc, Thiện-thệ, Thế-gian-giải, Vô-thượng-sĩ, Điều-ngự trượng-phu, Thiên-Nhân-Sư, Phật Thế-Tôn.

   Kiếp đó tên là Ly-Suy, nước đó tên là Đại-Thành. Đức Oai-Âm-Vương Phật trong đời đó vì hàng trời, người, A-tu-la mà nói pháp, vì người cầu Thanh-văn mà nói pháp Tứ-Đế, thoát khỏi sanh, già, bệnh, chết, rốt ráo Niết-bàn; vì người cầu Bích-chi-Phật mà nói pháp mười-hai-nhân-duyên; vì các Bồ-Tát nhân vô-thượng chánh-đẳng chánh-giác mà nói sáu pháp ba-la-mật, rốt ráo trí huệ của Phật.

   Đắc-Đại-Thế! Đức Oai-Âm-Vương Phật đó sống lâu bốn mươi vạn ức na-do-tha hằng-ha-sa kiếp:

Chánh pháp trụ ở đời kiếp số như vi trần trong một Diêm-phù-đề; tượng pháp trụ ở đời kiếp số như số vi trần trong bốn châu thiên hạ. Đức Phật đó lợi ích chúng sanh, vậy sau mới diệt độ. sau khi chánh-pháp tượng-pháp diệt hết, trong cõi nước đó lại có Phật ra đời, cũng hiệu là Oai-Âm-Vương Như-Lai, Ứng-cúng, Chánh-biến-tri, Minh-hạnh-túc, Thiện-thệ, Thế-gian-giải, Vô-thượng-sĩ, Điều-ngự trượng-phu, Thiên-Nhân-Sư, Phật Thế-Tôn, cứ thứ lớp như thế có hai muôn ức đức Phật đều đồng một hiệu.

3. Đức Oai-Âm-Vương Như-Lai, đầu hết diệt độ rồi, sau lúc chánh pháp đã diệt trong đời tượng pháp những Tỳ-kheo tăng-thượng-mạn có thế lực lớn.
Bấy giờ, có vị Bồ-Tát Tỳ-kheo tên là Thường-Bất-Khinh. Đắc-Đại-Thế! Vì cớ gì tên là Thường-Bất-Khinh? Vì vị Tỳ-kheo đó phàm khi ngó thấy hoặc Tỳ-kheo, Tỳ-kheo-ni, hoặc Ưu-ba-tắc, Ưu-bà-di, thảy đều lễ lạy khen ngợi mà nói rằng: "Tôi rất kính quí Ngài chẳng dám khinh mạn.
Vì sao? Vì quý Ngài đều tu hành đạo Bồ-Tát sẽ được làm Phật".
Mà vị Tỳ-kheo đó chẳng chuyên đọc tụng kinh điển, chỉ đi lễ lạy, nhẫn đến xa thấy hàng tứ chúng, cũng cố qua lễ lạy khen ngợi mà nói rằng: "Tôi chẳng dám khinh quý Ngài, quý Ngài đều sẽ làm Phật". Trong hàng tứ chúng có người lòng bất tịnh

sanh giận hờn, buông lời ác mắng nhiếc rằng: "Ông vô trí Tỳ-kheo này từ đâu đến đây tự nói ta chẳng khinh Ngài, mà thọ ký cho chúng ta sẽ được làm Phật, chúng ta chẳng dùng lời thọ ký hư dối như thế."

Trải qua nhiều năm như vậy, thường bị mắng nhiếc chẳng sanh lòng giận hờn, thường nói: "Ngài sẽ làm Phật". Lúc nói lời đó, chúng nhân hoặc lấy gậy cây ngói đá để đánh ném. Ông liền chạy tránh đứng xa mà vẫn to tiếng xướng rằng: "Ta chẳng dám khinh quý Ngài, quý Ngài đều sẽ thành Phật". Bởi ông thường nói lời đó, nên hàng tăng-thượng-mạn Tỳ-kheo, Tỳ-kheo-ni, Ưu-bà-tắc, Ưu-bà-di gọi ông là Thường-Bất-Khinh.

4. Vị Tỳ-kheo đó lúc sắp chết, nơi giữa hư không nghe trọn hai mươi nghìn muôn ức bài kệ kinh Pháp-Hoa của đức Oai-Âm-Vương Phật đã nói thuở trước, nghe xong đều có thể thọ trì, liền được nhãn căn thanh tịnh, nhĩ, tỷ, thiệt, thân cùng ý căn thanh tịnh như trên. Được sáu căn thanh tịnh đó rồi lại sống thêm hai trăm muôn ức na-do-tha tuổi, rộng vì người nói kinh Pháp Hoa đó.

Lúc đó hàng tăng-thượng-mạn Tỳ-kheo, Tỳ-kheo-ni, Ưu-bà-tắc, Ưu-bà-di khinh tiện vị đó đặt cho tên "Bất-Khinh" nay, thấy vị đó được sức thần thông lớn, đức nhạo thuyết biện, sức đại-thiện-tịch *(6)* nghe vị đó nói pháp đều tin phục tùy tùng.

Vị Bồ-Tát đó giáo hoá nghìn muôn chúng khiến trụ trong vô-thượng chánh-đẳng chánh-giác. Sau khi mạng chung được hai nghìn ức Phật đều hiệu Nhật-Nguyệt-Đăng-Minh ở trong pháp hội đó nói kinh Pháp-Hoa này. Do nhân duyên đó lại gặp hai nghìn ức Phật đồng hiệu là Vân-Tự-Tại-Đăng-Vương, ở trong pháp hội của các đức Phật đó thọ trì, đọc tụng, vì hàng tứ chúng nói kinh điển này, cho nên được mắt thanh tịnh thường trên đó, tai mũi lưỡi thân cùng ý các căn thanh tịnh, ở bốn chúng nói pháp lòng không sợ sệt.

Đắc-Đại-Thế! Vị Thường-Bất-Khinh đại Bồ-Tát đó cúng dường, bao nhiêu đức Phật như thế, cung kính tôn trọng ngợi khen, trồng các gốc lành. Lúc sau lại gặp nghìn muôn ức Phật cũng ở trong pháp hội các đức Phật nói kinh điển này, công đức thành tựu sẽ được làm Phật.

5. Đắc-Đại-Thế ! Ý ông nghĩ sao?

Thường-Bất-Khinh Bồ-Tát thuở đó đâu phải người nào lạ, chính thân ta đó. Nếu ta ở đời trước chẳng thọ trì đọc tụng kinh này, vì người khác giải nói đó, thời chẳng có thể mau được vô-thượng chánh-đẳng chánh-giác. Do ta ở chỗ các đức Phật thuở trước thọ trì đọc tụng kinh này vì người khác nói, nên mau được vô-thượng chánh-đẳng chánh-giác.

6. Đắc-Đại-Thế! Thuở đó bốn chúng Tỳ-kheo, Tỳ-kheo-ni, Ưu-ba-tắc, Ưu-bà-di, do lòng giận hờn khinh tiện ta, nên trong hai trăm ức kiếp thường chẳng gặp Phật, chẳng nghe pháp, chẳng thấy Tăng, nghìn kiếp ở địa ngục A-tỳ chịu khổ não lớn. Hết tội đó rồi lại gặp Thường-Bất-Khinh Bồ-Tát giáo hoá đạo vô-thượng chánh-đẳng chánh-giác.

Đắc-Đại-Thế! Ý ông nghĩ sao? Bốn chúng thường khinh vị Bồ-Tát thuở đó đâu phải người nào lạ chính là nay trong hội này bọn ông Bạt-Đà-Bà-La năm trăm vị Bồ-Tát, bọn ông Sư-Tử-Nguyệt năm trăm vị Tỳ-kheo, bọn ông Ni-Tư-Phật năm trăm Ưu-bà-tắc, đều bất thối chuyển ở nơi đạo vô-thượng chánh-đẳng chánh-giác.

Đắc-Đại-Thế! Phải biết kinh Pháp-Hoa này rất có lợi ích cho các vị đại Bồ-Tát, có thể làm cho đến nơi đạo vô-thượng chánh-đẳng chánh-giác. Cho nên các vị đại Bồ-Tát sau khi Phật diệt độ phải thường thọ trì đọc tụng, giải nói, biên chép kinh này.

Khi đó, đức Phật muốn tuyên lại nghĩa trên mà nói kệ rằng:

7. Thuở quá khứ có Phật
Hiệu là Oai-Âm-Vương
Sức trí thần vô lượng
Dìu dắt tất cả chúng
Hàng, trời, người, long, thần

Đều chung nhau cúng dường.
Sau khi Phật diệt độ
Lúc pháp muốn dứt hết
Có một vị Bồ-Tát
Tên là Thường-Bất-Khinh
Bấy giờ hàng tứ chúng
Chấp mê nơi các pháp
Thường-Bất-Khinh Bồ-Tát
Qua đến chỗ của họ
Mà nói với đó rằng:
Ta chẳng dám khinh Ngài
Quý Ngài tu đạo nghiệp
Đều được làm Phật
Những người đó nghe rồi
Khinh chê thêm mắng nhiếc
Thường-Bất-Khinh Bồ-Tát
Đều hay nhẫn thọ đó.
Tội Bồ-Tát hết rồi
Đến lúc gần mạng chung
Được nghe kinh pháp này
Sáu căn đều thanh tịnh
Vì sức thần thông vậy
Sống lâu thêm nhiều tuổi
Lại vì các hạng người
Rộng nói kinh pháp này.
Các chúng chấp nói pháp
Đều nhờ Bồ-Tát đó

Giáo hóa được thành tựu
Khiến trụ nơi Phật đạo.
Thường-Bất-Khinh mạng chung
Gặp vô số đức Phật
Vì nói kinh này vậy
Được vô lượng phước đức
Lần lần đủ công đức
Mau chứng thành Phật đạo.
Thuở đó Thường-Bất-Khinh
Thời chính là thân ta
Bốn bộ chúng khi ấy
Những người chấp nơi pháp
Nghe Thường-Bất-Khinh nói:
Ngài sẽ được làm Phật
Do nhờ nhân duyên đó
Mà gặp vô số Phật,
Chính trong pháp hội này
Năm trăm chúng Bồ-Tát
Và cùng bốn bộ chúng
Thanh tín nam nữ thảy
Nay ở nơi trước ta
Nghe nói kinh Pháp-Hoa đó.
Ta ở trong đời trước
Khuyên những hạng người đó
Nghe thọ kinh Pháp-Hoa
 Là pháp bực thứ nhất
Mở bày dạy cho người

Khiến trụ nơi Niết-bàn
Đời đời thọ trì luôn
Những kinh điển như thế.
Trải ức ức muôn kiếp
Cho đến bất-khả-nghì
Lâu lắm mới nghe được
Kinh Diệu-Pháp-Hoa này.
Trải ức ức muôn kiếp
Cho đến bất-khả-nghì
Các đức Phật Thế-Tôn
Lâu mới nói kinh này
Cho nên người tu hành
Sau khi Phật diệt độ
Nghe kinh pháp như thế
Chớ sanh lòng nghi hoặc.
Nên phải chuyên một lòng
Rộng nói kinh điển này
Đời đời gặp được Phật
Mau chứng thành Phật đạo.

KINH
DIỆU PHÁP LIÊN HOA

Tam Tạng Pháp Sư
Cưu Ma La Thập
Hán Dịch

Tỳ Kheo Thích Trí Tịnh
Việt Dịch

QUYỂN THỨ SÁU

PHẨM "NHƯ-LAI THẦN-LỰC"
THỨ HAI MƯƠI MỐT

1. Lúc bấy giờ, các vị đại Bồ-Tát như số vi trần trong nghìn thế giới từ dưới đất vọt lên đó, đều ở trước đức Phật một lòng chấp tay, chiêm ngưỡng dung nhan của Phật mà bạch cùng Phật rằng: "Thế Tôn! Sau khi Phật diệt độ, ở nơi cõi nước của đức Thế-Tôn phân thân diệt độ, chúng con sẽ rộng nói kinh này. Vì sao? Chúng con cũng tự muốn được pháp lớn thanh tịnh này để thọ trì, đọc tụng, giải nói, biên chép mà cúng dường đó".

2. Lúc đó, Thế-Tôn ở trước ngài Văn-Thù Sư-Lợi v.v... vô lượng trăm nghìn muôn ức vị đại Bồ-Tát cửu trụ ở cõi Ta-bà và các Tỳ-kheo, Tỳ-kheo-ni, Ưu-bà-tắc, Ưu-ba-di, trời, rồng, Dạ-xoa, Càn-thát-bà, A-tu-la, Ca-lâu-la, Khẩn-na-la, Ma-hầu-la-dà, nhơn, phi-nhơn v.v.. trước tất cả chúng, hiện sức thần thông lớn: bày tướng lưỡi rộng dài lên đến trời Phạm-thế, tất cả lỗ chân lông phóng ra vô lượng vô số tia sáng đủ màu sắc, thảy đều khắp soi cả cõi nước trong mười phương. Các đức Phật ngồi trên tòa sư-tử dưới cây báu cũng lại như thế: Bày tướng lưỡi rộng dài phóng vô lượng tia sáng.

Lúc đức Thích-Ca Mâu-Ni Phật và các đức Phật dưới cây báu hiện sức thần thông mãn trăm nghìn năm như vậy sau mới hoàn nhiếp tướng lưỡi, đồng thời tằng hắng cùng chung khảy móng tay, hai tiếng vang đó khắp đến cõi nước của các đức Phật trong mười phương, đất đều sáu điệu vang động, chúng sanh trong đó: Trời, Rồng, Dạ-xoa, Càn-thát-bà, A-tu-la, Ca-lâu-la, Khẩn-na-la, Ma-hầu-la-dà, nhơn, phi-nhơn v.v.. nhờ sức thần của Phật đều thấy trong cõi Ta-bà này vô lượng cô biên trăm nghìn muôn ức các đức Phật ngồi trên tòa sư-tử dưới những cây báu và thấy đức Thích-Ca Mâu-Ni Phật cùng đức Đa-Bảo Như-Lai, ngồi trên tòa sư-tử trong tháp báu.

Lại thấy vô lượng vô biên trăm nghìn muôn ức vị đại Bồ-Tát và hàng tứ chúng cung kính vây quanh đức Thích- Ca Mâu-Ni Phật, đã thấy thế rồi đều rất vui mừng được chưa từng có.

Tức thời hàng chư thiên ở giữa hư không lớn tiếng xướng rằng: "Cách đây vô lượng vô biên trăm nghìn muôn ức vô số thế giới có nước tên Ta-bà trong đó có Phật hiệu Thích-Ca Mâu-Ni hiện nay vì các đại Bồ-Tát nói kinh Đại-thừa tên "Diệu-Pháp Liên-Hoa" là pháp giáo hóa Bồ-Tát được chư Phật hộ niệm, các ông phải thâm tâm tùy hỷ, cũng nên lễ bái cúng dường đức Thích-Ca Mâu-Ni Phật".

Các chúng sanh đó nghe tiếng nói giữa hư không rồi, chấp tay xoay về cõi Ta-bà nói thế này: "Nam-mô Thích-Ca Mâu-Ni Phật, Nam-mô Thích-Ca Mâu- Ni Phật". Dùng các món các món hoa hương, chuỗi ngọc, phan lọng và các đồ trang nghiêm nơi thân, những vật tốt bằng trân báu, đều đồng với rải vào cõi Ta-bà. Các vật rải đó từ mười phương đến thí như mây nhóm, biến thành màn báu trùm khắp trên đức Phật ở trong đất. Bấy giờ mười phương cõi nước thông đạt không ngại như một cõi Phật.

3. (không thấy đoạn có số thứ tự này)
4. Khi đó, Phật bảo đại chúng bậc thượng hạnh Bồ-Tát thảy: "Thần lực của các đức Phật vô lượng vô biên bất-khả tư-nghì như thế; nếu ta dùng thần lực đó trong vô lượng vô biên trăm nghìn muôn ức vô số kiếp, vì để chúc luỵ mà nói công đức của kinh này vẫn chẳng hết được.

Tóm lại đó, tất cả pháp của Như-Lai có, tất cả thần lực tự tại của Như-Lai, tất cả tạng bí yếu của Như-Lai, tất cả việc rất sâu của Như-Lai, đều tuyên bài rõ nói trong kinh này, cho nên các ông sau khi Như-Lai diệt độ, phải một lòng thọ trì, đọc tụng giải nói, biên chép, đúng như lời nói mà tu hành.

Cõi nước chỗ nào nếu có người thọ trì, đọc tụng, giải nói, biên chép, đúng như lời tu hành, hoặc là chỗ có quyển kinh, hoặc trong vườn, hoặc trong rừng, hoặ dưới cây, hoặc Tăng phường, hoặc nhà bạch y *(7)* hoặc ở điện đường, hoặc núi hang đồng trống, trong đó đều nên dựng tháp cúng dường.

Vì sao? Phải biết chỗ đó, chính là đạo tràng, các đức

Phật ở đây mà được vô-thượng chánh-đẳng chánh-giác, các đức Phật ở đây mà nhập Niết-bàn.

Lúc đó, đức Thế-Tôn muốn tuyên lại nghĩa trên mà nói kệ rằng:

5. Các Phật, đấng cứu thế
Trụ trong thần thông lớn
Vì vui đẹp chúng sanh
Hiện vô lượng thần lực:
Tướng lưỡi đến Phạm-thiên
Thân phóng vô số quang
Vì người cầu Phật đạo
Hiện việc ít có này.
Tiếng tằng hắng của Phật
Cùng tiếng khảy móng tay
Khắp vang mười phương cõi
Đất đều sáu món động.
Sau khi Phật diệt độ
Người trì được kinh này
Các Phật đều vui mừng
Hiện vô lượng thần lực.
Vì chúc luỹ kinh này
Khen ngợi người thọ trì
Ở trong vô lượng kiếp
Vẫn còn chẳng hết được.
Công đức của người đó
Vô biên vô cùng tận

Như mười phương hư không
Chẳng thể được ngằn mé.
Người trì được kinh này
Thời là đã thấy Ta
Cũng thấy Phật Đa-Bảo
Và các Phật phân thân.
Lại thấy ta ngày nay
Giáo hóa các Bồ-Tát
Người trì được kinh này
Khiến ta và phân thân
Phật Đa-Bảo diệt độ
Tất cả đều vui mừng.
Mười phương Phật hiện tại
Cùng quá khứ vị lai
Cũng thấy cũng cúng dường
Cũng khiến đặng vui mừng.
Các Phật ngồi đạo tràng
Pháp bí yếu đã được.
Người trì đọc kinh này
Chẳng lâu cũng sẽ được
Người trì được kinh này
Nơi nghĩa của các pháp
Danh tự và lời lẽ
Ưa nói không cùng tận.
Như gió trong hư không
Tất cả không chướng ngại.
Sau khi Như-Lai diệt

Biết kinh của Phật nói
Nhân duyên và thứ đệ
Theo nghĩa nói như thật.
Như ánh sáng nhật nguyệt
Hay trừ các tối tăm
Người đó đi trong đời
Hay dứt tối chúng sanh
Dạy vô lượng Bồ-Tát
Rốt ráo trụ nhứt thừa.
Cho nên người có trí
Nghe công đức lợi này
Sau khi ta diệt độ
Nên thọ trì kinh này
Người đó ở Phật đạo
Quyết định không có nghi.

KINH
DIỆU PHÁP LIÊN HOA

Tam Tạng Pháp Sư
Cưu Ma La Thập
Hán Dịch

Tỳ Kheo Thích Trí Tịnh
Việt Dịch

QUYỂN THỨ SÁU

PHẨM "CHÚC LỤY"
THỨ HAI MƯƠI HAI

1. Lúc bấy giờ, đức Thích-Ca Mâu-Ni Phật từ nơi pháp tòa đứng dậy, hiện sức thần thông lớn: dùng tay mặt xoa đảnh của vô lượng Bồ-Tát mà nói rằng: "Ta ở trong vô lượng trăm nghìn muôn ức vô số kiếp tu tập pháp vô-thượng chánh-đẳng chánh-giác khó được này, nay đem phó chúc cho các ông, các ông nên phải một lòng lưu bố pháp này làm cho thêm nhiều rộng".

Phật ba phen xoa đảnh các đại Bồ-Tát như thế mà nói rằng: "Ta ở trong vô lượng trăm nghìn muôn ức vô số kiếp tu tập pháp vô-thượng chánh-đẳng chánh-giác khó được này, nay đem phó chúc cho các ông; các ông phải thọ trì, đọc tụng rộng tuyên nói pháp này cho tất cả chúng sanh đều được nghe biết".

Vì sao? Đức Như Lai có lòng từ bi lớn, không có tánh bỏn sẻn, cũng không sợ sệt, có thể cho chúng sanh trí huệ của Phật, trí huệ của Như-Lai, trí huệ tự nhiên. Như-Lai là đại thí chủ cho tất cả chúng sanh, các ông cũng nên thọ học pháp của Như-Lai, chớ sanh lòng bỏn sẻn. Ở đời vị lai nếu có người thiện-nam-tử, thiện-nữ-nhơn nào tin trí huệ của Như-Lai, thời các ông phải vì đó diễn nói kinh Diệu-Pháp Liên-Hoa này khiến đều được nghe biết, vì muốn cho người đó được trí huệ cuả Phật vậy.

Nếu có chúng sanh nào chẳng tin nhận thì phải ở trong pháp sâu khác của Như-Lai chỉ dạy cho được lợi ích vui mừng, các ông nếu được như thế thì là đã báo được ơn của các đức Phật.

2. Lúc đó, các vị đại Bồ-Tát nghe Phật nói thế rồi, đều rất vui mừng khắp đầy nơi thân càng thêm cung kính, nghiêng mình cúi đầu chấp tay hướng Phật, đồng lên tiếng bạch rằng: "Như lời Thế-Tôn dạy, chúng con sẽ vâng làm đầy đủ, kính xin Thế-Tôn chớ có lo".

Các chúng đại Bồ-Tát ba phen như thế, đều lên tiếng bạch rằng: "Như lời Thế-Tôn dạy, chúng con sẽ vâng làm đầy đủ, kính xin đức Thế-Tôn chớ có lo".

Khi đó đức Thích-Ca Mâu-Ni Phật khiến các đức Phật phân thân ở mười phương đến, đều trở về bổn độ mà nói rằng: "Các Phật đều về yên chỗ, tháp của Phật Đa-Bảo được hoàn như cũ".

Phật nói lời đó rồi, vô lượng các đức Phật phân thân ở mười phương ngồi trên tòa sư-tử dưới cây báu, và Phật Đa-Bảo, cùng vô biên vô số đại chúng Bồ-tát, bậc thượng hạnh thảy, ngài Xá-Lợi-Phất v.v.. bốn chúng hàng Thanh-văn và tất cả trong đời: Trời, người, A-tu-la v.v... nghe Phật nói rồi đều rất vui mừng.

KINH
DIỆU PHÁP LIÊN HOA

Tam Tạng Pháp Sư
Cưu Ma La Thập
Hán Dịch

Tỳ Kheo Thích Trí Tịnh
Việt Dịch

QUYỂN THỨ SÁU

PHẨM "DƯỢC-VƯƠNG BỒ-TÁT BỔN-SỰ" THỨ HAI MƯƠI BA

1. Lúc bấy giờ, ngài Tú-Vương-Hoa Bồ-Tát bạch Phật rằng: "Thế Tôn! Ngài Dược-Vương Bồ-Tát dạo đi nơi cõi Ta-bà như thế nào? Thế Tôn! Ngài Dược-Vương Bồ-Tát đó, có bao nhiêu nghìn muôn ức na-do-tha hạnh khổ khó làm? Hay thay Thế Tôn! Nguyện giải, nói cho một ít, các hàng trời, rồng, thần, Dạ-xoa, Càn-thát-bà, A-tu-la, Ca-lâu-la, Khẩn-na-la, Ma-hầu-la-đà, nhơn, cùng phi-nhơn v.v.. và các vị Bồ-Tát ở các nước khác đến cùng chúng Thanh-văn đây nghe đều vui mừng".

2. Lúc đó, Phật bảo ngài Tú-Vương-Hoa Bồ-Tát: "về thuở quá khứ vô lượng hằng-hà-sa kiếp trước, có Phật hiệu Nhựt-Nguyệt-Tịnh-Minh-Đức Như-Lai, Ứng-cúng, Chánh-biến-tri, Minh-hạnh-túc, Thiện-thệ, Thế-gian-giải, Vô-thượng-sĩ, Điều-ngự-trượng-phu, Thiên-nhân sư, Phật Thế-Tôn.
Phật đó có tám mươi ức đại Bồ-Tát, bảy mươi hai hằng-hà-sa chúng đại Thanh-văn. Phật sống lâu bốn muôn hai nghìn kiếp, Bồ-Tát sống lâu cũng bằng Phật. Nước đó không có người nữ, địa-ngục, nga-quỷ, súc-sanh, A tu la v.v... và với các khổ nạn. Đất bằng như bàn tay, chất lưu ly làm thành, cây báu trang nghiêm, màn báu trùm lên, thòng các phan

báu đẹp, bình báu, lò hương khắp cùng cả nước, bảy món báu làm đài, một cây có một đài, cây đó cách đài đều một lằn tên. Các cây báu đó đều có Bồ-Tát, Thanh-văn ngồi ở dưới. Trên các đài báu đều có trăm ức chu thiên trổi kỹ nhạc trời, ca khen đức Phật để làm việc cúng dường.

3. Bấy giờ, đức Phật đó vì ngài Nhứt-Thiết Chúng-Sanh Hỷ-Kiến Bồ-Tát cùng chúng Bồ-Tát và chúng Thanh- văn nói kinh Pháp-Hoa.

Ngài Nhứt-Thiết Chúng-Sanh Hỷ-Kiến Bồ-Tát đó ưa tu tập khổ hạnh, ở trong pháp hội của đức Nhựt-Nguyệt-Tịnh- Minh-Đức Phật, tinh tấn kinh hành, một lòng cầu thành Phật, mãn một muôn hai nghìn năm được "Hiện- nhứt-thiết-sắc-thân-tam-muội".

Được tam muội đó rồi lòng rất vui mừng, liền nghĩ rằng: "Ta được "Hiện-nhứt-thiết-sắc-thân-tam-muội" này đều là do sức được nghe kinh Pháp-Hoa, ta nay nên cúng dường Nhựt-Nguyệt-Tịnh-Minh-Đức Phật và kinh Pháp-Hoa".

Tức thời nhập tam muội đó, ở giữa hư không rưới hoa mạn-đà-la, hoa ma-ha mạn-đa-la, cùng bột kiên-hắc chiên-đàn đầy trong hư không như mây mà rưới xuống. Lại rưới hương hải-thử-ngạn chiên-đàn, sáu thù *(8)* hương này giá trị cõi Ta-bà để cúng dường Phật.

Cúng dường như thế đó rồi, từ tam-muội dậy mà

tự nghĩ rằng: "Ta dầu dùng thần lực cúng dường nơi Phật, chẳng bằng dùng thân cúng dường". Liền uống các chất thơm; chiên-đàn, huân-lục, đâu-lâu-bà, tất-lực-ca, trầm- thủy-giao-hương; lại uống dầu thơm các thứ bông chiên-bặc v.v.. mãn một nghìn hai trăm năm, rồi lấy dầu thơm xoa thân ở trước đức Nhựt-Nguyệt- Tịnh-Minh-Đức Phật dùng y báu cõi trời mà tự quấn thân, rưới các thứ dầu thơm, dùng sức nguyện thần thông mà tự đốt thân.

Ánh sáng khắp soi cả tám mươi ức hằng-hà-sa thế giới, các đức Phật trong đó đồng thời khen rằng: "Hay thay! Hay thay! Thiện-nam-tử! Đó là chân thật tinh tấn gọi là chân pháp cúng dường Như-Lai. Nếu dùng hoa hương chuỗi ngọc, hương đốt, hương bột, hương xoa, phan, lọng, bằng lụa cõi trời và hương hải-thử-ngạn chiên-đàn, dùng các món vật cúng dường như thế đều chẳng bằng được.

Giả sử quốc thành thê tử bố thí cũng chẳng bằng. Thiện-nam-tử! Đó gọi là món thí thứ nhất, ở trong các món thí rất tôn rất thượng, bởi dùng pháp cúng dường các đức Như-Lai vậy", các đức Phật nói lời đó rồi đều yên lặng. Thân của Bồ-Tát lửa cháy một nghìn hai trăm năm, qua sau lúc đó thân Bồ-Tát mới hết.

4. Ngài Nhứt-Thiết-Chúng-Sanh Hỷ-Kiến Bồ-Tát, làm việc pháp cúng dường như thế xong, sau khi

mạng chung, lại sanh trong nước của Nhật-Nguyệt-Tịnh-Minh-Đức Phật, ở nơi nhà vua Tịnh-Đức bỗng nhiên ngồi xếp bằng hoá sanh ra, liền vì vua cha mà nói kệ rằng:

Đại vương nay nên biết!
Tôi kinh hành chốn kia
Tức thời được nhứt thiết
Hiện chư thân tam-muội
Siêng tu rất tinh tấn
Bỏ thân thể đáng yêu
Cúng dường đức Thế-Tôn
Để cầu huệ vô thượng.

Nói kệ đó rồi thưa vua cha rằng: "Đức Nhật-Nguyệt-Tịnh-Minh-Đức Phật nay vẫn hiện còn, tôi trước cúng dường Phật xong, đặng "Giải-nhứt-thiết chúng-sanh ngữ-ngôn đà-la-ni" lại nghe kinh Pháp-Hoa này tám trăm nghìn muôn ức na-do-tha, chân-ca-la, tần-bà-la, a-súc-bà *(A)* các bài kệ.
Đại-Vương! Tôi nay lại nên cúng dường đức Phật đó". Thưa xong, liền ngồi đài bảy báu, bay lên hư không, cao bằng bảy cây đa-la, qua đến chỗ Phật đầu quay mặt lạy chân, chấp tay nói kệ khen rằng:

Dung nhan rất đẹp lạ
Ánh sáng soi mười phương

Con vừa từng cúng dường
Nay lại về thân thấy.

5. Lúc đó ngài Nhứt-Thiết-Chúng-Sanh-Hỷ-Kiến Bồ-Tát nói kệ xong và bạch Phật rằng: "Thế-Tôn! Đức Thế-Tôn vẫn còn ở đời ư?".

Bấy giờ, đức Nhật-Nguyệt-Tịnh-Minh-Đức Phật bảo ngài Nhứt-Thiết-Chúng-Sanh-Hỷ-Kiến Bồ-Tát rằng: "Thiện- nam-tử! Giờ ta nhập Niết-bàn đã đến, giờ diệt tận đã đến, ông nên sắp đặp giường tòa. Ta trong đêm nay sẽ nhập Niết-bàn".

Phật lại bảo ngài Nhứt-Thiết-Chúng-Sanh-Hỷ-Kiến Bồ-Tát rằng: "Thiện- nam-tử! Ta đem Phật pháp giao phó cho ông, và các Bồ-Tát đại đệ tử cùng pháp vô-thượng chánh-đẳng chánh-giác, cũng đem cõi thất bảo tam-thiên đại-thiên, các cây báu, đài báu và hàng chư thiên cung cấp hầu hạ đều giao phó cho ông. Sau khi ta diệt độ có bao nhiêu xá-lợi cũng phó chúc cho ông, nên làm lưu bố rộng bày các việc cúng dường, nên xây bao nhiêu nghìn tháp".

Đức Nhật-Nguyệt-Tịnh-Minh-Đức Phật bảo ngài Nhứt-Thiết-Chúng-Sanh-Hỷ-Kiến Bồ-Tát như thế rồi, vào khoảng cuối đêm nhập Niết-bàn.

6. Lúc đó, ngài Nhứt-Thiết-Chúng-Sanh-Hỷ-Kiến Bồ-Tát thấy Phật diệt độ buồn cảm sầu khổ, luyến mộ nơi Phật, liền dùng hải-thử-ngạn chiên-đàn làm giàn

để cúng dường thân Phật mà thiêu đó.

Sau khi lửa tắt, thâu lấy xá-lợi đựng trong tám muôn bốn nghìn bình báu, để xây tám muôn bốn nghìn tháp cao ba thế giới, chung dọn trang nghiêm thòng các phan lọng treo các linh báu.

Bấy giờ ngài Nhứt-Thiết-Chúng-Sanh-Hỷ-Kiến Bồ-Tát lại tự nghĩ rằng: "Ta dầu làm việc cúng dường đó lòng còn chưa đủ, ta nay lại nên cúng dường xá-lợi". Liền nói với các Bồ-Tát đại đệ tử và trời, rồng, Dạ-xoa v.v..., tất cả đại chúng rằng: "Các ông phải một lòng ghi nhớ, tôi nay cúng dường xá-lợi của đức Nhật-Nguyệt-Tịnh-Minh-Đức Phật". Nói xong liền ở trước tám muôn bốn nghìn tháp đốt cánh tay trăm phước trang nghiêm, mãn bảy muôn hai nghìn năm để cúng dường. Khiến vô số chúng cầu Thanh-văn, vô lượng vô số người phát tâm vô-thượng chánh-đẳng chánh-giác, đều làm cho trụ trong "Hiện-nhứt- thiết-sắc-thân tam-muội".

Lúc đó, các Bồ-Tát, trời, người, A-tu-la v.v.., thấy ngài không có tay bèn sầu khổ buồn thương mà nói rằng: "Ngài Nhứt-Thiết-Chúng-Sanh-Hỷ-Kiến Bồ-Tát này là thầy chúng ta, giáo hoá chúng ta, mà nay đốt tay, thân chẳng đầy đủ.

Lúc ấy, Ngài Nhứt-Thiết-Chúng-Sanh-Hỷ-Kiến Bồ-Tát ở trong đại chúng lập lời thề rằng: "Tôi bỏ hai tay ắt sẽ được thân sắc vàng của Phật, nếu thật không dối, thời khiến hai tay tôi hoàn phục, như cũ". Nói lời thề xong hai tay tự nhiên hoàn phục, đó là do phước đức trí huệ thuần hậu của Bồ tát cảm nên.

Đương lúc đó cõi tam-thiên đại-thiên thế giới sáu điệu vang động, trời rưới hoa báu, tất cả người, trời được việc chưa từng có.

7. Đức Phật bảo ngài Tú-Vương-Hoa Bồ-Tát: "Ý ông nghĩ sao? Nhứt-Thiết-Chúng-Sanh-Hỷ-Kiến Bồ-Tát đâu phải người nào lạ, chính là Dược-Vương Bồ-Tát đó. Ông ấy bỏ thân số nhiều vô lượng trăm nghìn muôn ức na-do-tha như thế.

Tú-Vương-Hoa! Nếu người phát tâm muốn đặng đạo vô-thượng chánh-đẳng chánh-giác, có thể đốt một ngón tay nhẫn đến một ngón chân để cúng dường pháp của Phật, hơn đem quốc thành, thê tử và cõi tam-thiên đại-thiên: Núi, rừng, sông, ao, các vật trân báu mà cúng dường.

Nếu lại có người đem bảy thứ báu đầy cả cõi tam-thiên đại-thiên cúng dường nơi Phật, cùng đại Bồ-Tát, Duyên-giác và A-la-hán, công đức của người đó được, chẳng bằng người thọ trì kinh Pháp-Hoa này nhẫn đến một bài kệ bốn câu, phước của người này rất nhiều.

8. Tú-Vương-Hoa! Thí như trong các dòng nước: Sông, ngòi, kinh, rạch, thời biển là lớn nhất; kinh Pháp-Hoa này cũng như thế, ở trong các kinh của

đức Như-Lai nói rất là sâu lớn.

Lại như trong các núi non: Thổ sơn, Hắc sơn, núi tiểu Thiết-vi, núi đại Thiết-vi cùng núi báu thời núi Diệu-Cao bậc nhất, kinh Pháp-Hoa này cũng như thế, ở trong các kinh rất lớn là bậc thượng.

Lại như trong các ngôi sao, mặt trăng là bậc nhất, kinh Pháp-Hoa này cũng như thế, ở trong nghìn muôn ức các kinh pháp là sáng.

Lại như mặt trời hay trừ các chỗ tối tăm, kinh Pháp-Hoa này cũng như thế, hay phá tất cả sự tối bất tiện.

Lại như trong các vua nhỏ, vua Chuyển-luân-thánh-vương rất là bậc nhất, kinh này cũng như thế, ở trong các kinh là bậc tôn kính hơn cả.

Lại như Đế-Thích là vua trong ba mươi cõi trời *(9)*, kinh này cũng thế, là vua trong các kinh.

Lại như trời đại Phạm-thiên-vương là cha tất cả chúng sanh, kinh này cũng như thế, là cha tất cả hiền thánh: Bậc hữu-học, vô-học cùng hàng pháp lòng Bồ-đề.

Lại như trong tất cả các phàm phu thời bậc Dự-lưu, Nhất-lai, Bất-lai, Vô-sanh, Duyên-giác, *(10)* là bậc nhất, kinh này cũng như thế, tất cả Như-Lai nói, hoặc Bồ-Tát, hoặc Thanh-văn nói trong, các kinh pháp là bậc nhất hơn cả, có người thọ trì được kinh điển này cũng lại như thế, ở trong tất cả chúng sanh cũng là bậc nhất.

Trong tất cả Thanh-văn cùng Duyên-giác, Bồ-Tát là bậc nhất, kinh này cũng lại thế trong tất cả các kinh pháp rất là bậc nhất.

Như Phật là vua của các pháp, kinh này cũng thế là vua của các kinh.

9. Tú-Vương-Hoa! Kinh này có thể cứu tất cả chúng sanh, kinh này có thể làm cho tất cả chúng sanh xa rời các khổ não, kinh này có thể lợi ích cho tất cả chúng sanh, đầy mãn chỗ mong cầu của chúng như ao nước trong mát có thể đầy đủ cho những người khát nước, như kẻ lạnh được lửa, như kẻ trần truồng được y phục, như người buôn được chủ *(11)* , như con gặp mẹ, như qua sông gặp thuyền, như người bệnh gặp thầy thuốc, như tối được đèn, như nghèo gặp của báu, như dân gặp vua *(12)* , như khách buôn được biển *(13)* , như đuốc trừ tối. Kinh Pháp-Hoa này cũng thế, có thể làm cho chúng sanh xa rời tất cả khổ, tất cả bệnh tật đau đớn, có thể mở sự trăn trói của tất cả sanh tử.

Nếu người nghe được kinh Pháp-Hoa này, hoặc chép hoặc bảo người chép, được công đức, dùng trí huệ cuả Phật tính lường nhiều ít chẳng thể được ngần mé đó. Nếu chép kinh sách này, dùng hoa, hương, chuỗi ngọc, hương đốt, hương bột, hương xoa, phan, lọng, y phục, các thứ đèn: Đèn nến, đèn dầu, các thứ đèn dầu thơm, đèn dầu chiêm-bặc, đèn dầu tu-mạn-na, đèn dầu ba-la-la, đèn dầu bà-lợi-sư-ca, đèn dầu na-bà-ma-lợi đem cúng dường, công đức cũng là vô lượng.

10. Tú-Vương-Hoa! Nếu có người nghe phẩm "Dược-Vương Bồ-Tát Bổn-Sự" này cũng được vô lượng vô biên công đức.

Nếu có người nữ nghe phẩm "Dược-Vương Bồ-Tát Bổn-Sự" này mà có thể thọ trì, thời sau khi dứt báo thân đàn bà đó không còn thọ lại nữa.

Sau khi Như-Lai diệt độ, năm trăm năm sau, nếu có người nữ nghe kinh điển này, đúng như lời mà tu hành, thời khi ở đây chết liền qua cõi An-Lạc, chỗ trụ xứ của đức A-Di-Đà-Phật *(14)* cùng chúng đại Bồ-Tát vây quanh, mà sanh trên tòa báu trong hoa sen.

Chẳng còn bị lòng tham dục làm khổ cũng lại chẳng bị lòng giận dỗi, ngu si làm khổ, cũng lại chẳng bị lòng kiêu mạn ghen ghét các tánh nhơ làm khổ, được thần thông vô-sanh pháp-nhẫn của Bồ-Tát, được pháp-nhẫn đó thì nhãn căn thanh tịnh. Do nhãn căn thanh tịnh đó thấy bảy trăm muôn hai nghìn ức na- do-tha hằng-hà-sa các đức Phật Như-Lai.

Bấy giờ, các đức Phật đồng nói khen rằng: "Hay thay! Hay thay! Thiện-nam-tử! Ông có thể ở trong pháp hội của đức Thích-Ca Mâu-Ni Phật mà thọ trì, đọc tụng, suy gẫm kinh này vì người khác nói, ông được công đức vô lượng vô biên, lửa chẳng đốt được, nước chẳng trôi được, công đức của ông, nghìn Phật nói chung cũng chẳng thể hết được. Ông nay có thể phá giặc ma, hoại quân sanh tử, các oán địch khác thảy đều trừ diệt.

Thiện-nam-tử! Trăm nghìn các đức Phật dùng sức thần thông đồng chung thủ hộ ông, tất cả trời người trong đời không ai bằng ông. Chỉ trừ các đức Như-Lai, bao nhiêu thiền định trí huệ cuả các Thanh-văn, Duyên-giác, nhẫn đến Bồ-Tát không có ai bằng ông.

Tú-Vương-Hoa! Vị Bồ-Tát đó thảnh tựu sức công đức trí huệ như thế.

11. Nếu có người nghe phẩm "Dược-Vương-Bồ-Tát Bổn-Sự" này mà có tùy hỷ khen ngợi, thì người đó trong thời hiện tại trong miệng thường thoảng ra mùi thơm hoa sen xanh; trong lỗ chân lông nơi thân, thường thoảng ra mùi thơm ngưu-đầu chiên-đàn, được công đức như đã nói ở trên.

Tú-Vương-Hoa! Vì thế ta đem phẩm "Dược-Vương Bồ-Tát Bổn-Sự" này chúc lũy cho ông. Năm trăm năm sau khi ta diệt độ phải tuyên nói lưu bố rộng truyền ở nơi cõi Diêm-Phù-đề, chớ để dứt mất. Chớ cho hàng ác ma, dân ma, các trời, rồng, Dạ-xoa, Cuu-bàn- trà, v..v.. phá khuấy đặng.

Tú-Vương-Hoa! Ông phải dùng sức thần thông giữ

gìn kinh này. Vì sao? Vì kinh này là món lương dược của người bệnh trong cõi Diêm-phù-đề; nếu người có bịnh được nghe kinh này bệnh liền tiêu diệt, chẳng già, chẳng chết.

Tú-Vương-Hoa! Nếu ông thấy có người thọ trì kinh này, phải dùng hoa sen xanh đựng đầy hương hột rải trên người đó. Rải xong nghĩ rằng: "Người này chẳng bao lâu quyết sẽ lấy cỏ trải ngồi nơi đạo tràng, phá các quân ma, sẽ thổi ốc pháp, đánh trống pháp, độ thoát tất cả chúng sanh ra khỏi biển sanh, già, bệnh, chết.

Cho nên người cầu Phật đạo thấy có người thọ trì kinh điển này, nên phải sanh lòng cung kính như thế.

12. Lúc đức Phật nói phẩm "Dược-Vương Bồ-Tát Bổn-Sự" này, có tám muôn bốn nghìn Bồ-Tát được pháp "Giải nhứt-thiết chúng-sanh ngữ-ngôn đà-la-ni".

Đức Đa-Bảo Như-Lai ở trong tháp báu khen ngài Tú-Vương-Hoa Bồ-Tát rằng: "Hay thay! Hay thay! Tú-Vương-Hoa! Ông thành tựu bất-khả tư-nghì công đức mới có thể hỏi đức Thích-Ca Mâu-Ni Phật việc như thế, làm vô lượng lợi ích cho tất cả chúng sanh".

KINH DIỆU-PHÁP LIÊN-HOA

Quyển Thứ Sáu

Tạm trì tuỳ hỷ thanh tịnh các căn kíp quên "nhân" "pháp", thể thường còn, thần lực khắp càn khôn trao phó ân cần: Liều thân mạng để báo ân rộng lớn.

NAM-MÔ PHÁP-HOA HỘI-THƯỢNG PHẬT BỒ-TÁT. *(3 lần)*

Ngài Di-Lặc Bồ-Tát so lường kinh nhân, sáu căn thanh tịnh hiện thiên-chân, Bất-Khinh thể thường còn, vì pháp thiêu thân cúng dường Phật Tịnh- Minh.

NAM-MÔ TÚ-VƯƠNG-HOA BỒ-TÁT. *(3 lần)*

Thích nghĩa

1. Tuỳ hỷ: Vui theo, vui mừng ưng thuận tán thành.
2. 1- Loài từ trứng sanh ra như chim v.v...
  2- Loài từ bào thai sanh ra như người v.v...
  3- Loài từ ẩm ướt sanh ra như trùng, đom đóm v.v...
  4- Loài từ biến hóa sanh ra như trời, địa-ngục

v.v...

3. *Vô-gián địa-ngục, người ở trong địa-ngục này một ngày một đêm muôn lần chết muôn lần sống, bị khổ hình không có giây phút nào ngớt nghỉ nên gọi là Vô-gián.*
4. *Cõi trời cùng tột, cũng là chót của ba cõi.*
5. *Quang-âm-thiên là một trong ba từng trời nhị-thiền, cũng là từng thứ ba, Biến-tịch-thiên là một trong ba từng tam-thiền, cũng là từng thứ ba.*
6. *Thiện? lành; Tịch? vắng-bặt. Tức là môn thiền định vô lậu lớn.*
7. *Người thế tục ưa mặc y phục sắc trắng nên gọi là "bạch-y".*
8. *Hai mươi bốn "thù" làm một lượng.*
9. *Trên chót núi Tu-di (Diệu-cao-sơn) bằng phẳng bốn phương có 32 cõi trời, mỗi cõi đều có một vị Thiên-vương quản trị. Trung ương, có một cõi trời, ông Thích-Đề-Hoàn-Nhơn (Đế-Thích, ở trong đây, quyền quản lãnh cả 33 cõi trời, hợp lại là trời "Đao-Lợi").*
10. *Người tu hành theo Phật Pháp phá 88 món "kiến-sở-đoạn-hoặc" thì rời phàm phu dự vào hàng Thánh nên gọi "Dự-Lưu". Cõi dục có 9 phẩm "tư-hoặc", cõi sắc có 36 phẩm "Tư-Hoặc". Cõi vô sắc có 36 phẩm "tư-hoặc". Cộng là 81 phẩm "tư-hoặc". Sau khi phá hết 88 món "kiến-hoặc", tu hành lần lần phá "tư-hoặc". Trong 9 phẩm cõi dục, phá được 6 phẩm trước thì chứng bậc "tư- đà-hàm" (Nhất-*

Lai) nghĩa là còn một lần sanh xuống nhân gian. Phá cả 9 phẩm thì không còn sanh xuống nhân gian nữa nên gọi "Bất-Lai" (A-na-hàm). Phá cả 81 phẩm tư hoặc thì dứt hẳn sanh tử luân hồi nên gọi "Vô- Sanh" (A-La-Hán).

11. Thương-Chủ: Người dẫn đạo cho các con buôn.

12. Vua: Vị cai trị một nước, người đem sự an ninh cho dân chúng.

13. Xưa các người buôn châu báu thường ra biển tìm châu báu.

14. An-Lạc tức là nước Cực-Lạc ở Tây-phương, của đức Giáo-Chủ A-Di-Đà Phật.

A. Tên những con số lớn của xứ Ấn-Độ xưa. Từ nghìn muôn ức sắp lên. Như một Chân-ca-la: Một nghìn muôn ức.

Sự tích
Tụng Kinh Thoát Nữ Thân

Đời Tuỳ, huyện Đắc-Lăng, có ông Thôi-Ngạn-Võ niên hiệu Khai-Hoàng, làm quan Thứ-Sử châu Ngũ. Một hôm, nhân đi thanh tra trong địa phận mình quản trị, đến một ấp nọ, bỗng ngạc nhiên vừa sợ vừa mừng, bảo kẻ tùng giả rằng: "Ta xưa từng làm vợ người ở trong ấp này, nay vẫn biết nhà cũ". Liền cỡi ngựa đi vào đường hẻm trong ấp, quanh quẹo đến một nhà, sai người gõ cửa. Ông chủ nhà đó đã già chạy ra lạy chào.

Ông Ngạn-Võ vào nhà, chỉ trên vách phía đông cách đất chừng năm sáu thước (thước Tàu) có chỗ lồi cao lên mà bảo chủ nhà rằng: "Chỗ trên cao đó là chỗ mà ta xưa kia cất năm đôi thoa vàng, với bộ kinh Pháp-Hoa của ta đọc hàng ngày. Bộ kinh ấy cuối quyển bảy, lửa cháy xém mất chữ hết một tờ. Vì cớ đó nên hiện nay mỗi khi ta tụng kinh Pháp-Hoa đến trang đó, thường quên lãng không ghi nhớ được". Nói xong sai người đục chỗ vách đó ra, quả thật được hộp đựng kinh; thoa vàng cùng quyển thứ bảy cháy xém một tờ cuối quyển như lời nói trước.

Ông chủ nhà rơi nước mắt khóc rằng: "Thoa vàng và cùng kinh thật là vật của vợ tôi, ngày còn sanh tiền, vợ tôi thường đọc bộ kinh Pháp-Hoa này".

Ông Ngạn-Võ lại nói: "Cây hòe trước sân kia ngày trước khi ta sắp đẻ, tự cởi đầu tóc mượn để vào bọng cây đó".

Nói xong bảo người thử lại tìm, thật quả được tóc.

Chủ nhà thấy việc như thế, biết chính quan Thứ-sử hiện nay, là vợ của mình ngày trước tái sanh, vừa buồn vừa mừng.

Thôi-Ngạn-Võ để đồ vật vàng bạc lại, hậu cấp cho ông chủ nhà mà đi.

(Lai-Bộ-Thượng-Thơ Đường-Lâm biên)

"Trong phẩm "Dược-Vương Bồ-Tát Bổn-Sự" có nói: Nếu có người nữ nào nghe kinh này mà có thể thọ trì, thời sau khi bỏ báo thân đàn bà đó, không còn thọ lại nữa". Chuyện của ông Thôi-Ngạn-Võ trên đây đủ chứng thật lời trong kinh. Làm cho chúng ta lại càng kính tin đức Như-Lai là đấng chơn thật ngữ.

Một người đàn bà vợ tên dân quê ở trong ấp cùng đọc kinh Pháp-Hoa mà đã sớm khỏi thân hèn khổ chuyển thành thân quan cao tước lớn, trong khi ấy người chồng vẫn còn là tên dân quê. Chồng lại rước vợ, nào biết đó là vợ cũ của mình ngày xưa.

Tên dân quê đó cùng một ít kẻ lân cận, khi người đàn bà đọc kinh Pháp-Hoa chết, hoặc giả lại có niệm nghĩ rằng: "Tụng kinh không phước, trái lại bị chết yểu. Niệm ngu si, lòng chê khinh ấy, khi gặp Thôi-Ngạn-Võ, như tuyết gặp nước sôi vậy.

Ôi! Công đức bất-khả tư-nghi của kinh, cùng lý nhân quả nhiệm mầu, kẻ tâm vụng về, trí thức thô thiển có thể nào mà thấu đáo được. Tôi rất lo ngại cho hạng người bác nhân quả, huỷ báng kinh Đại-thừa và thiết tha mong sao những hạng người ấy không nên quá nông nổi.

Vì khổ báo của người huỷ báng kinh, đức Phật Thế-Tôn đẳng vô-thượng chánh-đẳng chánh-giác như thật ngữ đã có huyền ký rõ ràng.

(Xem đoạn cuối phẩm Thí-Dụ - quyển 2)

KINH
DIỆU PHÁP LIÊN HOA

Tam Tạng Pháp Sư
Cưu Ma La Thập
Hán Dịch

Tỳ Kheo Thích Trí Tịnh
Việt Dịch

QUYỂN THỨ BẢY

PHẨM "DIỆU-ÂM BỒ-TÁT"
THỨ HAI MƯƠI BỐN

1. Lúc bấy giờ, đức Thích-Ca Mâu-Ni Phật từ nhục kế *(1)* tướng đại nhân phóng ra ánh sáng, và phóng ánh sáng nơi tướng lông trắng giữa chặn mày, soi khắp tám trăm muôn ức na-do-tha hằng-hà-sa các cõi Phật ở phương Đông.

   Qua khỏi số đó có thế giới tên Tịnh- Quang Trang-Nghiêm. Nước đó có Phật hiệu: Tịnh-Hoa Tú-Vương-Trí Như-Lai, Ứng-cúng, Chánh-biến-tri, Minh-hạnh-túc, Thiện-thệ, Thế-gian-giải, Vô-thượng-sĩ, Điều-ngự trượng-phu, Thiên-nhân-sư, Phật Thế-Tôn *(2)*, được vô lượng vô biên đại chúng Bồ-Tát cung kính vây quanh, mà vì chúng nói pháp.

   Ánh sáng lông trắng của đức Thích-Ca Mâu-Ni Phật soi khắp cõi nước đó.

2. Lúc đó, trong nước Nhứt-Thiết-Tịnh-Quang trang nghiêm có một vị Bồ-tát tên là Diệu-Âm, từ lâu đã trồng các gốc công đức, cúng dường gần gũi vô lượng trăm nghìn muôn ức các đức Phật mà đều được trọn nên trí huệ rất sâu, được môn Diệu-tràng-tướng tam-muội, Pháp-hoa tam-muội, Tịnh-đức tam-muội, Tú-vương-hý tam-muội, Vô-duyên tam-muội, Trí-ấn tam-muội, Giải-nhứt-thiết chúng-

sanh ngữ-ngôn tam-muội, Tập-nhứt-thiết công-đức tam-muội, Thanh-tịnh tam-muội, Thần-thông du-hý tam-muội, Huệ-cự tam-muội, Trang-nghiêm-vương tam-muội, Tịnh-quang-minh tam-muội, Tịnh-tạng tam-muội, Bất-cộng tam-muội, Nhựt-triền tam-muội, v.v.. được trăm nghìn muôn ức hằng-hà-sa các đại tam muội như thế.

Quang-Minh của đức Thích-Ca Mâu-Ni Phật soi đến thân vị Bồ-Tát đó, liền bạch cùng đức Tịnh-Hoa Tú-Vương-Trí Phật rằng: "Thế Tôn! Con phải qua đến cõi Ta-bà để lễ lạy gần gũi cúng dường đức Thích-Ca Mâu-Ni Phật, cùng để ra mắt ngài Văn-Thù Sư-Lợi Pháp-Vương-Tử Bồ-Tát, Dược-Vương Bồ-Tát, Dõng-Thí Bồ-Tát, Tú-Vương-Hoa Bồ-Tát, Thượng-Hạnh-Ý Bồ-Tát, Trang-Nghiêm-Vương Bồ-Tát, Dược- Thượng Bồ-Tát".

Khi đó, đức Tịnh-Hoa Tú-Vương-Trí Phật bảo ngài Diệu-Âm Bồ-Tát: "Ông chớ có khinh nước Ta-bà sanh lòng tưởng là hạ liệt. Thiện-nam-tử! Cõi Ta-bà kia cao thấp không bằng, các núi đất đá đầy dẫy sự dơ xấu, thân Phật kém nhỏ, các chúng Bồ-Tát thân hình cũng nhỏ, mà thân của ông cao lớn đến bốn muôn hai nghìn do-tuần, thân của ta sáu trăm tám muôn do-tuần. Thân của ông tốt đẹp thứ nhất trăm nghìn muôn phước sáng rỡ đẹp lạ, cho nên ông qua chớ khinh nước kia hoặc ở nơi Phật, Bồ-Tát cùng cõi nước mà sanh lòng tưởng cho là hạ liệt".

Ngài Diệu-Âm Bồ-Tát bạch với Phật đó rằng: "Thế-Tôn! Con nay qua cõi Ta-bà đều là do sức thần thông của Như-Lai, do thần thông du hý của Như-Lai, do công đức trí huệ trang nghiêm của Như-Lai".

3. Lúc đó, Ngài Diệu-Âm Bồ-Tát, chẳng rời tòa, thân chẳng lay động mà vào trong tam muội, dùng sức tam muội ở nơi núi Kỳ-Xà-Quật cách pháp tòa chẳng bao xa hóa làm tám muôn bốn nghìn các hoa sen báu: Vàng Diêm-phù-đàn làm cọng, bạc làm cánh, kim-cang làm nhụy, chân-thúc-ca-bảo làm đài.

Bấy giờ, ngài Văn-Thù Sư-Lợi Pháp-vương-tử thấy hoa sen bèn bạch cùng Phật rằng: "Thế-Tôn! Đây do nhân duyên gì mà hiện điềm tốt này, có ngần ấy nghìn vạn hoa sen: Vàng Diêm-phù-đàn làm cọng, bạc làm cánh, kim-cang làm nhụy, chân-thúc-ca-bảo làm đài?"

Khi ấy đức Thích-Ca Mâu-Ni Phật bảo ngài Văn-Thù Sư-Lợi rằng: "Đó là Diệu-Âm Đại Bồ-Tát từ cõi nước của đức Tịnh-Hoa Tú-Vương-Trí Phật muốn cùng tám muôn bốn nghìn Bồ-Tát vây quanh mà đến cõi Ta-bà này để cúng dường gần gũi lễ lạy nơi ta, cũng muốn cúng dường nghe kinh Pháp-Hoa".

Ngài Văn-Thù Sư-Lợi bạch Phật rằng: "Thế-Tôn! Vị Bồ-Tát đó trồng gốc lành gì, tu công đức gì mà có được sức đại thần thông như thế? Tu tam-muội gì? Mong Phật vì chúng con nói danh tự của tam-muội đó. Chúng con cũng muốn siêng tu hành đó. Tu hành môn tam-muội này mới thấy được sắc tướng lớn nhỏ oai nghi tấn chỉ của vị Bồ-Tát đó. Cúi mong đức Thế-Tôn dùng sức thần thông khi vị Bồ-Tát đó đến khiến chúng con được thấy".

Lúc ấy đức Thích-Ca Mâu-Ni Phật bảo ngài Văn-Thù Sư-Lợi: "Đức Đa-Bảo Như-Lai đa diệt độ từ lâu, nay sẽ vì các ông mà hiện bày thân tướng của Bồ-Tát đó". Tức thời đức Đa-Bảo Phật bảo Bồ-Tát đó rằng: "Thiện-nam-tử đến đây! Văn-Thù Sư-Lợi Pháp-vương-tử muốn thấy thân của ông".

4. Bấy giờ, ngài Diệu-Âm Bồ-Tát nơi cõi nước kia ẩn mặt, cùng với tám muôn bốn nghìn Bồ-Tát đồng nhau qua cõi Ta-bà, ở các nước trải qua, sáu điệu vang động, thảy đều rưới hoa sen bằng bảy báu, trăm nghìn nhạc trời chẳng trổi tự kêu, mắt của vị Bồ-Tát đó như cánh hoa sen xanh rộng lớn. Giả sử hoà hợp trăm nghìn muôn mặt trăng, diện mạo của ngài tốt đẹp lại hơn nơi đây, thân sắc vàng ròng vô lượng trăm nghìn công đức trang nghiêm, oai đức rất thịnh, ánh sáng chói rực, các tướng đầy đủ như thân Na-La-Diên *(3)* bền chắc.

Ngài vào trong đài thất bảo bay lên hư không cách

đất bằng bảy cây đa-la. Các chúng Bồ-Tát cung kính vây quanh mà đồng đến núi Kỳ Xà Quật, ở cõi Ta-bà nầy, đến rồi xuống đài thất bảo, dùng chuỗi ngọc giá trị trăm nghìn, đem đến chỗ Thích-Ca Mâu-Ni Phật, đầu mặt lễ chân Phật dâng chuỗi ngọc lên mà bạch Phật rằng: "Thế-Tôn! Đức Tịnh-Tú Hoa-Vương-Trí Phật hỏi thăm đức Thế-Tôn ít bịnh, ít khổ, đi đứng thơ thới, sở hành an vui chăng? Bốn đại đều hòa chăng? Việc đời nhẫn được chăng? Chúng sanh dễ độ chăng? Không có người nhiều tham dục, giận hờn, ngu si, ganh ghét, bỏn sẻn, kiêu mạn chăng? Không kẻ chẳng thảo cha mẹ, chẳng kính Sa-môn *(4)* tà kiến tâm chẳng lành, chẳng nhiếp năm tình *(5)* chăng?

Thế-Tôn! Chúng sanh hàng phục được ma oán chăng? Đức Đa-Bảo Như-Lai diệt độ từ lâu ở trong tháp bảy báu có đến nghe pháp chăng? Lại hỏi thăm đức Đa-Bảo Như-Lai: An ổn, ít khổ, kham nhẫn ở lâu được chăng? Thế-Tôn! Nay con muốn thấy thân đức Đa-Bảo Phật, cúi mong Thế-Tôn chỉ bày cho con được thấy".

Lúc đó, đức Thích-Ca Mâu-Ni Phật nói với Phật Đa-Bảo rằng: "Ông Diệu-Âm Bồ-Tát này muốn được ra mắt Phật".

Đức Đa-Bảo Phật liền nói với Diệu-Âm Bồ-Tát rằng: " Hay thay! Hay thay! Ông có thể vì cúng dường đức Thích-Ca Mâu-Ni Phật và nghe kinh

Pháp-Hoa cùng ra mắt Văn-Thù Sư-Lợi v.v.. nên qua đến cõi này".

5. Lúc bấy giờ, ngài Hoa-Đức Bồ-Tát bạch Phật rằng: "Thế Tôn! Ngài Diệu-Âm Bồ-Tát trồng gốc lành gì, tu công đức gì, mà có sức thần thông như thế?"
Đức Phật bảo ngài Hoa-Đức Bồ-Tát: "Thuở quá khứ có Phật hiệu Vân-Lôi Âm-Vương Như-Lai, Ứng-cúng, Chánh-biến-tri, cõi nước tên là Hiện-Nhứt-Thiết-Thế-Gian, kiếp tên Hỷ-Kiến. Diệu-Âm Bồ-Tát ở trong một vạn hai nghìn năm, dùng mười muôn thứ kỹ nhạc cúng dường đức Vân-Lôi Âm-Vương Phật cùng dâng lên tám muôn bốn ngàn cái bát bảy báu. Do nhân duyên quả báo đó nay sanh tại nước của đức Tịnh-Hoa Tú-Vương-Trí Phật, có sức thần như thế. Hoa-Đức! Ý ông nghĩ sao? Thuở đó, nơi chỗ đức Vân-Lôi-Âm-Vương Phật, Diệu-Âm Bồ-Tát cúng dường kỹ nhạc cùng dâng bát báu lên đó, đâu phải người nào lạ, chính nay là Diệu-Âm đại Bồ-Tát đây.
Hoa-Đức! Diệu-Âm Bồ-Tát này đã từng cúng dường gần gũi vô lượng các đức Phật, từ lâu trồng gốc công đức, lại gặp hằng-hà-sa trăm nghìn muôn ức na-do-tha đức Phật".

6. Hoa-Đức! Ông chỉ thấy Diệu-Âm Bồ-Tát thân hình ở tại đây, mà Bồ-Tát đó hiện các thứ thân hình, nơi

nơi vì hàng chúng sanh nói kinh điển này.

Hoặc hiện thân Phạm-Vương, hoặc hiện thân Đế-Thích, hoặc hiện thân Tự-Tại-Thiên, hoặc hiện thân Đại-Tự-Tại-Thiên, hoặc hiện thân Thiên-Đại Tướng-Quân, hoặc hiện thân Tỳ-sa- môn Thiên-Vương, hoặc hiện thân Chuyển-Luân-thánh-vương, hoặc hiện thân các Tiểu-vương, hoặc hiện thân Trưởng-giả, hoặc hiện thân Cư-sĩ, hoặc hiện thân Tể-quan, hoặc hiện thân Bà-la-môn, hoặc hiện thân Tỳ-kheo, Tỳ-kheo-ni, Ưu-ba-tắc, Ưu-bà-di, hoặc hiện thân phụ nữ cuả Tể-quan, hoặc hiện thân phụ nữ của Bà-la-môn, hoặc hiện thân đồng-nam đồng-nữ, hoặc hiện thân Trời, Rồng, Dạ-xoa, Càn-thát-bà, A-tu-la, Ca-lâu-la, Khẩn-na-la, Ma- hầu-la-dà, nhơn cùng phi-nhơn v.v... mà nói kinh này.

Bao nhiêu địa-ngục, ngạ-quỷ, súc-sanh và các chỗ nạn đều có thể cứu giúp, nhẫn đến trong hậu cung của vua biến làm thân người nữ mà nói kinh này.

7. Hoa-Đức! Diệu-Âm Bồ-Tát này, hay cứu hộ các chúng sanh trong cõi Ta-bà, Diệu-Âm Bồ-Tát này biến hoá hiện các thân hình như thế ở tại cõi Ta-bà này vì chúng sanh mà nói kinh Pháp-Hoa ở nơi thần thông biến hóa không hề tổn giảm. Vị Bồ-Tát này dùng ngần ấy trí huệ sáng soi cõi Ta-bà, khiến tất cả chúng sanh đều được hiểu biết, ở trong hằng-hà-sa cõi nước trong mười phương cũng lại như thế.

Nếu chúng sanh đáng dùng thân Thanh-văn được độ thoát, liền hiện thân hình Thanh-văn mà vì đó nói pháp.

Đáng dùng thân hình Duyên-giác được độ thoát, liền hiện thân hình Duyên-giác mà vì đó nói pháp, đáng dùng thân hình Bồ-Tát được độ thoát, liền hiện thân hình Bồ-Tát mà vì đó nói pháp.

Đáng dùng thân hình Phật được độ thoát, liền hiện thân hình Phật mà vì đó nói pháp.

Theo chỗ đáng độ mà vì chúng hiện các thứ thân hình như thế, nhẫn đến đáng dùng diệt độ mà được độ thoát liền thị hiện diệt độ.

Hoa-Đức! Diệu-Âm đại Bồ-Tát trọn nên sức đại thần thông trí huệ, việc đó như thế.

Lúc đó ngài Hoa-Đức Bồ-Tát bạch cùng Phật rằng: "Thế Tôn! Ngài Diệu-Âm Bồ-Tát sâu trồng căn lành. Thế-Tôn! Bồ-Tát đó trụ tam-muội gì mà có thể ở các nơi biến hiện thân hình độ thoát chúng sanh như thế?"

Phật bảo ngài Hoa-Đức Bồ-Tát: "Thiện-nam-tử! Tam-muội đó tên là "Hiện-nhứt-thiết-sắc-thân". Diệu-Âm Bồ-Tát trụ trong tam muội đó có thể giúp ích vô lượng chúng sanh như thế".

8. Lúc nói phẩm "Diệu-Âm Bồ-Tát" này những Bồ-Tát cùng đi chung với Diệu-Âm Bồ-Tát tám muôn bốn nghìn người đều được: "Hiện-nhứt-thiết-sắc-

thân tam-muội". Vô lượng Bồ-Tát trong cõi Ta-bà này cũng được tam-muội đó và Đà-la-ni.

Khi ngài Diệu-Âm đại Bồ-Tát cúng dường đức Thích-Ca Mâu-Ni Phật và tháp của Đa-Bảo Phật xong rồi, trở về bổn độ, các nước đi trải qua đều sáu điệu vang động, rưới hoa sen báu, trổi trăm nghìn muôn ức các thứ kỹ nhạc đã đến bổn quốc cùng tám muôn bốn nghìn Bồ-Tát vây quanh đến chỗ đức Tịnh-Hoa Tú-Vương Trí-Phật mà bạch rằng: "Thế Tôn! Con đến cõi Ta-bà lợi ích chúng sanh, ra mắt đức Thích-Ca Mâu-Ni Phật và ra mắt tháp đức Đa-Bảo Phật lễ lạy cúng dường, lại ra mắt Văn-Thù Sư-Lợi Pháp-Vương-Tử Bồ-Tát, Dược-Vương Bồ-Tát, Đắc-Cần Tinh-Tấn-Lực Bồ-Tát, Dõng-Thí Bồ-Tát, cũng làm cho tám muôn bốn nghìn vị Bồ-Tát này được "Hiện-nhứt-thiết- sắc-thân tam-muội".

Lúc nói phẩm Diệu-Âm Bồ-Tát Lai-Vãng" này, bốn mươi hai nghìn vị Thiên-tử được vô-sanh pháp-nhẫn. Hoa-Đức Bồ-Tát được Pháp-Hoa tam- muội.

KINH
DIỆU PHÁP LIÊN HOA

Tam Tạng Pháp Sư
Cưu Ma La Thập
Hán Dịch

Tỳ Kheo Thích Trí Tịnh
Việt Dịch

QUYỂN THỨ BẢY

PHẨM "QUÁN-THẾ-ÂM BỒ-TÁT PHỔ-MÔN" THỨ HAI MƯƠI LĂM

1. Lúc bấy giờ, ngài Vô-Tận-Ý Bồ-Tát liền từ chỗ ngồi đứng dậy trịch áo bày vai hữu, chấp tay hướng Phật mà bạch rằng: "Thế Tôn! Ngài Quán-Thế-Âm Bồ-Tát do nhân duyên gì mà tên là Quán-Thế-Âm?"

   Phật bảo ngài Vô-Tận-Ý Bồ-Tát: "Thiện-nam-tử! Nếu có vô lượng trăm nghìn muôn ức chúng sanh chịu các khổ não, nghe Quán-Thế-Âm Bồ-Tát này một lòng xưng danh. Quán-Thế- Âm Bồ-Tát tức thì xem xét tiếng tăm kia, đều được giải thoát.

   Nếu có người trì danh hiệu Quán-Thế-Âm Bồ-Tát này, dầu vào trong lửa lớn, lửa chẳng cháy được, vì do sức uy thần của Bồ-Tát này được như vậy.

   Nếu bị nước lớn làm trôi, xưng danh hiệu Bồ-Tát này liền được chỗ cạn.

   Nếu có trăm nghìn muôn ức chúng sanh vì tìm vàng, bạc, lưu ly, xa-cừ, mã-não, san-hô, hổ-phách, trân châu các thứ báu, vào trong biển lớn, giả sử gió lớn thổi ghe thuyền của kia trôi tắp nơi nước quỉ La-sát, trong ấy nếu có nhẫn đến một người xưng danh hiệu Quán-Thế-Âm Bồ-Tát, thì các người đó đều được thoát khỏi nạn quỉ La-sát. Do nhân duyên đó mà tên là Quán-Thế-Âm.

2. Nếu lại có người sắp sẽ bị hại, xưng danh hiệu Quán-Thế-Âm Bồ-Tát, thì dao gậy của người cầm liền gãy từng khúc, người ấy liền được thoát khỏi.

Nếu quỉ Dạ-xoa cùng La-sát đầy trong cõi tam-thiên đại-thiên muốn đến hại người, nghe người xưng hiệu Quán-Thế-Âm Bồ-Tát, thì các quỉ dữ đó còn không thể dùng mắt dữ mà nhìn người, huống lại làm hại được.

Dầu lại có người hoặc có tội, hoặc không tội, gông cùm xiềng xích trói buộc nơi thân, xưng danh hiệu Quán-Thế-Âm Bồ-Tát thảy đều đứt rã, liền được thoát khỏi.

Nếu kẻ oán tặc đầy trong cõi tam-thiên đại-thiên, có một vị thương chủ dắt các người buôn đem theo nhiều của báu, trải qua nơi đường hiểm trở, trong đó có một người xướng rằng: "Các Thiện-nam-tử! Chớ nên sợ sệt, các ông nên phải một lòng xưng danh hiệu Quán-Thế-Âm Bồ-Tát, vị Bồ-Tát đó hay đem pháp vô-úy thí cho chúng sanh, các ông nếu xưng danh hiệu thì sẽ được thoát khỏi oán tặc nầy".

Các người buôn nghe rồi, đều lên tiếng xưng rằng: "Nam-Mô Quán-Thế-Âm Bồ-Tát!" vì xưng danh hiệu Bồ-Tát nên liền được thoát khỏi.

Vô-Tận-Ý! Quán-Thế-Âm Bồ-Tát sức oai thần to lớn như thế.

3. Nếu có chúng sanh nào nhiều lòng dâm dục, thường cung kính niệm Quán-Thế-Âm Bồ-Tát, liền được ly dục.

   Nếu người nhiều giận hờn, thường cung kính niệm Quán-Thế-Âm Bồ-Tát, liền được lìa lòng giận.

   Nếu người nhiều ngu si, thường cung kính niệm Quán-Thế-Âm Bồ-Tát, liền được lìa ngu si.

   Vô-Tận-Ý! Quán-Thế-Âm Bồ-Tát có những sức oai thần lớn, nhiều lợi ích như thế, cho nên chúng sanh thường phải một lòng tưởng nhớ.

   Nếu có người nữ, giả sử muốn cầu con trai, lễ lạy cúng dường Quán-Thế-Âm Bồ-Tát, liền sanh con trai phúc đức trí huệ; giả sử muốn cầu con gái, bèn sanh con gái có tướng xinh đẹp, trước đã trồng gốc phước đức, mọi người đều kính mến.

   Vô-Tận-Ý! Quán-Thế-Âm Bồ-Tát có sức thần như thế.

4. Nếu có chúng sanh cung kính lễ lạy Quán-Thế-Âm Bồ-Tát, thì phước đức chẳng luống mất. Cho nên chúng sanh đều phải thọ trì danh hiệu Quán-Thế-Âm Bồ-Tát.

   Vô Tận Ý! Nếu có người thọ trì danh tự của sáu mươi hai ức hằng-hà-sa Bồ-Tát lại trọn đời cúng dường đồ ăn uống y phục, giường nằm, thuốc thang. Ý ông nghĩ sao? Công đức của người thiện-nam-tử, thiện-nữ-nhơn đó có nhiều chăng?

Vô-Tận-Ý thưa: "Bạch Thế-Tôn! Rất nhiều". Phật nói: "Nếu lại có người thọ trì danh hiệu Quán-Thế-Âm Bồ-Tát, nhẫn đến một thời lễ lạy cúng dường, thì phước của hai người đó bằng nhau không khác, trong trăm nghìn ức kiếp không thể cùng tận.

Vô-Tận-Ý! Thọ trì danh hiệu Quán- Thế-Âm Bồ-Tát được vô lượng vô biên phước đức lợi ích như thế."

5. Ngài Vô-Tận-Ý Bồ-Tát bạch Phật rằng: "Thế-Tôn! Quán-Thế-Âm Bồ-Tát dạo đi trong cõi Ta-bà như thế nào? Sức phương tiện đó như thế nào?"

Phật bảo Vô-Tận-Ý Bồ-Tát: "Thiện-nam-tử! Nếu có chúng sanh trong quốc độ nào đáng dùng thân Phật để độ thoát thời Quán-Thế-Âm Bồ-Tát liền hiện thân Phật vì đó nói pháp.

Người đáng dùng thân Thanh-văn để độ thoát, liền hiện thân Thanh-văn mà vì đó nói pháp.

Người đáng dùng thân Phạm-vương để độ thoát, liền hiện thân Phạm- vương mà vì đó nói pháp.

Người đáng dùng thân Đế-Thích để độ thoát, liền hiện thân Đế-Thích mà vì đó nói pháp.

Người đáng dùng thân Tự-tại-thiên để độ thoát, liền hiện thân Tự-tại- thiên mà vì đó nói pháp.

Người đáng dùng thân Đại-Tự-tại-thiên để độ thoát, liền hiện thân Đại-Tự-tại-thiên mà vì đó nói pháp.

Người đáng dùng thân Thiên-đại- tướng-quân để

độ thoát, liền hiện thân Thiên-đại-tướng-quân mà vì đó nói pháp.

Người đáng dùng thân Tỳ-sa-môn được độ thoát, liền hiện thân Tỳ-sa-môn mà vì đó nói pháp.

Người đáng dùng thân Tiểu-vương được độ thoát, liền hiện thân Tiểu- vương mà vì đó nói pháp.

Người đáng dùng thân Trưởng-giả được độ thoát, liền hiện thân Trưởng-giả mà vì đó nói pháp.

Người đáng dùng thân Cư sĩ được độ thoát, liền hiện thân Cư sĩ mà vì đó nói pháp.

Người đáng dùng thân Tể-quan được độ thoát, liền hiện thân Tể-quan mà vì đó nói pháp.

Người đáng dùng thân Bà-la-môn được độ thoát, liền hiện thân Bà-la-môn mà vì đó nói pháp.

Người đáng dùng thân Tỳ-kheo, Tỳ- kheo-ni, Ưu-bà-tắc, Ưu-ba-di được độ thoát, liền hiện thân Tỳ-kheo, Tỳ-kheo- ni, Ưu-bà-tắc, Ư-ba-di mà vì đó nói pháp.

Người đáng dùng thân phụ nữ của Trưởng-giả, Cư-Sĩ, Tể-quan, Bà-la-môn được độ thoát, liền hiện thân phụ nữ mà vì đó nói pháp.

Người đáng dùng thân đồng-nam, đồng-nữ được độ thoát, liền hiện thân đồng-nam, đồng-nữ mà vì đó nói pháp.

Người đáng dùng thân trời, rồng, Dạ-xoa, Càn-thát-bà, A-tu-la, Ca-lâu-la, Khẩn-na-la, Ma-hầu-la-dà, nhơn cùng phi nhơn được độ thoát, liền đều hiện ra mà vì đó nói pháp.

Người đáng dùng thân Chấp-Kim-Cang thần được độ thoát, liền hiện thân Chấp-Kim-Cang thần mà vì đó nói pháp.

Vô-Tận-Ý! Quán-Thế-Âm Bồ-Tát đó thành tựu công đức như thế, dùng các thân hình, dạo đi trong các cõi nước để độ thoát chúng sanh, cho nên các ông phải một lòng cúng dường Quán-Thế- Âm Bồ-Tát.

Quán-Thế-Âm đại Bồ-Tát đó ở trong chỗ nạn gấp sợ sệt hay ban sự vô-úy, cho nên cõi Ta-bà này đều gọi Ngài là vị "Thí-vô-úy".

6. Vô Tận Ý Bồ Tát bạch Phật: "Thế-Tôn! Con nay phải cúng dường Quán-Thế-Âm Bồ-Tát". Liền mở chuỗi ngọc bằng các châu báu nơi cổ giá trị trăm nghìn lạng vàng, đem trao cho ngài Quán-Thế-Âm mà nói rằng: "Xin Ngài nhận chuỗi trân bảo pháp thí này".

Khi ấy Quán-Thế-Âm Bồ-tát chẳng chịu nhận chuỗi. Ngài Vô-Tận-Ý lại thưa cùng Quán-Thế-Âm Bồ-Tát rằng: "Xin Ngài vì thương chúng tôi mà nhận chuỗi ngọc này".

Bấy giờ Phật bảo Quán-Thế-Âm Bồ-Tát: "Ông nên thương Vô-Tận-Ý Bồ-Tát này và hàng tứ chúng cùng trời, rồng, Dạ-xoa, Càn-thát-bà, A-tu-la, Ca-lâu-la, Khẩn-na-la, Ma-hầu-la-dà, nhơn và phi-nhơn v.v... mà nhận chuỗi ngọc đó.

Tức thời Quán-Thế-Âm Bồ-Tát thương hàng tứ chúng và trời, rồng, nhơn, phi- nhơn v.v... mà nhận chuỗi ngọc đó chia làm hai phần: Một phần dâng đức Thích-Ca Mâu-Ni Phật, một phần dâng tháp của Phật Đa-Bảo.

Vô-Tận-Ý! Quán-Thế-Âm Bồ-Tát có sức thần tự tại như thế, dạo đi nơi cõi Ta Bà".

Lúc đó, ngài Vô-Tận-Ý Bồ-Tát nói kệ hỏi Phật rằng:

7. Thế-Tôn đủ tướng tốt!
Con nay lại hỏi kia
Phật tử nhân duyên gì?
Tên là Quán-Thế-Âm?
Đấng đầy đủ tướng tốt
Kệ đáp Vô-Tận-Ý:
Ông nghe hạnh Quán-Âm
Khéo ứng các nơi chỗ
Thệ rộng sâu như biển
Nhiều kiếp chẳng nghĩ bàn
Hầu nhiều nghìn đức Phật
Phát nguyện thanh tịnh lớn.
Ta vì ông lược nói
Nghe tên cùng thấy thân
Tâm niệm chẳng luống qua
Hay diệt khổ các cõi.

Giả sử sanh lòng hại
Xô rớt hầm lửa lớn
Do sức niệm Quán-Âm
Hầm lửa biến thành ao.
Hoặc trôi dạt biển lớn
Các nạn quỉ, cá, rồng
Do sức niệm Quán-Âm
Sóng mòi chẳng chìm được.
Hoặc ở chót Tu-di
Bị người xô rớt xuống
Do sức niệm Quán-Âm
Như mặt nhật treo không
Hoặc bị người dữ rượt
Rớt xuống núi Kim-Cang
Do sức niệm Quán-Âm
Chẳng tổn đến mảy lông.
Hoặc gặp oán tặc vây
Đều cầm dao làm hại
Do sức niệm Quán-Âm
Đều liền sanh lòng lành.
Hoặc bị khổ nạn vua
Khi hành hình sắp chết
Do sức niệm Quán-Âm
Dao liền gãy từng đoạn.
Hoặc tù cấm xiềng xích
Tay chân bị gông cùm
Do sức niệm Quán-Âm

Tháo rã được giải thoát
Nguyền rủa các thuốc độc
Muốn hại đến thân đó
Do sức niệm Quán-Âm
Trở hại nơi bổn-nhân *(6)*
Hoặc gặp La-sát dữ
Rồng độc các loài quỉ
Do sức niệm Quán-Âm
Liền đều không dám hại.
Hoặc thú dữ vây quanh
Nanh vuốt nhọn đáng sợ
Do sức niệm Quán-Âm
Vội vàng bỏ chạy thẳng.
Rắn độc cùng bò cạp
Hơi độc khói lửa đốt
Do sức niệm Quán-Âm
Theo tiếng tự bỏ đi.
Mây sấm nổ sét đánh
Tuôn giá *(7)*, xối mưa lớn
Do sức niệm Quán-Âm
Liền được tiêu tan cả.
Chúng sanh bị khổ ách
Vô lượng khổ bức thân
Quán-Âm sức trí diệu
Hay cứu khổ thế gian
Đầy đủ sức thần thông
Rộng tu trí phương tiện

Các cõi nước mười phương
Không cõi nào chẳng hiện.
Các loài trong đường dữ:
Địa-ngục, quỉ, súc sanh
Sanh, già, bịnh, chết khổ
Lần đều khiến dứt hết.
Chơn-quán thanh tịnh quán
Trí-huệ quán rộng lớn
Bi-quán và từ-quán,
Thường nguyện thường chiêm ngưỡng
Sáng thanh tịnh không nhơ
Tuệ nhật *(8)* phá các tối
Hay phục tai khói lửa
Khắp soi sáng thế gian.
Lòng bi răn như sấm
Ý tứ diệu dường mây *(9)*
Xối mưa pháp cam lồ
Dứt trừ lửa phiền não *(10)*
Cãi kiện qua chỗ quan
Trong quân trận sợ sệt
Do sức niệm Quán-Âm
Cừu oán đều lui tan.
Diệu-Âm, Quán-Thế-Âm
Phạm-âm, Hải-triều-âm
Tiếng hơn thế gian kia,
Cho nên thường phải niệm.
Niệm niệm chớ sanh nghi

Quán Âm bậc tịnh thánh
Nơi khổ não nạn chết
Hay vì làm nương cậy.
Đủ tất cả công đức
Mắt lành trông chúng sanh
Biển phước lớn không lường
Cho nên phải đảnh lễ.

8. Bấy giờ, ngài Trì-Địa Bồ-Tát liền từ chỗ ngồi đứng dậy đến trước Phật bạch rằng: "Thế Tôn! Nếu có chúng sanh nào nghe phẩm Quán-Thế-Âm Bồ-Tát Đạo-nghiệp Tự-Tại, Phổ-Môn Thị-Hiện sức thần thông nầy, thì phải biết công đức người đó chẳng ít".

Lúc Phật nói phẩm Phổ-Môn này, trong chúng có tám muôn bốn nghìn chúng sanh đều phát tâm vô-đẳng-đẳng vô- thượng chánh-đẳng chánh-giác.

KINH
DIỆU PHÁP LIÊN HOA

**Tam Tạng Pháp Sư
Cưu Ma La Thập**
Hán Dịch

Tỳ Kheo Thích Trí Tịnh
Việt Dịch

QUYỂN THỨ BẢY

PHẨM "ĐÀ-LA-NI"
THỨ HAI MƯƠI SÁU

1. Lúc bấy giờ, ngài Dược-Vương Bồ-Tát liền từ chỗ ngồi đứng dậy, trệch áo bày vai hữu chấp tay hướng Phật mà bạch Phật rằng: " Thế-Tôn! Nếu có Thiện-nam-tử, thiện-nữ-nhơn hay thọ trì được kinh Pháp-Hoa này, hoặc đọc tụng thông lẹ, hoặc biên chép quyển kinh, được bao nhiêu phước đức?"
Phật bảo ngài Dược-Vương: "Nếu có thiện-nam-tử, thiện-nữ-nhơn cúng dường tám trăm muôn ức na-do-tha hằng-hà-sa các đức Phật. Ý ông nghĩ sao? Người đó được phước đức có nhiều chăng?" - Thưa Thế-Tôn! Rất nhiều.
Phật nói: " Nếu có thiện-nam-tử, thiện-nữ-nhơn ở nơi kinh này có thể thọ trì nhẫn đến một bài kệ bốn câu đọc tụng giải nghĩa, đúng như lời mà tu hành thì công đức rất nhiều".

2. Lúc đó, ngài Dược-Vương Bồ-Tát bạch Phật rằng: "Thế-Tôn! Con nay sẽ cho người nói kinh Pháp-Hoa chú Đà-la-ni để giữ-gìn đó". Liền nói chú rằng:
"An nhĩ, mạn nhĩ, ma nễ, ma ma nễ, chỉ lệ, già lê đệ, xa mế, xa lý đa vĩ, chuyên đế, mục đế mục đa lý, ta lý, a vĩ ta lý, tang lý, ta lý xoa duệ, a xoa duệ, a kỳ nhị chuyên đế xa lý, đà la ni, a lu dà bà ta kĩ đá tỳ xoa nhị, nễ tỳ thế, a tiện đa la nễ lý thế, a đàn dá

ba lệ thâu địa, âu cứu lệ, mâu cứu lệ, a la lệ, ba la lệ, thủ ca sai, a tam ma tam lý, Phật đà tỳ kiết lợi diệt đế đạt ma ba lợi sai đế, tăng già niết cù sa nễ bà xá bà xá thâu địa, mạn đá lã, mạn đá lã xoa dạ đa, bưu lâu đá, bưu lâu đá kiêu xá lược, ác xoa lã, ác xoa dã đa dã, a bà lư, a ma nhã na đa dạ".

Thế-Tôn! Thần chú Đà-la-ni này là của sáu mươi hai ức hằng-hà-sa các đức Phật nói. Nếu có người xâm hủy vị Pháp-sư này, thì là xâm hủy các đức Phật rồi.

Lúc đó, đức Thích-Ca Mâu-Ni Phật khen Dược-Vương Bồ-Tát rằng: "Hay thay! Hay thay! Dược-Vương! Ông thương xót muốn ủng hộ vị Pháp-sư đó, nên nói chú Đà-la-ni này, được nhiều lợi ích ở nơi các chúng sanh".

3. Lúc bấy giờ, ngài Dõng-Thí Bồ-Tát bạch Phật rằng: "Thế-Tôn! Con cũng vì ủng hộ người đọc tụng thọ trì kinh Pháp-Hoa mà nói chú Đà-la-ni. Nếu vị Pháp-sư đó được chú Đà-la-ni này, hoặc Dạ-xoa, La-sát hoặc Phú-đan-na hoặc Cát-giá, hoặc Cưu-bàn-trà, hoặc Ngạ-quỷ v.v... rình tìm chỗ dở của Pháp-sư không thể được tiện lợi". Liền ở trước Phật mà nói chú rằng:

"Toa lệ, ma ha toa lệ, úc chỉ, mục chỉ, a lệ, a la bà đệ, niết lệ đệ, niết lệ đa bà đệ, y trí nỉ, vi trí nỉ, chỉ trí nỉ, niết lệ trì nỉ, niết lê trì bà để".

Thế-Tôn! Thần chú Đà-la-ni này của hằng-hà-sa các đức Phật nói, cũng đều tùy hỷ. Nếu có người xâm hủy vị Pháp-sư này thì là xâm hủy các đức Phật đó rồi.

4. Bấy giờ, Tỳ-sa-môn Thiên-vương, vì trời hộ đời bạch Phật rằng: "Thế-Tôn! Con cũng vì thương tưởng chúng sanh ủng hộ vị Pháp-sư đó mà nói Đà-la-ni này. Liền nói chú rằng: A-lê, na-lê, nâu na lê, a na lư, na lý, câu na-lý".
Thế-Tôn! Dùng thần chú này ủng hộ Pháp-sư, con cũng tự phải ủng hộ người trì kinh này, làm cho trong khoảng trăm do tuần không có các điều tai hoạn.

5. Bấy giờ Trì-Quốc Thiên-Vương ở trong hội này cùng với nghìn muôn ức na-do-tha chúng Càn-thát-bà cung kính vây quanh đến trước chỗ Phật, chấp tay bạch Phật rằng: " Thế-Tôn! Con cũng dùng thần chú Đà-la-ni ủng hộ người trì kinh Pháp-Hoa". Liền nói chú rằng:
"A dà nễ, dà nễ, cù lợi, càn đà lợi, chiên đà lợi, ma đẳng kỳ, thường cầu lợi, phù lâu sa nỉ, át để".
Thế-Tôn! Thần chú Đà-la-ni này là của bốn mươi hai ức các đức Phật nói, nếu có người xâm hủy vị Pháp-sư này thì là xâm hủy các đức Phật đó rồi.

6. Bấy giờ có những La-sát nữ: một, tên Lam-bà; hai, tên Tỳ-lam-bà; ba, tên Khúc-xỉ; bốn, tên Hoa-xỉ; năm, tên Hắc-xỉ; sáu, tên Đa-phát; bảy, tên Vô-yếm-túc; tám, tên Trì-anh-lạc; chín, tên Cao-đế; mười, tên Đoạt-nhứt-thiết chúng-sanh tinh-khí. Mười vị La-sát-nữ đó cùng với quỷ Tử-mẫu, con và quyến thuộc đều đến chỗ Phật, đồng tiếng bạch Phật rằng: "Thế-Tôn! Chúng con cũng muốn ủng hộ người đọc tụng thọ trì kinh Pháp-Hoa, trừ sự khổ hoạn cho người đó. Nếu có kẻ rình tìm chỗ dở của Pháp-sư, thì làm cho chẳng được tiện lợi". Liền ở trước Phật mà nói chú rằng:

" Y đề lý, y đề dẫn, y đề lý, a đề lý, y đề lý, nê lý, nê lý, nê lý, nê lý, lâu hê, lâu hê, lâu hê, lâu hê, đa hê, đa hê, đa hê, đâu hê, nâu hê".

Thà trèo lên đầu chúng con, chớ đừng não hại Pháp-sư, hoặc Dạ-xoa, hoặc La-sát, hoặc Ngạ-quỷ hoặc Phú-đan-na, hoặc Cát-giá hoặc Tỳ-đà-la, hoặc Kiền-đà hoặc Ô-ma-lặc-đà, hoặc A-bạt-ma-la, hoặc Dạ-xoa cát-giá, hoặc Nhân-cát-giá, hoặc quỷ làm bệnh nóng, hoặc một ngày, hoặc hai ngày, hoặc ba ngày, hoặc bốn ngày, hoặc đến bảy ngày, hoặc làm bệnh nóng luôn, hoặc hình trai, hoặc hình gái, hoặc hình đồng-nam, hoặc hình đồng-nữ, nhẫn đến trong chiêm bao cũng lại chớ não hại".

Liền ở nơi trước Phật mà nói kệ rằng:

Nếu chẳng thuận chú ta
Não loạn người nói pháp
Đầu vỡ làm bảy phần
Như nhánh cây A-lê
Như tội giết cha mẹ
Cũng như họa ép dầu *(15)*
Cân lường khi dối người
Tội Điều-Đạt phá Tăng
Kẻ phạm Pháp-Sư đây
Sẽ mắc họa như thế.

Những La-sát-nữ nói kệ đó rồi, bạch Phật rằng: "Thế-Tôn! Chúng con cũng sẽ tự mình ủng hộ người thọ trì đọc tụng tu hành kinh này, làm cho được an ổn, lìa các sự khổ hoạn, tiêu các thuốc độc".

7. Phật bảo các La-sát-nữ: " Hay thay! Hay thay! Các người chỉ có thể ủng hộ người thọ trì tên kinh Pháp-Hoa phước chẳng thể lường được rồi, huống là ủng hộ người thọ trì toàn bộ cúng dường quyển kinh, hoa hương, chuỗi ngọc, hương bột, hương xoa, hương đốt, phan, lọng, kỹ nhạc, thắp các thứ đèn: Đèn nến, đèn dầu, các thứ đèn dầu thơm, đèn dầu hoa tô-na-ma, đèn dầu hoa chiêm-bặc, đèn dầu hoa bà-su-ca, đèn dầu hoa uu-bát-la, nghìn trăm thứ cúng dường như thế.

Cao-Đế! Các người cùng quyến thuộc phải nên ủng hộ những Pháp-sư như thế".

Lúc nói phẩm "Đà-la-ni" này, có sáu muôn tám nghìn người được vô-sanh pháp-nhẫn.

KINH
DIỆU PHÁP LIÊN HOA

Tam Tạng Pháp Sư
Cưu Ma La Thập
Hán Dịch

Tỳ Kheo Thích Trí Tịnh
Việt Dịch

QUYỂN THỨ BẢY

PHẨM "DIỆU-TRANG-NGHIÊM-VƯƠNG BỔN-SỰ"
THỨ HAI MƯƠI BẢY

1. Lúc bấy giờ, Phật bảo hàng đại chúng rằng: " về thuở xưa, cách đây vô-lượng vô biên bất-khả-tư-nghi a-tăng-kỳ kiếp, có đức Phật hiệu là Vân-Lôi-Âm Tú-Vương Hoa-Trí Như-Lai, Ứng-cúng, Chánh-biến-tri. Nước đó tên Quang-Minh Trang-Nghiêm, kiếp tên Hỷ-Kiến".

   Trong pháp hội của Phật đó có vị vua tên Diệu-Trang-Nghiêm, phu nhân của vua tên Tịnh-Đức có hai người con, một tên Tịnh-Tạng, hai tên Tịnh-Nhãn. Hai người con đó có sức thần thông lớn, phước đức trí huệ, từ lâu tu tập đạo hạnh cuả Bồ-Tát, những là: Thí ba-la-mật, giới ba-la-mật, nhẫn-nhục ba-la-mật, tinh-tấn ba-la-mật, thiền ba-la-mật, trí-huệ ba-la-mật, phương-tiện ba-la- mật, từ-bi hỷ-xả nhẫn đến ba mươi bảy phẩm trợ đạo pháp thảy đều rành rẽ suốt-thấu. Lại được các môn tam-muội của Bồ-Tát: Nhựt-tinh-tú tam-muội, Tịnh-quang tam-muội, Tịnh-sắc tam- muội, Tịnh-chiếu-minh tam-muội, Trường-trang-nghiêm tam-muội, Đại-oai-đức-tạng tam-muội, ở nơi các môn tam-muội này cũng đều thấu suốt.

2. Lúc đó, đức Phật kia vì muốn dẫn dắt vua Diệu-Trang-Nghiêm cùng thương tưởng hàng chúng sanh nên nói kinh Pháp-Hoa này.

Bấy-giờ, Tịnh-Tạng, Tịnh-Nhãn, hai người con đến chỗ của mẹ chấp tay thưa mẹ rằng: "Mong mẹ đến nơi chỗ đức Phật Vân-Lôi-Âm Tú-Vương-Hoa-Trí, chúng con cũng sẽ theo hầu gần gũi cúng dường lễ lạy".

Vì sao? Vì đức Phật đó ở trong tất cả chúng trời người mà nói kinh Pháp-Hoa, nên phải nghe và tin nhận.

Mẹ bảo con rằng: "Cha con tin theo ngoại đạo, rất ham pháp Bà-la-môn, các con nên qua thưa với cha để cùng nhau đồng đi".

Tịnh-Tạng, Tịnh-Nhãn chấp tay thưa mẹ: "Chúng con là Pháp-vương-tử mà lại sanh vào nhà tà kiến này!"

Mẹ bảo con rằng: "Các con nên thương tưởng cha các con, mà vì đó hiển phép thần thông biến hóa, nếu cha con được thấy lòng ắt thanh tịnh, hoặc là chịu cho chúng ta qua đến chỗ Phật".

3. Lúc ấy, hai người con thương cha nên bay lên hư không cao bằng bảy cây đa-la, hiện các món thần biến. Ở trong hư không đi, đứng, ngồi, nằm, trên thân ra nước, dưới thân ra lửa, dưới thân ra nước, trên thân ra lửa, hoặc hiện thân lớn đầy trong hư

không rồi lại hiện nhỏ, nhỏ lại hiện lớn, ở trong hư không ẩn mất, bỗng nhiên hiện trên đất, vào đất như vào nước, đi trên nước như đi trên đất, hiện các món thần biến như thế làm cho vua cha lòng thanh tịnh tin hiểu.

Bấy giờ, cha thấy con có sức thần như thế, lòng rất vui mừng được chưa từng có, chấp tay hướng về phía con mà nói rằng: "Thầy các con là ai, con là đệ tử của ai?"

Hai người con thưa rằng: "Đại-vương! Đức Vân-Lôi-Âm-Tú-Vương-Hoa-Trí Phật kia nay đương ngồi trên pháp tòa dưới cây bồ-đề bằng bảy báu, ở trong tất cả chúng trời người thế-gian, rộng nói kinh Pháp-Hoa, đó là thầy chúng con, con là đệ-tử".

Cha nói với con rằng: "Ta nay cũng muốn ra mắt thầy các con, nên cùng nhau đồng đi". Khi đó hai người con từ trong hư không xuống, đến chỗ của mẹ chấp tay thưa mẹ rằng: "Phụ-vương nay đã tin hiểu, có thể kham phát được tâm vô-thượng chánh-đẳng chánh-giác, chúng con đã vì cha làm Phật sự rồi, mong mẹ bằng lòng cho chúng con, ở nơi chỗ đức Phật kia mà xuất gia tu hành Phật đạo".

Lúc đó, hai người con muốn tuyên lại ý mình nói kệ thưa mẹ:

Mong mẹ cho các con
Xuất-gia làm Sa-môn

Các Phật rất khó gặp
Chúng con theo Phật học
Như hoa ưu-đàm-bát
Gặp Phật lại khó hơn
Khỏi các nạn cũng khó
Mong cho con xuất-gia.

Mẹ liền bảo con rằng: " Cho các con xuất gia. Vì sao? Vì Phật khó gặp vậy".

4. Bấy giờ, hai người con thưa cha mẹ rằng: Lành thay, cha mẹ! Xin liền qua đến chỗ đức Vân-Lôi-Âm-Tú-Vương-Hoa-Trí Phật để gần gũi cúng dường.

Vì sao? Vì Phật khó gặp được, như hoa Linh-Thoại, như rùa một mắt gặp bông cây nổi *(16)* mà chúng ta do phước đời trước sâu dày, sanh đời này gặp Phật Pháp, xin cha mẹ nên cho chúng con được xuất gia.

Vì sao? Vì các đức Phật khó gặp được, thời kỳ gặp Phật cũng khó có.

5. Lúc đó nơi hậu cung của vua Diệu-Trang-Nghiêm có tám muôn bốn nghìn người thảy đều có thể kham thọ trì kinh Pháp-Hoa này. Tịnh-Nhãn Bồ-Tát từ lâu đã thông đạt nơi "Pháp-Hoa tam-muội". Tịnh-Tạng Bồ-Tát đã từ vô lượng trăm nghìn muôn ức kiếp, thông- đạt môn "Ly-chư-ác-thú tam-muội", vì

muốn làm cho tất cả chúng sanh lìa các đường dữ *(11)* vậy.

Phu nhân của vua được môn "Chư- Phật-Tập tam-muội", hay biết được tạng pháp bí mật của các đức Phật. Hai người con dùng sức phương tiện khéo hóa độ vua cha như thế, khiến cho lòng cha tin hiểu ưa mến Phật Pháp.

6. Bấy giờ vua Diệu-Trang-Nghiêm cùng chung với quần thần quyến thuộc, Tịnh- Đức phu nhân cùng chung với thể nữ quyến thuộc nơi hậu cung, hai người con của vua, cùng chung với bốn muôn hai nghìn người đồng một lúc đi qua chỗ Phật. Đến rồi đầu mặt lạy chân Phật, đi quanh Phật ba vòng, rồi đứng qua một phía.

Lúc đó đức Phật kia vì vua nói pháp, chỉ dạy làm cho được lợi ích vui mừng. Vua rất vui đẹp.

Bấy giờ, vua Diệu-Trang-Nghiêm cùng phu nhân mở chuỗi trân châu giá trị trăm nghìn đeo nơi cổ, để rải trên đức Phật, chuỗi đó ở giữa hư không hóa thành đài báu bốn trụ, trong đài có giường báu lớn trải trăm nghìn muôn thiên y, trên đó có đức Phật ngồi xếp bằng phóng hào quang sáng lớn.

7. Lúc đó vua Diệu-Trang-Nghiêm nghĩ rằng: Thân Phật tốt đẹp riêng lạ ít có, thành tựu sắc thân vi diệu thứ nhất.

Bấy giờ, đức Vân-Lôi-Âm-Tú-Vương-Hoa-Trí Phật bảo bốn chúng rằng: "Các người thấy vua Diệu-Trang-Nghiêm chấp tay đứng trước ta đó chăng?

Vị vua này ở trong pháp ta làm Tỳ-kheo siêng ròng tu tập các món trợ Phật đạo Pháp, sẽ được làm Phật hiệu Ta-La-Thọ-Vương, nước tên Đại-Quang, kiếp tên Đại-Cao-Vương.

Đức Ta-La-Thọ-Vương Phật có vô lượng chúng Bồ-Tát và vô lượng Thanh-văn, nước đó bằng thẳng công đức như thế".

8. Vua Diệu-Trang-Nghiêm liền đem nước giao cho em, rồi cùng phu nhân hai người con và các quyến thuộc, ở trong Phật Pháp xuất gia tu hành đạo hạnh.

Vua xuất gia rồi trong tám muôn bốn nghìn năm thường siêng tinh tấn tu hành kinh Diệu-Pháp Liên-Hoa; qua sau lúc đây, được môn "Nhứt-thiết-tịnh-công-đức-trang-nghiêm tam-muội".

Liền bay lên hư không cao bảy cây đa-la mà bạch Phật rằng: "Thế-Tôn! Hai người con của con đây đã làm Phật sự dùng sức thần thông biến hóa, xoay tâm tà của con, làm cho con được an trụ trong Phật Pháp, được thấy Thế-Tôn. Hai người con này là thiện-tri-thức của con, vì muốn phát khởi căn lành đời trước lợi ích cho con nên đến sanh vào nhà con".

Lúc đó đức Vân-Lôi-Âm-Tú-Vương-Hoa-Trí Phật

bảo vua Diệu-Trang-Nghiêm rằng: "Đúng thế! Đúng thế! Như lời ông nói, nếu có thiện-nam-tử, thiện-nữ-nhơn nào trồng gốc lành thời đời đời được gặp thiện-tri-thức, vị thiện-tri-thức hay làm Phật sự, chỉ dạy cho lợi ích vui mừng, khiến vào đạo vô-thượng chánh-đẳng chánh-giác.

Đại-vương nên biết! Vị thiện-tri-thức đó là nhân duyên lớn, giáo hóa dìu dắt làm cho được thấy Phật phát tâm vô-thượng chánh-đẳng chánh-giác.

Đại-vương! Ông thấy hai người con này chăng? Hai người con này đã từng cúng dường sáu mươi lăm trăm nghìn muôn ức na-do-tha hằng-hà-sa các đức Phật, gần gũi, cung kính, nơi chỗ các đức Phật thọ trì kinh Pháp-Hoa, thương tưởng những chúng sanh tà kiến làm cho trụ trong chánh-kiến".

Diệu-Trang-Nghiêm-Vương liền từ trong hư không xuống mà bạch Phật rằng: "Thế-Tôn! Như-Lai rất ít có do công đức trí huệ nên nhục kế trên đỉnh sáng suốt chói rỡ. Mắt Phật dài rộng mà sắc xanh biếc, tướng lông trắng chặn mày như ngọc kha-nguyệt, răng trắng bằng và khít thường có ánh sáng, môi sắc đỏ đẹp như trái tần-bà".

Lúc đó vua Diệu-Trang-Nghiêm khen ngợi Phật có vô lượng trăm nghìn muôn ức công đức thế rồi, ở trước Như-Lai một lòng chấp tay lạy bạch Phật rằng: "Thế-Tôn! Chưa từng có vậy! Pháp của Như-Lai đầy đủ trọn nên bất-khả tư-nghì công đức vi diệu dạy răn chỗ tu hành an ổn rất hay, con từ ngày nay chẳng còn lại tự theo tâm hành của mình chẳng sanh những lòng ác: Kiêu mạn, giận hờn, tà kiến". Vua thưa lời đó rồi lạy Phật mà ra.

9. Phật bảo đại chúng: "Ý các ông nghĩ sao? Vua Diệu-Trang-Nghiêm đâu phải người nào lạ, nay chính là Hoa-Đức Bồ-Tát, bà Tịnh-Đức phu nhân nay chính là Quang-Chiếu Trang-Nghiêm-Tướng Bồ-Tát hiện đang ở trước Phật, vì thương xót vua Diệu-Trang-Nghiêm và quyến thuộc nhà vua nên vị Bồ-Tát này sanh sống trong cung. Còn hai hoàng tử nay chính là Dược-Vương Bồ-Tát cùng Dược-Thượng Bồ-Tát".

Dược-Vương và Dược-Thượng Bồ-Tát này thành tựu các công đức lớn như thế, đã ở chỗ vô lượng trăm nghìn muôn ức, các đức Phật trồng các gốc công đức, thành tựu bất khả tư nghì những công đức lành. Nếu có người biết danh tự của hai vị Bồ-Tát này thì tất cả trong đời, hàng trời, nhân dân cũng nên lễ lạy.

Lúc đức Phật nói phẩm "Diệu-Trang-Nghiêm-Vương Bổn-sự" này có tám muôn bốn nghìn người xa trần lụy, rời cấu nhiễm, ở trong các pháp chứng được pháp nhãn tịnh.

KINH
DIỆU PHÁP LIÊN HOA

Tam Tạng Pháp Sư
Cưu Ma La Thập
Hán Dịch

Tỳ Kheo Thích Trí Tịnh
Việt Dịch

QUYỂN THỨ BẢY

PHẨM "PHỔ-HIỀN BỒ-TÁT KHUYẾN-PHÁT" THỨ HAI MƯƠI TÁM

1. Lúc bấy giờ, ngài Phổ-Hiền Bồ-Tát dùng sức thần thông tự tại oai đức danh văn, cùng vô lượng vô biên bất-khả- xưng-số chúng đại Bồ-Tát từ phương Đông mà đến; các nước đi ngang qua khắp đều rung động, rưới hoa sen báu, trỗi vô-lượng trăm nghìn muôn ức các thứ kỹ-nhạc.

   Lại cùng vô số các đại chúng: Trời, Rồng, Dạ-xoa, Càn-thát-bà, A-tu-la, Ca-lâu-la, Khẩn-na-la, Ma-hầu-la-dà, nhơn, phi-nhơn v.v... vây quanh, đều hiện sức oai đức thần thông đến cõi Ta-bà trong núi Kỳ-Xà-Quật, đầu mặt lạy đức Thích-Ca Mâu-Ni Phật đi quanh bên hữu bảy vòng, bạch Phật rằng: "Thế-Tôn! Con ở nơi nước của đức Bảo-Oai-Đức-Thượng-Vương Phật, xa nghe cõi Ta-bà này nói kinh Pháp-Hoa, nên cùng với vô-lượng vô biên trăm nghìn muôn ức chúng Bồ-Tát đồng đến để nghe thọ, cúi mong đức Thế-Tôn nên vì chúng con nói đó".

   Nếu Thiện-nam-tử thiện-nữ-nhơn sau khi Như-Lai diệt độ, thế nào mà có thể được kinh Pháp-Hoa này.

2. Phật bảo Phổ-Hiền Bồ-Tát rằng: "Nếu Thiện-nam-tử, thiện-nữ-nhơn thành tựu bốn pháp, thì sau khi

Như-Lai diệt-độ sẽ được kinh Pháp-Hoa này: Một là được các đức Phật hộ-niệm; hai là trồng các gốc công-đức; ba là vào trong chánh-định; bốn là phát lòng cứu tất cả chúng-sanh".

Thiện nam tử, thiện nữ nhơn thành tựu bốn pháp như thế, sau khi NhưLai diệt độ quyết được kinh này.

3. Lúc đó ngài Phổ-Hiền Bồ-Tát bạch Phật rằng: "Thế-Tôn! Năm trăm năm sau trong đời ác-trược nếu có người thọ trì kinh-điển này, con sẽ giữ gìn trừ các sự khổ-hoạn làm cho được an-ổn, khiến không ai được tiện-lợi rình tìm làm hại; hoặc ma, hoặc con trai của ma, hoặc con gái của ma, hoặc dân ma, hoặc người bị ma dựa, hoặc Dạ-xoa, hoặc La-sát, hoặc Cưu-bàn-trà hoặc Tỳ-xá xà, hoặc Cát-giá, hoặc Phú-đan-na, hoặc Vi-đà-la v.v... những kẻ làm hại người đều chẳng được tiện-lợi.

Người đó hoặc đi, hoặc đứng, đọc tụng kinh này, bấy giờ con cưỡi tượng-vương trắng sáu ngà cùng chúng đại Bồ-Tát, đều đến chỗ người đó mà tự hiện thân ra, để cúng-dường thủ-hộ an- ủi tâm người đó, cũng để cúng-dường kinh Pháp-Hoa.

Người đó nếu ngồi suy nghĩ kinh này, bấy giờ con lại cưỡi tượng-vương trắng hiện ra trước người đó, người đó nếu ở trong kinh Pháp-Hoa có quên mất một câu một bài kệ, con sẽ dạy người đó chung cùng đọc tụng, làm cho thông thuộc.

Bấy giờ, người thọ trì đọc tụng kinh Pháp-Hoa được thấy thân con, lòng rất vui mừng lại càng tinh-tấn, do thấy thân con nên liền được tam-muội và Đà-la-ni tên là "Triền-đà-la-ni", "Pháp-âm-phương-tiện đà-la-ni", được những môn Đà-la-ni như thế.

4. Thế-Tôn! Nếu đời sau, sau năm trăm năm trong đời ác-trược, hàng Tỳ-kheo, Tỳ-kheo-ni, Ưu-bà-tắc, Ưu-bà-di, người cầu tìm, người thọ trì, người đọc tụng, người biên chép, mà muốn tu tập kinh Pháp-Hoa này, thời trong hai mươi mốt ngày, phải một lòng tinh-tấn, mãn hai mươi mốt ngày rồi, con sẽ cưỡi voi trắng sáu ngà, cùng vô-lượng Bồ-Tát vây quanh, dùng thân mà tất cả chúng-sanh ưa thấy, hiện nơi trước người đó để vì nói pháp chỉ dạy cho lợi-ích vui mừng cũng lại cho chú Đà-la-ni.

Được chú Đà-la-ni này thì không có phi-nhơn nào có thể phá hoại được, cũng chẳng bị người nữ làm hoặc loạn. Con cũng đích thân thường hộ người đó. Cúi mong đức Thế-Tôn nghe con nói chú Đà-la-ni này, liền ở trước Phật mà nói chú rằng:

"A đàn địa, đàn đà bà địa, đàn đà bà đế, đàn đà cưu xá lệ, đàn đà tu đà lệ, tu đà lệ, tu đà la bà để, Phật đà ba chiên nễ, tát bà đà la ni a bà đa ni, tát bà bà sa a bà đa ni, tu la bà đa ni, tăng già bà lý xoa ni, tăng già niết dà đà ni, a tăng kỳ, tăng già bà dà địa, đế lệ a nọa tăng già đâu lược, a la đế ba la đế, tát bà tăng già địa, tam ma địa dà lan địa, tát bà đạt mạ tu ba lợi sát đế, tát bà tát đỏa lâu đà kiêu xá lược, a nâu dà địa, tân a tỳ cát lợi địa đế".

Thế-Tôn! Nếu có Bồ-Tát nào được nghe chú Đà-la-ni này, phải biết đó là sức thần thông của Phổ-Hiền.

5. Nếu kinh Pháp-Hoa lưu-hành trong Diêm-phù-đề có người thọ trì, thời nên nghĩ rằng: Đều là sức oai thần của Phổ- Hiền.

Nếu có người thọ trì đọc tụng ghi nhớ chân chánh hiểu nghĩa thú trong kinh đúng như lời mà tu hành, phải biết người đó tu hạnh Phổ-Hiền, ở nơi vô lượng vô biên các đức Phật, sâu trồng gốc lành, được các Như-Lai, lấy tay xoa đầu. Nếu chỉ in chép, người này mạng chung sẽ sanh lên trời Đao-Lợi.

Bấy giờ, bốn muôn tám nghìn thiên nữ trỗi các kỹ nhạc mà đến rước , người đó liền đội mũ bảy báu ở trong hàng thể nữ, vui chơi khoái lạc, huống là thọ trì, đọc tụng, ghi nhớ chân chánh hiểu nghĩa thú kinh, đúng như lời mà tu hành.

Nếu có người nào thọ trì, đọc tụng, giải nghĩa thú kinh, người đó khi mạng chung được nghìn đức Phật trao tay, khiến chẳng sợ sệt, chẳng đọa vào đường dữ, liền lên cung trời Đâu-Suất, chỗ Di-Lặc Bồ-Tát mà sanh vào trong hàng quyến thuộc trăm nghìn muôn ức thiên nữ, đức Di-Lặc Bồ-Tát có ba mươi hai tướng, chúng đại Bồ-Tát cùng nhau vây quanh. Có công đức lợi ích như thế cho nên người trí phải một lòng tự chép hoặc bảo người chép thọ trì, đọc tụng, ghi nhớ chân chánh đúng như lời mà tu hành.

Thế-Tôn! Con nay dùng sức thần thông giữ gìn kinh này, sau khi Như-Lai diệt độ, làm cho rộng lưu bố trong Diêm-phù-đề khiến chẳng dứt mất.

6. Lúc bấy giờ, đức Thích-Ca Mâu-Ni Phật khen rằng: "Hay thay! Hay thay! Phổ-Hiền! Ông có thể hỗ trợ kinh này làm cho nhiều chúng sanh an vui lợi ích, ông đã thành tựu bất-khả tư-nghì công đức, lòng từ bi sâu lớn, từ lâu xa đến nay phát tâm vô-thượng chánh-đẳng chánh-giác, mà có thể thực hành nguyện thần thông đó, để giữ gìn kinh này.

Ta sẽ dùng sức thần thông giữ gìn người hay thọ trì danh hiệu Phổ-Hiền Bồ-Tát.

Phổ-Hiền! Nếu có người thọ trì, đọc tụng, ghi nhớ chân chánh tu tập biên chép kinh Pháp-Hoa này, phải biết người đó thì là thấy đức Thích-Ca Mâu-Ni Phật, như từ miệng Phật mà nghe kinh điển này. Phải biết người đó cúng dường cho đức Thích-Ca Mâu-Ni Phật, phải biết người đó được Phật Ngài khen lành thay, phải biết người đó được Thích-Ca Mâu-Ni Phật lấy tay xoa đầu. Phải biết người ấy được đức Thích-Ca Mâu-Ni Phật, lấy y trùm cho. Người như thế chẳng còn ham ưa sự vui trong đời, chẳng ưa kinh sách viết chép của ngoại đạo, cũng lại chẳng ưa gần gũi ngoại đạo và các kẻ ác, hoặc kẻ hàng thịt, hoặc kẻ nuôi heo, dê, gà, chó, hoặc thợ săn, hoặc kẻ buôn bán sắc gái. Người đó tâm ý ngay thật có lòng nghĩ nhớ chơn chính có sức phước đức. Người đó chẳng bị ba món độc làm não hại, cũng chẳng bị tính ghen ghét, ngã mạn, tà mạn, tăng thượng mạn làm não hại. Người đó ít muốn biết đủ, có thể tu hạnh Phổ-Hiền.

7. Phổ-Hiền! Sau khi Như-Lai diệt độ, năm trăm năm sau, nếu có người nào thấy người thọ trì đọc tụng kinh Pháp-Hoa phải nghĩ rằng: Người này chẳng bao lâu sẽ đến đạo tràng, phá các chúng ma thành vô-thượng chánh-đẳng chánh-giác, chuyển pháp luân, đánh pháp cổ, thổi pháp loa, rưới pháp vũ, sẽ ngồi trên pháp tòa sư-tử trong đại chúng trời người.

Phổ-Hiền! Nếu ở đời sau, có người thọ trì đọc tụng kinh điển này, người đó chẳng còn lại ham ưa y phục, giường nằm, những vật nuôi sống, chỗ mong cầu chẳng luống, cũng ở trong hiện đời được phước báo đó.

Nếu có người khinh chê đó rằng: "Ông là người điên cuồng vậy, luống làm hạnh ấy trọn không được lợi-ích". Tội báo như thế sẽ đời đời không mất. Nếu có người cúng dường khen ngợi đó, sẽ ở trong đời này được quả báo hiện tại.

Nếu lại thấy người thọ trì kinh này mà nói bày lỗi quấy của người đó, hoặc thực, hoặc chẳng thực, người này trong hiện đời mắc bệnh bạch-lại *(12)*. Nếu khinh cười người trì kinh sẽ đời đời răng nướu thưa thiếu, môi xấu, mũi xẹp, tay chân cong quẹo, mắt lé, thân-thể hôi dơ, ghẻ dữ máu mủ, bụng thũng hơi ngắn, bị các bệnh nặng dữ.

Cho nên Phổ-Hiền! Nếu thấy người thọ trì kinh điển này phải đứng dậy xa rước, phải như kính Phật.

8. Lúc Phật nói phẩm Phổ-Hiền Bồ-Tát khuyến phát này có hằng-hà-sa vô lượng vô biên Bồ-Tát được trăm nghìn muôn ức môn "Triền-đà-la-ni", tam-thiên đại-thiên thế giới vi trần số các đại Bồ-Tát, đủ đạo Phổ-Hiền.

Lúc Phật nói kinh này, Phổ-Hiền v.v... các vị Bồ-Tát, Xá-Lợi-Phất v.v... các vị Thanh-văn và hàng trời, rồng, nhơn, phi-nhơn v.v... tất cả đại chúng đều rất vui thọ trì lời Phật làm lễ mà đi.

KINH DIỆU-PHÁP LIÊN-HOA

Quyển Thứ Bảy

I. - Diệu-Âm hạnh khắp, thành trước nên sau, hoằng dương kinh này, toàn nhờ công tổng trì *(17)* , tà ma ngoại đạo theo hơi gió lánh xa, đạo chơn thường lưu thông, muôn pháp đều viên dung.

NAM-MÔ PHÁP-HOA HỘI-THƯỢNG PHẬT BỒ-TÁT MA-HA-TÁT. *(3 lần)*

II. - Pháp-Hoa Hải-Hội *(13)* đức Phật thân tuyên, ba chu *(14)* chín dụ nghĩa kinh mầu, bảy cuốn gồm bao trùm hơn sáu muôn lời, xướng tụng lợi người, trời.

NAM-MÔ PHÁP-HOA HẢI-HỘI CHƯ PHẬT, CHƯ ĐẠI BỒ-TÁT, CHƯ HIỀN THÁNH TĂNG *(3 lần)*

III. - Một câu nhiễm tâm thần
    Đều giúp đến bờ kia
    Nghĩ suy ròng tu tập
    Hẳn dùng làm thuyền bè
    Tùy hỷ thấy cùng nghe

Thường làm chủ với bạn
Hoặc lấy hay là bỏ
Qua tai đều thành duyên
Hoặc thuận cùng với nghịch
Trọn nhân đây được thoát.
Nguyện này tôi giải thoát.
Y báo cùng chánh báo
Thường tuyên kinh mầu này
Một cõi đến một trần
Đều là vì lợi vật
Cúi mong các đức Phật
Thầm nhờ hộ trợ cho
Tất cả hàng Bồ Tát
Kín giúp sức oai linh
Nơi nơi chưa nói kinh
Đều vì chúng khuyến thỉnh
Phàm chỗ có nói pháp
Đích thân thờ cúng dường
Một câu cùng một kệ
Tăng tiến đạo Bồ-đề
Một sắc và một hương
Trọn không hề thối chuyển.

IV. - Trời, A-tu-la, Dạ-xoa thảy
    Đến nghe pháp đó nên chí tâm:
    Ủng hộ Phật Pháp khiến thường còn
    Mỗi vị siêng tu lời Phật dạy

Bao nhiêu người nghe đến chốn này
Hoặc trên đất liền hoặc hư không
Thường với người đời sanh lòng từ
Ngày đêm tự mình nương pháp ở
Nguyện các thế giới thường an ổn
Phước trí vô biên lợi quần sanh
Bao nhiêu tội nghiệp thảy tiêu trừ
Xa lìa các khổ về viên tịch.
Hằng dùng giới hương xoa vóc sáng
Thường trì định phục để giúp thân
Hoa mầu Bồ-đề khắp trang nghiêm
Tùy theo chỗ ở thường an lạc.

NAM MÔ HỘ PHÁP CHƯ TÔN BỒ-TÁT. *(3 lần)*

======**CHUNG**=====

THÍCH NGHĨA

(1) *Trên đầu đức Phật, thịt đùn cao lên như hình búi tóc, 1 tướng tốt trong 32 tướng tốt của thân Phật.*

(2) *Mỗi vị Phật đều có đủ 10 hiệu này, phải đủ 10 hiệu này mới phải là Phật:*

1. *Như-Lai: Toàn thể như như bất động, tùy duyên hóa độ mà đến trong muôn loài - đến trong muôn loài mà vẫn như như bất động.*

2. *Ưng-Cúng: Ruộng phước vô lượng vì lợi quần sanh nên đến thọ sự cúng dường của chín giới.*

3. *Chánh-Biến-Tri: Hiểu biết suốt thấu khắp tất cả pháp một cách chơn chánh đúng như thực.*

4. *Minh-Hạnh-Túc: Minh:trí huệ, Hạnh:công hạnh lợi mình lợi người. Trí huệ và công hạnh đều hoàn bị.*

5. *Thiện-Thệ: Khéo qua. Qua Niết-bàn nhưng vẫn thường độ sanh, nhưng vẫn không rời Niết-bàn.*

6. *Thế-Gian-Giải: Rành rẽ tất cả pháp của thế-gian và xuất-thế-gian.*

7. *Vô-Thượng-Sĩ: Đấng vô thượng, không còn ai trên.*

8. *Điều-Ngự-Trượng-Phu:Bậc trượng phu hay điều hòa hóa độ chúng sanh nhu hòa, và hay ngự phục hóa độ chúng sanh cang cường.*

9. *Thiên-Nhân-Sư: Thầy của tất cả trời, người v.v...*

10. *Phật:Đấng vô-thượng chánh đẳng chánh giác.*

"Thế-Tôn" hiệu chung của 10 hiệu trên. Nếu được đủ 10 đức hiệu trên thời là bậc tôn quý của thế-gian và xuất-thế- gian.

(3) *Kim-Cang: Một chất rất cứng rắn, không chi phá vỡ được.*

(4) *Hiệu chung của tất cả người xuất gia.*

(5) *Năm-Căn: nhãn, nhĩ, tỷ, thiệt, thân.*

(6) *Người chủ, người dùng bùa chú thuốc độc để hại người khác.*

(7) *Ta thường gọi là mưa đá.*

(8) *Mặt trời trí huệ, ý nói trí huệ sáng chói như mặt trời.*

(9) *"Lòng bi" là lòng muốn cứu chúng sanh khỏi kho, răn trừ các độc, như sấm vang làm khiếp vía các ma mị.*

"Ý TỪ" là muốn chúng sanh được hưởng các sự vui thỏa nên thường đem sự lợi lạc ban cho chúng sanh như mây rưới mưa đượm nhuần cỏ cây muôn vật.

(10) *Lòng tham giận, ganh, v.v... làm phiền nhiễu bức rức khổ não thân tâm người như lửa đốt, Bồ-Tát nói pháp trừ những tánh xấu trên đó làm cho thân tâm người thư thái mát mẻ, như rưới nước cam lồ tắt lửa.*

(11) *Địa-ngục, ngã-quỷ, súc-sanh.*

(12) *Bệnh hủi (da tróc sần sùi, tóc mày đều rụng).*

(13) *Hội lớn rộng rất đông như biển không thể lường*

biết!

(14)) Thuyết-pháp chu, 2) Thí-dụ chu 3) Nhân-duyên chu. Phụ,-Bích-chi- Phật: có hai hạng:

1- Ra đời không gặp Phật, không gặp chánh pháp, nhân thấy sự biến đổi trong đời như hoa héo lá khô, v.v... mà tự ngộ lý vô thường, dứt kiến-tư- hoặc, thoát ly sanh tử luân hồi, gọi là vị: Độc Giác.

2- Ra đời gặp Phật, gặp chánh pháp, tu pháp "thập-nhị-nhân-duyên" (xem Phẩm "Hoá-Thành-Dụ" thứ 7, quyển thứ ba), mà chứng ngộ vô sanh, thoát ly sanh tử luân hồi gọi là vị "Duyên- Giác", 2 bậc: Độc-Giác cùng Duyên- Giác, cứ quả vị thì ngang với quả A-la- hán.

(15) Người xứ Tây-Trúc ép dầu, trước giã nhỏ mè hay đậu v.v... ủ cho sanh trùng rồi sau mới ép. Ép dầu tức là sát hại nhiều trùng nên phải bị ương họa.

(16) Để ví dụ những việc lâu xa khó gặp khó được. Kinh nói: " Như trong biển lớn có khúc cây bọng nổi trên mặt nước 100 năm một lần trôi qua, 100 năm một lần trôi lại; đáy biển có một con rùa đui, 100 năm một lần noi lên mặt nước đón một bọng cây để chui vào. Biển rộng, cây 100 năm mới một lần trôi qua, rùa đã mù mà 100 năm mới nổi lên 1 lần, chực chui được vào bộng cây, khó lắm!'

(17) Tức là "Đà-la-ni".

BỔ KHUYẾT TÂM KINH

MA-HA BÁT-NHÃ BA-LA MẬT-ĐA TÂM KINH

Quán-Tự-Tại Bồ-tát hành tâm bát nhã ba-la-mật-đa thời, chiếu kiến ngũ uẩn giai không độ nhứt thiết khổ ách.

Xá-Lợi-Tử ! Sắc bất dị không, không bất dị sắc, sắc tức thị không, không tức thị sắc; thọ, tưởng, hành, thức, diệt phục như thị. Xá-Lợi-Tử ! thị chư diệc phục như thị. Xá-Lợi-Tử ! thị chư pháp không tưởng: bất sanh, bất diệt, bất cấu, bất tịnh, bất tăng, bất giảm. Thị cô không trung vô sắc, vô thọ, tưởng, hành, thức; vô nhãn, nhĩ, tỹ, thiệt than, ý; vô sắc, thinh, hương, vị, xúc, pháp; vô nhãn-giới nãi chí vô ý-thức-giới; vô vô-minh diệc, vô vô-minh tận, nãi chí vô lão-tử diệc, vô lão tử tận, vô khổ, tập, diệt, đạo; vô trí diệc vô đắc . Dĩ vô sở đắc cố, Bồ-đề tát đoa y Bát-nhã ba-la-mật-đa cố tâm vô quái ngại, vô quái ngại cố, vô hữu khủng-bố, viễn ly điên đảo mộng tưởng cứu cánh Niết-bàn.

Tam thế chư Phật y Bát-nhã ba-la-mật-đa cố, đắc a-nậu-đa-la-tam-miệu-tam-bồ-đề.

Cố tri Bát-nhã ba-la-mật-đa, thị đại thần-chú, thị-đại vô đẳng đẳng chú, năng trừ nhứt thiết khổ chơn thiệt bất hư.

Cố thuyết bát-nhã ba-la-mật-đa chú, tức thuyết chú viết:

"Yết-đế yết-đế, ba-la-yết-đế, ba-la-tăng yêt-đế, bồ-đề tát-bà-ha"

VÃNG-SANH QUYẾT-ĐỊNH CHƠN-NGÔN

Nam-mô A-di đà bà dạ, đa tha già đa dạ, đa điệt dạ tha . A-di rị đô bà tỳ, A-di rị đa, tất đam bà tỳ, A-di rị đa, tỳ ca lan đế, a di rị đa, tỳ ca lan đa, hìa di-nị, già già na, chi đa, ca lệ ta bà ha *(3 lần)*

NGÀI HỘ PHÁP

Nguyện đem công đức này
Hướng về khắp tất cả
Đệ tử và chúng sanh
Đều trọn thành Phật đạo

Cẩn bút,
Đạo hữu Ngọc Quang
CANADA Phật lịch 2563

www.ingramcontent.com/pod-product-compliance
Lightning Source LLC
Chambersburg PA
CBHW052041280426
43661CB00084B/1